പൊന്മുട്ടയിടുന്ന താറാവിനെ
കൊല്ലുന്നതെങ്ങനെ?

Ponmuttayidunna Tharavine Kollunnathengane?
Politics

Dr. T M Thomas Issac

CHINTHA PUBLISHERS
Thiruvananthapuram

First Edition
June 2022

Second Edition
July 2022

Published
Chintha Publishers, Thiruvananthapuram

Typesetting
S Rananath

Cover Design
Vinod Mangoes

ISBN - 978-93-93468-29-1

CR - 3176 / 6019

₹ 170

Email: chinthapublishers@gmail.com
Website: www.chinthapublishers.com

A version is available at National Libraries
Kolkata, Mumbai, Chennai and Delhi

Distribution
DESHABHIMANI BOOKHOUSE
H O Thiruvananthapuram 695035

Branch
Head Office Kunnukuzhi • Statue Thiruvananthapuram
KSRTC Bus Terminal Thampanoor • Saphalyam Complex Thiruvananthapuram
KSRTC Bus Station Alappuzha • KSRTC Bus Station Ernakulam
Machingal Lane Thrissur • IG Road Kozhikode
Mavoor Road Kozhikode • NGO Union Building Kannur
Central Bus Terminal Complex Thavakkara Kannur

പൊന്മുട്ടയിടുന്ന താറാവിനെ കൊല്ലുന്നതെങ്ങനെ?

ഡോ. ടി എം തോമസ് ഐസക്

ചിന്ത പബ്ലിഷേഴ്സ്
തിരുവനന്തപുരം-695 035
വില : ₹ 170

ടി എം തോമസ് ഐസക്

1952 സെപ്തംബർ 26 ന് കൊടുങ്ങല്ലൂർ കോട്ടപ്പുറത്തു ജനിച്ചു. സ്കൂൾ വിദ്യാഭ്യാസം കൊടുങ്ങല്ലൂർ ഗവ. ബോയ്സ് ഹൈസ്കൂളിൽ. ബിരുദപഠനം എറണാകുളം മഹാരാജാസ് കോളേജിൽ. ജവഹർ ലാൽ നെഹ്റു സർവകലാശാലയിൽനിന്ന് പി എച്ച് ഡി. തിരുവനന്ത പുരത്തെ സെന്റർ ഫോർ ഡെവലപ്മെന്റ് സ്റ്റഡീസിൽ ഫെലോ ആയിരുന്നു. ഇപ്പോൾ സി ഡി എസിലും ഗിഫ്റ്റിലും ഓണററി ഫെലോ.

എസ് എഫ് ഐ സംസ്ഥാന പ്രസിഡന്റ് ആയിരുന്നു. ഇപ്പോൾ സി പി ഐ (എം) കേന്ദ്ര കമ്മിറ്റി അംഗം.

സംസ്ഥാന ആസൂത്രണബോർഡ് അംഗമായും പത്തുവർഷം കേരളത്തിലെ ധനകാര്യമന്ത്രിയായും പ്രവർത്തിച്ചിട്ടുണ്ട്.

ജനകീയാസൂത്രണ പ്രസ്ഥാനത്തിന്റെ ശില്പികളിൽ പ്രമുഖൻ. കേരള നിയമസഭയിൽ 2001ലും 2006ലും മാരാരിക്കുളം നിയോജക മണ്ഡലത്തെയും 2011ലും 2016ലും ആലപ്പുഴ നിയോജകമണ്ഡല ത്തെയും പ്രതിനിധീകരിച്ചിരുന്നു.

Democracy at Work: A study of Dinesh Beedi Workers Co-operative (Cornell University Press), Local Democracy and Local Development: Peoples' plan Campaign in Kerala (Left Word) കൂടാതെ അമേരിക്കൻ, സ്പാനിഷ്, പോർച്ചുഗീസ് എഡിഷനുകളും, *Modernisation and Employment: Coir Industry in Kerala (Sage), ദാരിദ്ര്യത്തിന്റെ അർഥശാസ്ത്രം, അർഥ ശാസ്ത്രം ഹരിശ്രീ, ലോക മുതലാളിത്ത കുഴപ്പം, ലോകബാങ്കും നാണയനിധിയും, വിമോചനസമരത്തിന്റെ കാണാപ്പുറങ്ങൾ, ആഗോള പ്രതിസന്ധിയും ആഗോളവൽക്കരണവും, അർഥശാസ്ത്ര പ്രവേശിക, വ്യാജസമ്മതിയുടെ നിർമിതി മാധ്യമവിമർശം 2000-2009, എന്തുകൊണ്ട് കെ-റെയിൽ* (ചിന്ത പബ്ലിഷേഴ്സ്), *കേരളം മണ്ണും മനുഷ്യനും, കരിയുന്ന കൽപ്പവൃക്ഷം, കീഴടങ്ങലിന്റെ അർഥശാസ്ത്രം* (കേരള ശാസ്ത്രസാഹിത്യ പരിഷത്ത്), *ജനകീയാസൂത്രണം സിദ്ധാന്തവും പ്രയോഗവും* (സംസ്ഥാന ആസൂത്രണ ബോർഡ്), *ജനകീയാസൂത്രണത്തിന്റെ രാഷ്ട്രീയം, മരുപ്പച്ചകൾ ഉണ്ടാകുന്നത്, സാമ്പത്തികബന്ധങ്ങൾ കേന്ദ്രവും കേരളവും* (ഡി സി ബുക്സ്) *Building Alternatives (left word), Challenges in to Indian Fiscal Federalism, Keralam - Another Possible World (left word), മാറുന്ന കനാലുകളും മാലിന്യമകലുന്ന തെരുവുകളും* (ചിന്ത), *ഭൂപരി ഷ്കരണം ഇനി എന്ത്* (ചിന്ത) എന്നിവ പ്രധാന കൃതികൾ.

മാതൃഭൂമി, കേരള കൗമുദി, ഇന്ത്യൻ എക്സ്പ്രസ് ദിനപത്രങ്ങളിൽ വിവിധ പംക്തികൾ കൈകാര്യം ചെയ്തിരുന്നു.

കേരളം മണ്ണും മനുഷ്യനും 1989 ലെ കേരളസാഹിത്യ അക്കാദമി അവാർഡ് നേടി.

പ്രസാധകക്കുറിപ്പ്

മൃതമായ അധ്വാനശക്തിയാണ് മൂലധനം. ഒരു രക്തരക്ഷസാണത്. ജീവനുള്ള അധ്വാനശക്തിയുടെ രക്തം നിരന്തരം ഊറ്റിയെടുത്തുകൊണ്ടു മാത്രമേ അതിനു നിലനിൽക്കാനാവൂ, എത്രകണ്ട് അധ്വാനശക്തി അത് ഊറ്റിക്കുടിക്കുന്നുവോ അത്രകണ്ട് അത് ജീവിച്ചിരിക്കും.

മാർക്സ് (മൂലധനം)

ആദ്യകാല മുതലാളിത്തത്തെ വിശകലനം ചെയ്തുകൊണ്ട് ഒന്നര നൂറ്റാണ്ടിന് മുൻപാണ് മൂലധനത്തിൽ മാർക്സ് ഈ വരികൾ കുറിക്കുന്നത്. നിയോലിബറൽ കാലത്തെ മുതലാളിത്തത്തിന്റെ കാര്യത്തിലും ഈ പ്രവചനം അക്ഷരംപ്രതി ശരിയായി തുടരുകയാണെന്ന് സമീപകാലത്തെ ഓരോ അനുഭവവും സാക്ഷ്യപ്പെടുത്തുന്നു. തൊണ്ണൂറുകളിൽ ആരംഭിച്ച ഇന്ത്യൻ നിയോലിബറൽ പ്രോജക്ടിന്റെ കുതിപ്പിൽ കടപുഴകി വീഴാത്ത സർക്കാർ സംരംഭങ്ങൾ ഒന്നുമില്ല, മേഖലകൾ ഒന്നുമില്ല. നഷ്ടത്തിലോടുന്നു എന്നുപറഞ്ഞ് ആദ്യം ആ വിഭാഗത്തിൽ പെട്ട സർക്കാർ സ്ഥാപനങ്ങളെ സ്വകാര്യമേഖലയ്ക്ക് വിറ്റു തുലച്ചു, അതും കിട്ടിയ വിലയ്ക്ക്. ഭേദപ്പെട്ട നിലയിൽ പ്രവർത്തിച്ചുപോന്ന സ്ഥാപനങ്ങളുടെ കാര്യക്ഷമത കൂട്ടാൻ എന്നപേരിലായി അടുത്ത ആക്രമണം. രാജ്യത്തിന്റെ അഭിമാനസ്തംഭമായിരുന്ന നവരത്ന സ്ഥാപനങ്ങൾ പോലും ഇതിനിരയായി. ദേശീയ സുരക്ഷ, നിർണായക പ്രാധാന്യം എന്നീ പരിഗണനകൾ പോലും അപ്പാടെ കൈയൊഴിയപ്പെട്ടു. ലാഭത്തിന്റെ പുതിയ തീരങ്ങൾ തേടിയുള്ള അന്താരാഷ്ട്ര ധനമൂലധനത്തിന്റെ സമ്മർദ്ദങ്ങൾ അവശേ

ഷിക്കുന്ന പൊതുമുതൽ പോലും തീറെഴുതുന്നതിലേക്ക് ഇന്ന് എത്തി നിൽക്കുകയാണ്.

എൽഐസി യുടെ ഓഹരികൾ വിറ്റഴിക്കാനുള്ള നീക്കം അതിന്റെ ഏറ്റവും പുതിയ ഉദാഹരണമാണ്. ഇൻഷുറൻസ് മേഖല സ്വകാര്യ മൂലധനത്തിനു തുറന്നുകൊടുത്തിട്ടു പോലും എൽഐസി യുടെ സ്വാധീനം ഈ രംഗത്ത് കുറയുന്നില്ല എന്ന് വന്നപ്പോഴാണ് ഈ നീക്കം. ആയിരക്കണക്കിന് കോടി രൂപ കേന്ദ്രസർക്കാരിന് ലാഭ വിഹിതമായി കൊടുക്കുന്ന ഒരു സ്ഥാപനത്തെ, രാജ്യത്തിന്റെ പശ്ചാത്തലസൗകര്യ വികസനത്തിന് ആവശ്യമായ മൂലധനം നൽകുന്ന ഒരു സ്ഥാപനത്തെ, സാധാരണ ജനങ്ങൾക്ക് സുരക്ഷിതമായ ഒരു നിക്ഷേപകേന്ദ്രത്തെയാണ് ഇങ്ങനെ ഉന്മൂലനം ചെയുന്നത്. ഇതിന്റെ വിശദാംശങ്ങളിലേക്കുള്ള അന്വേഷണമാണ് ഒരു സാമ്പത്തികശാസ്ത്രജ്ഞൻ കൂടിയായ തോമസ് ഐസക് നടത്തുന്നത്. ഇത് എൽഐസി സ്വകാര്യവൽക്കരണത്തെ ക്കുറിച്ച് മാത്രമുള്ള ഒരു പഠനമല്ല, രാജ്യത്തെ സമ്പദ്‌വ്യവസ്ഥയെ വിഴുങ്ങുന്ന അന്താരാഷ്ട്ര മൂലധനത്തിന്റെ ഗൂഢനീക്കങ്ങളെ അനാവരണം ചെയ്യൽ കൂടിയാണ്.

ചിന്ത പബ്ലിഷേഴ്സ്

ആമുഖം

രാജ്യത്തെ ഏറ്റവും പ്രധാനപ്പെട്ട ധനകാര്യ സ്ഥാപനമായ ലൈഫ് ഇൻഷ്വറൻസ് കോർപ്പറേഷൻ ഓഫ് ഇന്ത്യ സ്വകാര്യവൽക്കരിക്കുന്നതിനുള്ള നടപടികൾക്ക് ഓഹരി വിൽപ്പനയിലൂടെ ഇന്ത്യാ സർക്കാർ തുടക്കംകുറിച്ചിരിക്കുകയാണ്. 3.5 ശതമാനം ഓഹരികളേ ഐപിഒ വഴി കമ്പോളത്തിൽ ഇറക്കിയിട്ടുള്ളൂ. ഈ നീക്കത്തിന്റെ പ്രത്യാഘാതം പ്രകടമാകാൻ അധികനാൾ വേണ്ടിവരില്ല. പോളിസി ഉടമകളുടെ ബോണസ് ഗണ്യമായി കുറയും. എൽഐസി പോളിസികൾക്കുള്ള സർക്കാർ ഗ്യാരണ്ടി ഇല്ലാതാക്കുന്നതിന്റെ തുടക്കമായി അതു പരിമിതപ്പെടുത്തും. എൽഐസി സാമൂഹ്യലക്ഷ്യങ്ങൾ വെടിഞ്ഞ് ലാഭം പരമാവധിയാക്കാൻ യത്നിക്കുന്ന മറ്റൊരു ധനകാര്യ സ്ഥാപനമാകും. ഇതെല്ലാം എൽഐസിക്കുള്ള ജനകീയ അംഗീകാരത്തിനു മങ്ങലേൽപ്പിക്കും.

ഈ പശ്ചാത്തലത്തിൽ ജീവനക്കാർക്കു പുറമേ 30 കോടിയോളം വരുന്ന ഓഹരി ഉടമകളെയും സ്വകാര്യവൽക്കരണത്തിനെതിരെ അണിനിരത്തുന്നതിനുള്ള വലിയ സാധ്യത തുറക്കുന്നു. ഇത്തരമൊരു പ്രസ്ഥാനത്തിനാണ് കേരളത്തിൽ തുടക്കംകുറിച്ചിട്ടുള്ളത്. ജൂൺ മാസത്തിൽ പോളിസി ഉടമകളുടെ ഒപ്പ് ശേഖരിക്കുന്നതിന് പതിനായിരം ജനസഭകൾ വിളിച്ചു ചേർക്കുന്നതിന് എറണാകുളത്തു ചേർന്ന രൂപീകരണ കൺവെൻഷൻ ആഹ്വാനം ചെയ്യുകയുണ്ടായി. ഈയൊരു കാമ്പയിനു സഹായകരമായ ഒരു പാഠപുസ്തകമാണ് ഈ ലഘുഗ്രന്ഥം. "എൽഐസി സ്വകാര്യവൽക്കരണത്തിനെതിരെ കേരളം ഒറ്റക്കെട്ടായി അണിനിരക്കുക" എന്നതാണു പ്രസ്ഥാനത്തിന്റെ മുദ്രാവാക്യം.

സെന്റർ ഫോർ ഡെവലപ്പ്മെന്റ് സ്റ്റഡീസിലെ കെ എൻ രാജ് ലൈബ്രറിയിൽനിന്നു ലഭ്യമാക്കിയ ഗ്രന്ഥങ്ങളും റഫറൻസുകളും ഗ്രന്ഥരചനയ്ക്ക് വളരെയേറെ സഹായകരമായി. ഓൾ ഇന്ത്യ ഇൻഷ്വറൻസ്

എംപ്ലോയീസ് അസോസിയേഷന്റെ മുഖമാസികയായ 'ഇൻഷുറൻസ് വർക്കർ'ന്റെ മുഴുവൻ കോപ്പികളും പി പി കൃഷ്ണൻ ലഭ്യമാക്കുകയുണ്ടായി. ഇൻഷുറൻസ് മേഖലയിലെ ഉദാരവൽക്കരണത്തിനും സ്വകാര്യവൽക്കരണത്തിനും എതിരായി ജീവനക്കാരുടെ ചെറുത്തുനിൽപ്പ് ഡോക്യുമെന്റ് ചെയ്യുന്നതിന് ഈ സമാഹാരം ഏറെ സഹായകരമായി.

പീപ്പിൾസ് കമ്മീഷൻ ഓൺ പബ്ലിക് സെക്ടർ ആന്റ് പബ്ലിക് പോളിസിയുടെ ആഴ്ചതോറുമുള്ള യോഗങ്ങളുടെ നല്ലൊരുപങ്ക് സമയം എൽഐസിയെക്കുറിച്ച് ചർച്ച ചെയ്യുന്നതിനാണു ചെലവഴിച്ചിട്ടുള്ളത്. ഇതുസംബന്ധിച്ചു മൂന്ന് പൊതുപ്രസ്താവനകൾ പുറപ്പെടുവിച്ചിട്ടുണ്ട്. സുപ്രിംകോടതിയിൽ ഇപ്പോൾ പരിഗണനയിലിരിക്കുന്ന പോളിസി ഉടമകളുടെ കേസിനുള്ള രേഖകൾ തയ്യാറാക്കുന്നതിനും കമ്മീഷൻ സഹായിക്കുകയുണ്ടായി. ഇവയെല്ലാം ഗ്രന്ഥരചനയ്ക്ക് ഉപയോഗപ്പെടുത്തിയിട്ടുണ്ട്.

യൂണിയൻ നേതാക്കളായ ശ്രീകാന്ത് മിശ്രയും അമനുള്ള ഖാനുമായുള്ള ചർച്ചകളും വ്യക്തതവരുത്താൻ സഹായിച്ചു. ഫ്രണ്ട് ലൈനിലെ മുൻ പത്രപ്രവർത്തകനായിരുന്ന വി ശ്രീധറുമായി ചേർന്ന് ഇതേവിഷയത്തിൽ ഇംഗ്ലീഷിൽ ഒരു പുസ്തകം തയ്യാറാക്കുന്നുണ്ട്. അതിനായി അദ്ദേഹവുമായി നടത്തിയ ചർച്ചകളും ഗ്രന്ഥരചനയ്ക്ക് സഹായകരമായി.

ഇതിന്റെ ആദിമരൂപം മുതൽ അച്ചടി രൂപം വരെ ടൈപ്പ്സെറ്റ് ചെയ്തത് എസ് രണനാഥാണ്. കരട് പുസ്തകം എഡിറ്റ് ചെയ്ത എം ഗോപകുമാറിനും ചിന്ത വാരികയിലെ വിജയകുമാറിനും നന്ദി രേഖപ്പെടുത്തുന്നു. ഈ ഗ്രന്ഥം മികവോടെ പ്രസിദ്ധീകരിക്കുന്നതിനു മുൻകൈയെടുത്ത ചിന്ത എഡിറ്റർ കെ എസ് രഞ്ജിത്തിനോടും മാനേജർ കെ ശിവകുമാറിനോടും കടപ്പാട് രേഖപ്പെടുത്തുന്നു.

31-05-2022

ടി എം തോമസ് ഐസക്
എകെജി സെന്റർ
തിരുവനന്തപുരം

ഉള്ളടക്കം

1

എൽഐസി രാജ്യത്തിന്റെ അഭിമാനസ്തംഭം

"**....1956** ആഗസ്റ്റ് 31 നാണ് സംസ്ഥാന പുന:സംഘടനാ നിയമം പാർലമെന്റ് പാസ്സാക്കിയത്. ഇത് ഭാഷാടിസ്ഥാനത്തിലുള്ള സംസ്ഥാനാതിർത്തികൾ നിർണ്ണയിക്കുകയും ഇന്നത്തെ ഇന്ത്യയ്ക്കു രൂപം നൽകുകയും ചെയ്തു.... കൃത്യമായി ഒരു ദിവസം കഴിഞ്ഞ് 1956 സെപ്തംബർ 1–ന് ലൈഫ് ഇൻഷ്വറൻസ് കോർപ്പറേഷൻ രൂപംകൊണ്ടു: നാട്ടുരാജ്യങ്ങളിലെല്ലാമുള്ള രാജ്യത്തെ ചെറുതും വലുതുമായ ഇൻഷ്വറൻസ് കമ്പനികളെയും മ്യൂചൽ സൊസൈറ്റികളെയും സംയോജിപ്പിക്കുകയായിരുന്നു ചെയ്തത്..... ഇന്ത്യയിലെ 36 കോടി ജനങ്ങൾക്ക് വികസിത രാജ്യങ്ങളിലെപ്പോലെ സാമൂഹ്യസുരക്ഷാ പദ്ധതികളൊന്നും ഉണ്ടായിരുന്നില്ല.... ലൈഫ് ഇൻഷ്വറൻസായിരുന്നു, ഇതിന് ഏറ്റവും നല്ല ഏജൻസികളിലൊന്ന്. പക്ഷേ, നിലവിലുണ്ടായിരുന്ന സ്ഥാപനങ്ങൾ നഗര പോക്കറ്റുകളിൽ ഒതുങ്ങിനിന്നു. ഇൻഷ്വറൻസ് ഏറ്റവും ആവശ്യമുള്ള ജനങ്ങളുടെ പക്കൽ എത്തിക്കുന്നതിനുവേണ്ടിയാണ് എൽഐസിയെപ്പോലുള്ള ഒരു ഏജൻസിക്കു രൂപം നൽകിയത്.

.....40 കോടി ജീവിതങ്ങൾക്കു വ്യക്തികളായും ഗ്രൂപ്പായും ഇൻഷ്വറൻസ് നൽകുന്ന എൽഐസി കസ്റ്റമർവലയത്തിന്റെ അടിസ്ഥാനത്തിൽ ലോകത്തെ ഏറ്റവും വലിയ ഇൻഷ്വറൻസ് കമ്പനിയാണ്. ഒരു താരതമ്യത്തിനുവേണ്ടി പറഞ്ഞാൽ എൽഐസിയുടെ കസ്റ്റമർ വലയം യുകെയിലെ ജനസംഖ്യയുടെ ആറുമടങ്ങ് വരും. എസ്ബിഐയ്ക്കുപോലും ഇത്രയും കസ്റ്റമേഴ്സ് ഇല്ല... എൽഐസി അതിന്റെ 60 വർഷത്തെ ജീവിതത്തിൽ 80 കോടി വ്യക്തികൾക്കു പോളിസി നൽകി....

245 ഇൻഷ്വറൻസ് കമ്പനികളെ സംയോജിപ്പിച്ച് എൽഐസിക്കു രൂപം നൽകിയപ്പോൾ 27000 ജീവനക്കാരും 400 കോടി രൂപയുടെ

ആസ്തികളും 50 ലക്ഷം പോളിസികളും 1000 കോടി രൂപയുടെ ഇൻഷ്വറൻസ് കവറേജുമാണ് ഉണ്ടായിരുന്നത്.... 2017–ൽ എൽഐസി 5000 ഓഫീസുകളും 1.2 ലക്ഷം ജീവനക്കാരും 12 ലക്ഷം ഏജന്റുമാരും 25.7 ലക്ഷം കോടി രൂപയുടെ ആസ്തികളും 30 കോടി പോളിസികളുമുള്ള കമ്പനിയായി വളർന്നു. എൽഐസിയുടെ ഫണ്ടിന്റെ 80 ശതമാനവും സാമൂഹ്യലക്ഷ്യത്തോടെയുള്ള പ്രൊജക്ടുകളിലാണു നിക്ഷേപിക്കുന്നത്.... പഞ്ചവത്സര പദ്ധതികൾക്കും വലുതും ചെറുതുമായ പൊതുമേഖലാസ്ഥാപനങ്ങൾക്കും ഉദാരമായി ഫണ്ട് പിന്തുണ നൽകുന്ന സ്ഥാപനമാണ് എൽഐസി.... 2016–17 ൽ ഇന്ത്യാ സർക്കാരിന് 2206 കോടി രൂപ ലാഭവിഹിതമായി നൽകി.....

എൽഐസി ഇന്ത്യയിലെ ഏറ്റവും വലിയ ആഭ്യന്തര സ്ഥാപന നിക്ഷേപകരാണ്. കഴിഞ്ഞ മൂന്നു വർഷത്തിനിടയിൽ ഏതാണ്ട് 50,000 കോടി രൂപയാണ് സ്വകാര്യ–പൊതുമേഖലാ ഓഹരികളിൽ നിക്ഷേപിച്ചത്. 2015 മാർച്ചിൽ ഇന്ത്യയിലെ 33 ബാങ്കുകളുടെ 9.26 ശതമാനം ഷെയർ എൽഐസിയുടേതാണ്.... എൽഐസിയുടെ നീക്കങ്ങൾ ഓഹരി വിപണിയിലെ ഓഹരിവിലകളെ സ്വാധീനിക്കുന്ന പ്രധാനഘടകമാണ്. 70 കമ്പനികളുടെ ബോർഡിൽ എൽഐസിക്കു സ്ഥാനമുണ്ട്....

എൽഐസിയുടെ ബ്രാൻഡ് മൂല്യം പലവട്ടം ലോക അംഗീകാരം നേടിയിട്ടുള്ളതാണ്. 2014–ലും 2015–ലും ബ്രാൻഡ് ഫിനാൻസ് ഇന്ത്യ

എന്ന കൺസൾട്ടിംഗ് സ്ഥാപനം എൽഐസിയെ മേഖലകൾക്കതീതമായി ഇന്ത്യയിലെ ഏറ്റവും നല്ല മൂന്ന് ബ്രാൻഡുകളിൽ ഒന്നായി അംഗീകരിക്കുകയുണ്ടായി. എസ്ബിഐയും റ്റാറ്റയുമായിരുന്നു മറ്റു രണ്ട് ബ്രാൻഡുകൾ. 2016 ലും 2017 ലും എൽഐസിയുടെ സ്ഥാനം നാലും മൂന്നും ആയിരുന്നു. മാക്സ് ലൈഫ് ഇൻഷ്വറൻസ് മാത്രമാണ് ആദ്യത്തെ 100 ബ്രാൻഡുകളിൽ ഉൾപ്പെടാൻ കഴിഞ്ഞ മറ്റൊരു ഇൻഷ്വറൻസ് കമ്പനി....

സാധാരണ ഒരു വ്യവസായമാണ് ബ്രാൻഡിനെ നിർവചിക്കുന്നത്. പക്ഷേ ചില ബ്രാൻഡുകൾ വ്യവസായത്തിന്റെ നിർവ്വചനമായിത്തീരാറുണ്ട്..... ഇന്ന് ഇന്ത്യയിൽ എൽഐസി എന്ന മൂന്ന് അക്ഷരങ്ങൾ ലൈഫ് ഇൻഷ്വറൻസിന്റെ പര്യായമായിട്ടുണ്ട്. ഫോട്ടോകോപ്പിക്ക് സിറോക്സ്, പശയ്ക്ക് ഫെവിക്കോൾ, കുപ്പിവെള്ളത്തിനു ബിസ് ലേരി എന്നൊക്കെ പറയുന്നതുപോലുള്ള ഒരു പേരായി എൽഐസി മാറിയിട്ടുണ്ട്. ജനങ്ങൾ ചോദിക്കുക ഇൻഷ്വറൻസ് എടുത്തോ എന്നല്ല, എൽഐസി എടുത്തോ എന്നാണ്....

എന്നാൽ മറ്റ് ആഗോള ഇൻഷ്വറൻസ് കമ്പനികൾ എൽഐസിയെ അർഹിക്കുന്ന വിസ്മയാദരവോടെ വീക്ഷിക്കുന്നില്ല. ഇത് ഇന്ത്യയിലെ വിജയകരമായ സ്വകാര്യ സാരംഭങ്ങളുടെയും സ്വഭാവമാണ്. ഒരുപക്ഷേ ഇതിനുകാരണം എൽഐസി ഒരു പൊതുമേഖലാ സ്ഥാപനം ആണെന്നതായിരിക്കും. എൽഐസി വളർന്നത് സ്വയം പുകഴ്ത്തുന്നതും കാഹളം ഊതുന്നതും നെറ്റിചുളുപ്പിച്ചിരുന്ന ഒരു കാലഘട്ടത്തിലായിരുന്നു. ആ അർത്ഥത്തിൽ എൽഐസി കർമ്മത്തിലും ഫലത്തിലും വിശ്വസിക്കുന്ന ഒരു പൂർണ്ണ ഇന്ത്യൻ കമ്പനിയാണെന്നു പറയാം."

മേൽക്കൊടുത്തിരിക്കുന്ന നീണ്ട ഉദ്ധരണി കമാൽജി സാഹായിയുടെ *ഇന്ത്യയുടെ ഏറ്റവും നല്ല ബ്രാൻഡിന്റെ നിർമ്മിതി – എൽഐസിയുടെ കഥ* എന്ന പുസ്തകത്തിൽ നിന്നും എടുത്തിട്ടുള്ളതാണ്. അദ്ദേഹം മൂന്നുപതിറ്റാണ്ടിലേറെക്കാലം എൽഐസിയിൽ പ്രവർത്തിച്ചു. ഇന്ന് ഒരു ബഹുരാഷ്ട്ര കമ്പനിയുടെ ഇന്ത്യയിലെ സിഇഒ ആണ്. ഫിനാൻഷ്യൽ എക്സ്പ്രസ്സിലെ ജനപ്രിയനായ കോളം എഴുത്തുകാരനും. അങ്ങനെ സ്വകാര്യമേഖലയിലെ ഒരു പ്രധാന മേധാവിയായിരിക്കുന്ന സാഹായി എൽഐസിയെ വിശേഷിപ്പിക്കുന്നത് ഇന്ത്യയുടെ കിരീടത്തിലെ മുത്ത് എന്നാണ്.

എന്നാൽ രാജ്യത്തെ മറ്റു പൊതുമേഖലാ സ്ഥാപനങ്ങളെപ്പോലെ എൽഐസിയും സ്വകാര്യവൽക്കരണ ഭീഷണി നേരിടുകയാണ്. ആദ്യം ഇൻഷ്വറൻസ് മേഖല സ്വകാര്യ കമ്പനികൾക്ക് തുറന്നുകൊടുത്തു. ഏതു സ്വകാര്യ കമ്പനിയോടും മത്സരിച്ചു നിൽക്കാനുള്ള ശേഷി എൽഐസിക്കുണ്ട്. അതുകൊണ്ട് ഇപ്പോൾ എൽഐസിയെ തന്നെ സ്വകാര്യവൽക്കരിക്കുന്നതിനു തുടക്കംകുറിച്ചിരിക്കുകയാണ്. ഇതിനെതിരെ ശക്തവും വിപുലവുമായ ഒരു ബഹുജന പ്രതിരോധം ഉയർത്തുന്നതിനാണ് എൽഐസി സംരക്ഷണ പ്രസ്ഥാനം ശ്രമിക്കുന്നത്. ഈ പശ്ചാ

ത്തലത്തിലാണ് എൽഐസിയെക്കുറിച്ചുള്ള ചരിത്രപരമായ ഈ അപഗ്രഥനം പ്രസക്തമാകുന്നത്.

അധ്യായ നാൾവഴി

അടിസ്ഥാനപരമായി മൂന്നു കാര്യങ്ങളാണ് വിശകലനം ചെയ്യുന്നത്. ഒന്ന്, 1956–ൽ സ്വകാര്യ ഇൻഷ്വറൻസ് കമ്പനികളെ ദേശസാൽക്കരിച്ച് എന്തുകൊണ്ട് എൽഐസിക്കു രൂപം നൽകി? രണ്ട്, എന്തുകൊണ്ട് ഇന്ന് എൽഐസിയെ സ്വകാര്യവൽക്കരിക്കുന്നു? മൂന്ന്, സ്വകാര്യവൽക്കരണം എങ്ങനെ സ്ഥാപനത്തെയും ജനങ്ങളെയും പോളിസി ഉടമകളെയും പ്രതികൂലമായി ബാധിക്കുന്നു?

ഈ അടിസ്ഥാന ചോദ്യങ്ങൾക്കുള്ള വിശദീകരണമാണ് അടുത്ത ഒൻപത് അധ്യായങ്ങളിലായി നൽകുന്നത്. ഓരോ അധ്യായത്തിന്റെയും പ്രതിപാദ്യ വിഷയത്തിന്റെ ചുരുക്കം താഴെ നൽകുന്നു.

അധ്യായം 2
എന്തുകൊണ്ട് എൽഐസി?

ഇൻഷ്വറൻസിന്റെ അടിസ്ഥാനപ്രമാണങ്ങളെക്കുറിച്ചു വളരെ ചുരുക്കി മാത്രമേ പരിചയപ്പെടുത്തുന്നുള്ളൂ. സ്വതന്ത്ര ഇന്ത്യയുടെ സമ്പദ്ഘടനയിൽ അപകടസാധ്യത ഇല്ലാതാക്കുന്നതിനും സമ്പാദ്യശീലം വളർത്തുന്നതിനും കാര്യക്ഷമമായുള്ള ഇൻഷ്വറൻസ് സംവിധാനം അനിവാര്യമാണ്. എന്നാൽ കൊളോണിയൽ കാലഘട്ടത്തിൽ ഇൻഷ്വറൻസ് മേഖലയിൽ മുരടിപ്പും അരാജകത്വവുമായിരുന്നു. പ്രതിവിധിയായി എൽഐസി രൂപീകരിക്കുന്നതിൽ മുഖ്യസംഭാവന ചെയ്ത ചരിത്രപുരുഷന്മാരിൽ രണ്ടുപേരാണു ക്രമക്കേടുകൾക്കെതിരെ ആഞ്ഞടിച്ച ഫിറോസ് ഗാന്ധിയും ദേശസാൽക്കരണത്തിനു മുൻകൈയെടുത്ത ധനമന്ത്രി സി ഡി ദേശ് മുഖും. എങ്ങനെ എൽഐസി സാധാരണ ലാഭാധിഷ്ഠിത കമ്പനികളിൽ നിന്നും വ്യത്യസ്തമായി പോളിസി ഉടമകളുടെ ട്രസ്റ്റിഷിപ്പിന്റെ അടിസ്ഥാനത്തിലുള്ള വേറിട്ടൊരു മാതൃകയാകുന്നുവെന്നതിനു വിശദീകരണവും ഈ അധ്യായത്തിൽ നൽകുന്നു.

അധ്യായം 3
രാഷ്ട്രനിർമ്മാണത്തിൽ എൽഐസിയുടെ പങ്ക്:

ദേശസാൽക്കരണത്തിനുശേഷമുള്ള ആദ്യ അഞ്ചു പതിറ്റാണ്ടുകളിൽ എൽഐസിക്കുണ്ടായ പുരോഗതി വളർച്ചയുടെയും കാര്യക്ഷമതയുടെയും സൂചികകളുടെ അടിസ്ഥാനത്തിൽ വിലയിരുത്തുന്നു. ശ്രദ്ധേയമായ പുരോഗതിയുണ്ടെങ്കിലും അന്തർദേശീയ നിലവാരത്തോടു താരതമ്യപ്പെടുത്തുമ്പോൾ ഇന്ത്യയിലെ ഇൻഷ്വറൻസ് വ്യവസായം പിന്നോക്കമാണ്. ഇന്ത്യ ഇന്നും പ്രതിശീർഷ വരുമാനാടിസ്ഥാനത്തിൽ

പിന്നോക്ക രാജ്യമാണെന്നതാണു പ്രധാന കാരണം. എന്നാൽ എൽഐസി ഇൻഷ്വറൻസിന്റെ പര്യായമായി നാട്ടുകാർക്കെല്ലാം പരിചിതമായി. മാത്രമല്ല, 1980 കൾ മുതൽ വളർച്ചയുടെ ഗതിവേഗം ഗണ്യമായി വർദ്ധിച്ചു.

അധ്യായം 4

അമേരിക്കൻ സമ്മർദ്ദവും മൽഹോത്ര കമ്മിറ്റിയും:

ഇന്ത്യയിലെ ഇൻഷ്വറൻസ് വ്യവസായത്തിന്റെ കൂടുതൽ ദ്രുത ഗതിയിലുള്ള വളർച്ചയ്ക്ക് അരങ്ങൊരുങ്ങിയിരുന്ന വേളയിലാണ് ഉദാരവൽക്കരണ - സ്വകാര്യവൽക്കരണ നയങ്ങൾ നടപ്പിലാക്കാൻ തുനിഞ്ഞത്. ഇതിന്റെ പിന്നിലെ അമേരിക്കയുടെയും മറ്റു സാമ്രാജ്യത്വ രാഷ്ട്രങ്ങളുടെയും സമ്മർദ്ദതന്ത്രങ്ങൾ ഈ അധ്യായത്തിൽ പരിശോധി ക്കുന്നുണ്ട്. മൽഹോത്ര കമ്മിറ്റി റിപ്പോർട്ടിലെ ശുപാർശകൾ മുൻകൂട്ടി നിശ്ചയിച്ച ഒരു അജൻഡ മാത്രമാണ്.

അധ്യായം 5

നിയോലിബറൽ കാലത്തെ എൽഐസി:

പുതിയ നയങ്ങൾക്കെതിരെയുള്ള ശക്തമായ ചെറുത്തുനിൽപ്പു ണ്ടായി. എങ്കിലും സ്വകാര്യ ഇൻഷ്വറൻസ് കമ്പനികളുടെ രംഗപ്രവേശ ത്തെ തടയാനായില്ല. ഈ നിയോലിബറൽ കാലഘട്ടത്തിന്റെ അടിസ്ഥാ ന സാമ്പത്തിക പൊതു പ്രവണതകൾ ചുരുക്കിയാണെങ്കിലും പ്രതിപാദി ക്കുന്നുണ്ട്. ഇൻഷ്വറൻസ് മേഖലയിലെ പരിഷ്കാരങ്ങളും പൊതു നയത്തിന്റെ ഭാഗമായിരുന്നു. 2003 മുതൽ ഇൻഷ്വറൻസ് മേഖലയിൽ എൽഐസിയും സ്വകാര്യ ഇൻഷ്വറൻസ് കമ്പനികളും തമ്മിലുള്ള മത്സരത്തിൽ പിടിച്ചുനിൽക്കാനുള്ള മത്സരശേഷി എൽഐസി തെളിയിച്ചു. എൽഐസിയെ തന്നെ സ്വകാര്യവൽക്കരിക്കാതെ നിയോലിബറൽ വക്താക്കൾക്ക് നിർവ്വാഹമില്ലാതെയായി.

അധ്യായം 6

എൽഐസി ഓഹരി വിൽപ്പന

ഇന്ത്യയിലെ ഏറ്റവും വലിയ ഐപിഒ:

ഇതിന് എൽഐസിയെ ഓഹരി ഉടമകളുടെ ലാഭം ലക്ഷ്യമിട്ടുകൊ ണ്ടുള്ള ഒരു കമ്പനിയായി രൂപാന്തരപ്പെടുത്തുന്നതിനുള്ള നിയമഭേദഗ തികൾ 2021–ൽ പൂർത്തിയായി. എൽഐസിയുടെ മൂല്യം നിർണ്ണയിക്കു ന്നതിനുള്ള മതിപ്പു കണക്കുകളെ വിമർശനപരമായ പരിശോധനയിലൂടെ എൽഐസി ഓഹരി വിൽപ്പനയിലെ തട്ടിപ്പിനെ അനാവരണം ചെയ്യുന്നു.

അധ്യായം 7
വിൽക്കുന്നത് ആരുടെ സ്വത്ത്? ഓഹരി ഉടമയുടെയോ, പോളിസി ഉടമകളുടെയോ?

മുൻ അധ്യായങ്ങളിലെ വിശകലനങ്ങളുടെ അടിസ്ഥാനത്തിൽ പോളിസി ഉടമകളുടെ ഭാവി ബോണസാണ്, നിക്ഷേപകരായ ഓഹരി ഉടമകളുടെ ലാഭമായി മാറുകയെന്ന് ഈ അധ്യായത്തിൽ കൃത്യമായി സ്ഥാപിക്കുന്നു. മാത്രമല്ല, സ്വകാര്യവൽക്കരണത്തോടെ പോളിസികൾക്ക് ഇന്നുള്ള സർക്കാർ ഗ്യാരന്റിയുടെ അടിസ്ഥാനത്തിലുള്ള സുരക്ഷയും അവസാനിക്കും. അതുകൊണ്ട് സ്വകാര്യവൽക്കരണം നടപ്പാക്കണമെങ്കിൽ ആദ്യം പോളിസി ഉടമകൾക്ക് നഷ്ടപരിഹാരം നൽകണം. എൽഐസിക്കു സാമ്യം ട്രസ്റ്റിഷിപ്പ് അടിസ്ഥാനത്തിലുള്ള മ്യൂചൽ സൊസൈറ്റികളോടാണ്. ഇത്തരം സൊസൈറ്റികൾ സ്വകാര്യ കമ്പനികളായി മാറുമ്പോൾ ലോകമെമ്പാടും ഡിമീചലൈസേഷൻ എന്ന പേരിൽ നഷ്ടപരിഹാരം നൽകാറുണ്ട്. എൽഐസിയിൽ ഇത് ഉണ്ടായിട്ടില്ല. പോളിസി ഉടമകളോടുള്ള വലിയ അനീതിയാണ് സ്വകാര്യവൽക്കരണം.

അധ്യായം 8
സ്വകാര്യവൽക്കരണംകൊണ്ട് രാജ്യത്തിന് എന്തു നേട്ടം?

സ്വകാര്യവൽക്കരണംകൊണ്ട് പോളിസി ഉടമകൾക്കു മാത്രമല്ല, രാഷ്ട്രത്തിനും നഷ്ടമാണ്. എൽഐസിയുടെ ഭീമൻ നിക്ഷേപശേഖരം സ്വകാര്യ നിയന്ത്രണത്തിലാകുന്നു. സാമൂഹ്യപ്രതിബദ്ധതയ്ക്കു പകരം ലാഭം പരമാവധിയാക്കുന്നത് ലക്ഷ്യമാകുന്നു. ഇത് എങ്ങനെയാണ് ഗ്രാമീണ മേഖലയേയും ചെറുകിടക്കാരെയും ദുർബലവിഭാഗങ്ങളെയും സ്ത്രീകളെയും പ്രതികൂലമായി ബാധിക്കുക എന്നിവയും ഈ അധ്യായത്തിൽ പരിശോധിക്കുന്നു.

അധ്യായം 9
പൊന്മുട്ടയിടുന്ന താറാവിനെ കൊല്ലുന്നത് എന്തിന്?:

അപ്പോൾ ആർക്കാണ് നേട്ടം? നേട്ടം പങ്കിടുന്നവർ രണ്ടു പേരാണ്. ഇന്ത്യാ സർക്കാരും കോർപ്പറേറ്റുകളും. ഇന്ത്യാ സർക്കാരിന് ബാധ്യതകളൊന്നും സൃഷ്ടിക്കാത്ത ഓഹരി വിൽപ്പനയിൽ നിന്നുള്ള വരുമാനം ബജറ്റിലേക്ക് കിട്ടുന്നു. എന്നാൽ അതോടൊപ്പം കൊടിയ അഴിമതികളും അരങ്ങേറുന്നു. സർക്കാരിനു ലഭിക്കുന്നതിനേക്കാൾ നേട്ടം പൊതുമേഖലാ ആസ്തികൾ വില കുറച്ചു വാങ്ങുന്ന കോർപ്പറേറ്റുകൾക്കു കിട്ടുന്നു. ഇതു വ്യക്തമാക്കുന്നതിനു മറ്റു മേഖലയിലെ ചില പ്രധാന പൊതുമേഖലാ വിൽപ്പനകളിലൂടെയും ഓട്ടപ്രദക്ഷിണം നടത്തുന്നുണ്ട്. അതോടൊപ്പം ഇൻഷ്വറൻസ് മേഖലയിൽ വിദേശമൂലധനത്തിനു ആധിപത്യം

പുലർത്താനുള്ള പാതയൊരുങ്ങുകയും ചെയ്യുന്നു. മറ്റു മേഖലകളിൽ നിന്നു വ്യത്യസ്തമായി ഇൻഷ്വറൻസ് പോലുള്ള ധനകാര്യ മേഖലകളെയാണു വിദേശമൂലധനം ലക്ഷ്യമിടുന്നത്.

അധ്യായം 10

ഉപസംഹാരം:

ഈ ഗ്രന്ഥത്തിലെ വിശകലനങ്ങളെ അവസാന അധ്യായത്തിൽ ഓഹരി വിൽപ്പനയ്ക്കെതിരായ ഏഴ് വാദങ്ങളായി ഉപസംഹരിക്കുകയാണ്.

ഒന്ന്) ഓഹരി വിൽക്കാൻ കേന്ദ്രസർക്കാരിന് അവകാശമില്ല. രണ്ട്) പോളിസി ഉടമകളുടെ ഭാവി വരുമാനമാണ് വിറ്റ് കാശാക്കുന്നത്. മൂന്ന്) കാര്യക്ഷമത ഉയർത്താൻ ഉദാരവൽക്കരണമോ സ്വകാര്യവൽക്കരണമോ അനിവാര്യമല്ല. നാല്) എൽഐസി വിൽപ്പനയുടെ പിന്നിൽ വിദേശ മൂലധന സമ്മർദ്ദമാണ്. അഞ്ച്) എൽഐസിയുടെ വിൽപ്പന മറ്റൊരു പൊതുമുതൽ കൊള്ളയാണ്. ആറ്) കേന്ദ്രസർക്കാർ വിത്ത് എടുത്ത് ഉണ്ണുകയാണ്. ഏഴ്) എൽഐസിയുടെ സ്വകാര്യവൽക്കരണം സാമൂഹ്യനീതിക്ക് എതിരാണ്.

അതുകൊണ്ട് എൽഐസിയെ സംരക്ഷിക്കാൻ കേരളം ഒറ്റക്കെട്ടായി അണിനിരക്കേണ്ടിയിരിക്കുന്നു. കോടിക്കണക്കിന് പോളിസി ഉടമകളെ ജീവനക്കാരോടും ഏജന്റുമാരോടും ഒരുമിച്ച് അണിനിരത്താനായാൽ രാജ്യംകണ്ട ഏറ്റവും വലിയ ചെറുത്തുനിൽപ്പായി എൽഐസി സംരക്ഷണ പ്രസ്ഥാനത്തെ മാറ്റാനാകും. ഇതാണ് 'കൊച്ചി പ്രഖ്യാപന'ത്തിന്റെ സന്ദേശം. ഈ ലഘുഗ്രന്ഥം ആ പ്രഖ്യാപനത്തിന്റെ വിശദീകരണവും വ്യാഖ്യാനവുമാണ്.

2

എന്തുകൊണ്ട് എൽഐസി?

കൊളോണിയൽ കാലഘട്ടത്തിനുമുമ്പ് 1700 ൽ ആഗോള ഉൽപ്പാദനത്തിന്റെ 27 ശതമാനം ഇന്ത്യയിൽ ആയിരുന്നുവെന്നാണ് ആംഗസ് മാഡിസൻ എന്ന പണ്ഡിതൻ കണക്കുകൂട്ടിയെടുത്തത്. സ്വാതന്ത്ര്യം ലഭിച്ചപ്പോഴേക്കും നമ്മുടെ വിഹിതം 5 ശതമാനമായി കുറഞ്ഞു. ഈ നീണ്ട കാലയളവിൽ ഇന്ത്യൻ സാമ്പത്തിക വളർച്ചയുടെ വാർഷിക ശരാശരി കേവലം ഒരു ശതമാനം മാത്രമായിരുന്നു. ജനസംഖ്യാ വളർച്ചയുടെ തോതിൽപ്പോലും ഉൽപ്പാദന വർദ്ധനവ് ഉണ്ടായില്ല.

ഈ സാമ്പത്തിക മുരടിപ്പായിരുന്നു സ്വാതന്ത്ര്യസമരത്തെ ഉദ്ദീപിപ്പിച്ചത്. അതുകൊണ്ട് സ്വാതന്ത്ര്യം ലഭിച്ചപ്പോൾ സാമ്പത്തിക വളർച്ചയുടെ ഗതിവേഗം വർദ്ധിപ്പിക്കുന്നതിനുവേണ്ടി ആസൂത്രിതമായി ഒരു നയം നാം സ്വീകരിച്ചു. കോളനികളെ കൊള്ളയടിച്ചാണ് പാശ്ചാത്യ രാജ്യങ്ങൾ അവരുടെ നിക്ഷേപത്തിന് ആവശ്യമായ മൂലധനത്തിൽ നല്ലൊരു പങ്ക് കണ്ടെത്തിയത്. സ്വതന്ത്ര ഇന്ത്യയ്ക്ക് അതിനു കഴിയില്ലല്ലോ. അതുകൊണ്ട് നിക്ഷേപം വർദ്ധിപ്പിക്കണമെങ്കിൽ നാട്ടിൽ സമ്പാദ്യശീലം വേണം. വരുമാനത്തിന്റെ കൂടുതൽ കൂടുതൽ ഭാഗം സമ്പാദിക്കുവാൻ നാട്ടുകാരെ പ്രോത്സാഹിപ്പിക്കണം. 1950 ൽ ഇന്ത്യയിലെ സമ്പാദ്യനിരക്ക് കേവലം 9 ശതമാനം മാത്രമായിരുന്നു. ഈ തോത് 30 നു മുകളിലേക്കെങ്കിലും ഉയർത്തിയേ തീരൂ. ഈ ലക്ഷ്യം എങ്ങനെ കൈവരിക്കാം? സ്വതന്ത്ര ഇന്ത്യയിലെ ഭരണകർത്താക്കൾ നേരിട്ട സുപ്രധാന വെല്ലുവിളിയായിരുന്നു ഇത്.

സമ്പാദ്യശീലം വളർത്തുന്നതിനും സമ്പാദ്യം പണമായി സമാഹരിക്കുന്നതിനും സാമ്പത്തിക സ്ഥാപനങ്ങൾക്കും സ്കീമുകൾക്കും രൂപം നൽകേണ്ടതു പ്രധാനമായിരുന്നു. ഇതിലേറ്റവും പ്രധാനം ബാങ്കുകളായിരുന്നു. ബാങ്കുകൾ നാട്ടിലെ കുടുംബങ്ങളുടെയും സ്ഥാപനങ്ങളുടെയും

കയ്യിലുള്ള പണം ഡെപ്പോസിറ്റായി സമാഹരിക്കുന്നു. ചിലതു താൽക്കാലിക ഡെപ്പോസിറ്റുകളാവാം, മറ്റു ചിലതു ഫിക്സഡ് ഡെപ്പോസിറ്റുകളാകും. ഇങ്ങനെ സമാഹരിക്കുന്ന ഡെപ്പോസിറ്റുകൾ നിക്ഷേപകർക്കും മറ്റ് ആവശ്യക്കാർക്കും വായ്പകളായി കൊടുക്കും. സമ്പാദ്യക്കാരും നിക്ഷേപകരും തമ്മിലുള്ള ഏറ്റവും സുപ്രധാന ഇടനിലക്കാരാണ് ബാങ്ക്. ഈ ദൗത്യം കാര്യക്ഷമവും നീതിപൂർവ്വവുമായി നടത്തുന്നതിനുവേണ്ടി സർക്കാർ സ്വീകരിച്ച നടപടികൾ 1960 കളുടെ അവസാനം പ്രധാനപ്പെട്ട ബാങ്കുകളുടെ ദേശസാൽക്കരണത്തിൽ എത്തിച്ചു. ഇതോടൊപ്പം പോസ്റ്റോഫീസ് സേവിംഗ് ബാങ്കുകൾ, ലഘുസമ്പാദ്യ പദ്ധതികൾ, പ്രോവിഡന്റ് ഫണ്ട് തുടങ്ങിയ സ്കീമുകൾക്കും സർക്കാർ രൂപം നൽകി.

ബാങ്കുകളെപ്പോലെ തന്നെ ജനങ്ങളുടെ സമ്പാദ്യം സ്വരൂപിക്കാൻ സഹായിക്കുന്ന മറ്റൊരു സുപ്രധാന ധനകാര്യസ്ഥാപനമാണ് ഇൻഷുറൻസ്. ബാങ്കുകളിലെ ഡെപ്പോസിറ്റുകൾ ഹ്രസ്വകാലയളവിലേക്കോ രണ്ടോ മൂന്നോ വർഷത്തേക്കോ ഉള്ളതാണെങ്കിൽ ലൈഫ് ഇൻഷുറൻസ് പദ്ധതിയിലെ ദീർഘകാല പോളിസികളിലൂടെ സമാഹരിക്കുന്ന പണം രണ്ടും മൂന്നും ദശാബ്ദങ്ങൾ ഇൻഷുറൻസ് കമ്പനിയുടെ കൈയിലുണ്ടാവും. അതുകൊണ്ട് നീണ്ടകാലം വേണ്ടിവരുന്ന പശ്ചാത്തലസൗകര്യ നിക്ഷേപത്തിനും മറ്റും അനുയോജ്യമാണ് ലൈഫ് ഇൻഷുറൻസ് നിക്ഷേപങ്ങൾ. എന്നാൽ സ്വാതന്ത്ര്യം ലഭിക്കുമ്പോൾ ഇന്ത്യയിലെ ഇൻഷുറൻസ് കമ്പനികളുടെ സ്ഥിതി ബാങ്കുകളേക്കാൾ ഏറെ പരിതാപകരമായിരുന്നു. ഈ പശ്ചാത്തലത്തിലാണ് ഇൻഷുറൻസ് മേഖലയെ ദേശസാൽക്കരിക്കുന്ന നടപടിയിലേക്ക് രാഷ്ട്രം നീങ്ങിയത്. 1956 ൽ നടന്ന നാടകീയ സംഭവവികാസങ്ങളിലേക്കു കടക്കുംമുമ്പ് ഇൻഷുറൻസ് എന്ന സാമ്പത്തിക ഉപാധിയുടെ സ്വഭാവം പൊതുവായി പരിചയപ്പെടേണ്ടതുണ്ട്.

ഇൻഷുറൻസ് എങ്ങനെ പ്രവർത്തിക്കുന്നു?

അനിശ്ചിതത്വം ജീവിതത്തിന്റെ സ്വഭാവമാണ്. നമുക്ക് അസുഖം വരാം. അപകടം ഉണ്ടാവാം. വീടിനു തീപിടിക്കാം. പ്രകൃതി ദുരന്തമുണ്ടാകാം.. ഇങ്ങനെ പലതരം അനിശ്ചിതത്ത്വങ്ങൾ വന്നുപെടാം. ഇവയൊക്കെ എപ്പോഴും സംഭവിക്കണമെന്നില്ല. ഭൂരിപക്ഷംപേർക്കും എല്ലാ ദുരന്തവും വരണമെന്നില്ല. എന്നാൽ ആർക്ക്, എപ്പോൾ, എന്ത് സംഭവിക്കുമെന്ന് നിശ്ചയമില്ല. ഇത്തരത്തിലുള്ള അപകടങ്ങളിൽ ഏതെങ്കിലുമൊന്ന് ഉണ്ടാകുന്ന വ്യക്തിക്കും അദ്ദേഹത്തിന്റെ കുടുംബത്തിനും അത് വലിയ നഷ്ടവും ഭാരവും സങ്കടവും സൃഷ്ടിക്കുമെന്നു വ്യക്തം. ഇതിൽ നിന്നും വ്യക്തികൾക്കും കുടുംബങ്ങൾക്കും എങ്ങനെ സംരക്ഷണം നൽകാനാകും?

ഒരു വ്യക്തിക്കോ കുടുംബത്തിനോ മേൽപ്പറഞ്ഞ അപകടസാധ്യത അഥവാ റിസ്ക് എപ്പോൾ വരുമെന്നോ വരുമെന്നു തന്നെയോ പറയാനാവില്ല. പക്ഷേ, സമൂഹത്തെ മൊത്തത്തിലെടുത്താൽ അപകടസാധ്യതയെ ശാസ്ത്രീയമായി കണക്കു കൂട്ടിയെടുക്കാനാവും. ഉദാഹര

ണത്തിന് ഒരു വ്യക്തിയുടെ മരണം എപ്പോഴാണെന്നു പറയാനാവില്ല. പക്ഷേ, സമൂഹത്തെ മൊത്തത്തിലെടുത്താൽ ശരാശരി ഒരു വർഷം ഓരോ പ്രായത്തിലുമുള്ള എത്ര ആളുകൾ മരിക്കുമെന്നു പറയാനാവും. അതുപോലെ തന്നെ ആളുകളുടെ ആരോഗ്യ സ്ഥിതിയുമായി ബന്ധപ്പെടുത്തി മരണസാധ്യതയെ കണക്കു കൂട്ടാനാവും.

ഇതിന്റെയൊക്കെ അടിസ്ഥാനത്തിൽ സമൂഹത്തിൽ മരണമടയുന്നവരുടെ കുടുംബങ്ങൾക്ക് ധനസഹായം നൽകാൻ എല്ലാവരും ഒരു ചെറു വിഹിതമിട്ടാൽ ആര് മരിച്ചാലും ആ കുടുംബത്തിനു സംരക്ഷണം നൽകാൻ കഴിയും. എല്ലാവരും ഒത്തുചേർന്നാൽ ഓരോരുത്തരും ചെറിയതുക വീതം എടുത്താൽ മതിയാകും. നമ്മൾ ലൈഫ് ഇൻഷുറൻസിന്റെ കാര്യമാണു പറഞ്ഞത്. ഇതുപോലെ മറ്റെല്ലാ ദുരന്തങ്ങളുടെ കാര്യത്തിലും സാധ്യതാ കണക്കുകൾ ഉണ്ടാക്കാനാകും. അതിന്റെ അടിസ്ഥാനത്തിൽ ദുരന്തബാധിതർക്കു സംരക്ഷണം നൽകുന്നതിന് എല്ലാവരും എത്ര തുകവീതം എടുക്കണമെന്നു കണക്കാക്കാനാവും.

ഇത്തരത്തിൽ നിങ്ങളുടെ റിസ്ക് (അപകടസാധ്യത) ഏറ്റെടുക്കുന്ന കമ്പനികളാണ് ഇൻഷുറൻസ് കമ്പനികൾ. അവർ ഒരേപോലുള്ള അപകടസാധ്യത നേരിടുന്ന വ്യക്തികളിൽ നിന്ന് ഫണ്ട് അഥവാ പ്രീമിയം സമാഹരിക്കുന്നു. അതിൽനിന്നും അപകടം സംഭവിക്കുന്ന ഇൻഷുർ ചെയ്ത വ്യക്തിക്കു മുൻകൂട്ടി നിശ്ചയിച്ച തുക നൽകുന്നു. എത്ര വലിയ തുകയുടെ കവറേജ് വേണമെന്ന് ഗുണഭോക്താവിനു തെരഞ്ഞെടുക്കാവുന്നതാണ്. കൂടുതൽ വലിയ തുകയുടേതാണെങ്കിൽ കൂടുതൽ വലിയ പ്രീമിയം നൽകേണ്ടിവരും. ഇതുപോലെ ഗുണഭോക്താക്കളുടെ അഭിരുചികളും താൽപ്പര്യങ്ങളും വ്യത്യസ്തമായിരിക്കും. ഉദാഹരണത്തിനു ചിലർക്കു ജീവിതം മുഴുവനും ഇൻഷുറൻസ് എടുക്കുന്നതിനോടായിരിക്കും താൽപ്പര്യം. മറ്റു ചിലർക്കാവട്ടെ നിയതമായ ഒരു കാലയളവിലേക്ക് ഇൻഷുറൻസ് എടുക്കുന്നതിനാവാം ഇഷ്ടം. ചിലർ ഒറ്റത്തവണ പണം നൽകി ഇൻഷുറൻസ് എടുക്കാൻ ആഗ്രഹമുള്ളവരാവാം. മറ്റു ചിലർക്കു തവണകളായി കൊടുക്കാനായിരിക്കാം താൽപ്പര്യം. ഇങ്ങനെ എത്രയോ വ്യത്യസ്തതകൾ. ഇവയൊക്കെ കണക്കിലെടുത്ത് പല തരത്തിലുള്ള ഇൻഷുറൻസുകളുണ്ട്. അവയെക്കുറിച്ച് എൽഐസിയുമായി ബന്ധപ്പെടുത്തി ഒരു പ്രത്യേക അധ്യായം തന്നെ വിശദീകരണത്തിനായി നീക്കിവയ്ക്കുന്നുണ്ട്.

ഇവിടെ ഒരുകാര്യംകൂടിയേ വിശദീകരിക്കാൻ ഉദ്ദേശിക്കുന്നുള്ളൂ. ഇൻഷുർ ചെയ്യുന്നവരിൽ നിന്ന് സമാഹരിക്കുന്ന പ്രീമിയത്തിന്റെ അടിസ്ഥാനത്തിലാണ് ഇൻഷുറൻസ് കമ്പനി പ്രവർത്തിക്കുന്നത്. എന്നുവച്ചാൽ ഇൻഷുറൻസ് കമ്പനി തുടങ്ങാൻ വലിയ മുതൽമുടക്ക് വേണ്ടതില്ല. ഇടപാടുകാർക്കുള്ള വിശ്വാസ്യതയാണു പ്രധാനം. അവർ നൽകുന്ന പ്രീമിയം ഭീമമായ തുക വരും. ഇതിനെയാണ് ലൈഫ് ഫണ്ട് എന്നുപറയുന്നത്. ഈ ലൈഫ് ഫണ്ട് ഷെയറിലോ, ബോണ്ടിലോ, സർക്കാർ സെക്യൂരിറ്റികളിലോ നിക്ഷേപം നടത്തിയോ അല്ലെങ്കിൽ വായ്പകൾ

നൽകിയോ സ്വരൂപിക്കുന്ന പണമാണ് ഇൻഷ്വറൻസ് കമ്പനിയുടെ മുഖ്യവരുമാനം.

ഇൻഷ്വറൻസ് പോളിസികൾ അടിസ്ഥാനപരമായി രണ്ടുതരമുണ്ട്. ഒന്ന്, പാർട്ടിസിപ്പേറ്ററി പോളിസികൾ. ഇതിനർത്ഥം ഇത്തരം പോളിസികൾ എടുക്കുന്ന ഗുണഭോക്താക്കൾക്കു കമ്പനി നടത്തുന്ന നിക്ഷേപത്തിൽ നിന്നും ലഭിക്കുന്ന വരുമാനത്തിന് പങ്കുചേരാനുള്ള അവകാശമുണ്ട്. ഇത്തരം പോളിസികളുടെ പ്രീമിയം താരതമ്യേന ഉയർന്നതായിരിക്കും. രണ്ട്, നോൺ പാർട്ടിസിപ്പേറ്ററി പോളിസികൾ. ഇത്തരം പോളിസികൾ എടുക്കുന്ന ഗുണഭോക്താവിന് കമ്പനിയുടെ ലാഭവിഹിതത്തിൽ അവകാശമുണ്ടാവില്ല.

ഗുണഭോക്താവ് അടയ്ക്കുന്ന പ്രീമിയത്തിൽ പാർട്ടിസിപ്പേറ്ററി പോളിസിയാണെങ്കിൽ മൂന്നു ഘടകങ്ങളുണ്ടാവും. സമ്പാദ്യ ഘടകം, റിസ്ക് കവറേജ് ഘടകം, കമ്പനിയുടെ പ്രവർത്തനച്ചെലവ്. എന്നാൽ നോൺ പാർട്ടിസിപ്പേറ്ററി പോളിസിയാണെങ്കിൽ ആദ്യം പറഞ്ഞ സമ്പാദ്യ ഘടകമുണ്ടാവില്ല. റിസ്ക് കവറേജിനുള്ള തുകയും കമ്പനിയുടെ പ്രവർത്തനച്ചെലവിനുള്ള തുകയും മാത്രം അടച്ചാൽ മതിയാകും. അതുകൊണ്ടാണ് നോൺ പാർട്ടിസിപ്പേറ്ററി പോളിസിയുടെ പ്രീമിയം താഴ്ന്നിരിക്കുന്നത്.

സ്വതന്ത്ര ഇന്ത്യയിൽ ഇൻഷ്വറൻസ് പ്രോത്സാഹനത്തിന്റെ പ്രധാന ലക്ഷ്യങ്ങളിലൊന്ന് സമ്പാദ്യശീലം വളർത്തുകയാണല്ലോ. അതുകൊണ്ട് എൽഐസി രൂപീകരിച്ചപ്പോൾ നമ്മൾ ഊന്നൽ നൽകിയത് സമ്പാദ്യ ഘടകവുംകൂടിയുള്ള പോളിസികൾ പ്രോത്സാഹിപ്പിക്കുന്നതിനാണ്. എൽഐസിയുടെ പോളിസികളുടെ 70 ശതമാനത്തിലേറെ ഇപ്പോഴും പാർട്ടിസിപ്പേറ്ററി പോളിസികളാണ്. അതിലേക്കു നമുക്കു വഴിയേ വരാം. ഇനി നമുക്ക് ഇന്ത്യയിൽ ലൈഫ് ഇൻഷ്വറൻസ് കമ്പനികൾ രൂപംകൊണ്ടു തുടങ്ങിയത് എങ്ങനെയാണെന്നും അവയുടെ പ്രത്യേകതകൾ എന്തായിരുന്നുവെന്നും പരിശോധിക്കാം.

ഇൻഷ്വറൻസ് കമ്പനികൾ കൊളോണിയൽ കാലഘട്ടത്തിൽ

1818 ൽ കൽക്കട്ടയിൽ സ്ഥാപിതമായ ഓറിയന്റൽ ലൈഫ് ഇൻഷ്വറൻസ് കമ്പനിയോടെയാണ് ഇന്ത്യയിലെ ഇൻഷ്വറൻസ് വ്യവസായത്തിന്റെ ചരിത്രം ആരംഭിക്കുന്നത്. ഈ കമ്പനിയും തുടർന്നുവന്ന മറ്റു യൂറോപ്യൻ ഇൻഷ്വറൻസ് കമ്പനികളും യൂറോപ്യൻ പൗരരുടെ കമ്പോളമാണു ലക്ഷ്യമിട്ടത്. ഇന്ത്യക്കാരെ അവഗണിച്ചു. ഇന്ത്യക്കാർക്ക് ഇൻഷ്വറൻസ് എടുക്കണമെങ്കിൽ കൂടുതൽ ഉയർന്ന പ്രീമിയം കൊടുക്കണമായിരുന്നു. ഇതിനെതിരായ വിമർശനങ്ങൾക്കൊപ്പം ഇൻഷ്വറൻസ് കമ്പനികൾ ആരംഭിക്കുന്നതിനുള്ള പല പരീക്ഷണങ്ങളും ഇക്കാലത്ത് നടന്നു. 1870 ൽ ആരംഭിച്ച ബോംബെ മ്യൂചൽ ലൈഫ് അഷ്വറൻസ് സൊസൈറ്റിയായിരുന്നു ഫലപ്രദമായി പ്രവർത്തിച്ച ആദ്യത്തെ ഇന്ത്യൻ സംരംഭം. സ്വദേശി പ്രസ്ഥാനത്തിന്റെ ആവിർഭാവത്തോടെ ദേശീയ ഇൻ

ഷറൻസ് സംരംഭങ്ങൾ ഒരു ആത്മാഭിമാന പ്രശ്നമായി മാറി. പത്തൊൻപതാം നൂറ്റാണ്ടിൽ ഇൻഷുറൻസ് മേഖല യൂറോപ്യൻ കുത്തകയായിരുന്നു. എന്നാൽ ഇരുപതാം നൂറ്റാണ്ട് പുരോഗമിച്ചതോടെ ഇന്ത്യൻ കമ്പനികൾ മേധാവിത്വത്തിലേക്ക് ഉയർന്നു. യൂറോപ്യൻ ഇൻഷ്വറൻസ് കമ്പനികൾ മുഖ്യമായും പാശ്ചാത്യരുടെ ലൈഫ് ഇൻഷ്വറൻസിൽ ഒതുങ്ങി.

1912 ൽ ഇൻഷ്വറൻസ് വ്യവസായത്തെ വ്യവസ്ഥാപിതമാക്കുന്നതിനു രണ്ട് നിയമങ്ങൾ പാസ്സാക്കി – ഇന്ത്യൻ ലൈഫ് ഇൻഷ്വറൻസ് കമ്പനീസ് ആക്ടും, പ്രോവിഡന്റ് ഫണ്ട് ഇൻഷ്വറൻസ് സൊസൈറ്റീസ് ആക്ടും. ഇത്തരത്തിൽ രണ്ടു വ്യത്യസ്ത നിയമങ്ങൾ പാസ്സാക്കപ്പെട്ടത് വളരെ അർത്ഥഗർഭമാണ്. ഇന്ന് എൽഐസിയുടെ സ്വഭാവത്തെക്കുറിച്ചു നടക്കുന്ന വിവാദങ്ങൾ മനസ്സിലാക്കാൻ ഈ രണ്ടു നിയമങ്ങളും തമ്മിലുള്ള വ്യത്യാസം സഹായിക്കും. ആദ്യത്തെ നിയമപ്രകാരം ഇൻഷ്വറൻസ് സംരംഭങ്ങൾ മറ്റു കമ്പനികളെപ്പോലെ ഓഹരി ഉടമസ്ഥർക്കു ലാഭം പരമാവധിയാക്കാൻ ശ്രമിക്കുന്നവയാണ്. ഇൻഷ്വർ ചെയ്യപ്പെടുന്നവരും ഇൻഷ്വർ ചെയ്യുന്ന കമ്പനിയും രണ്ടും രണ്ടാണ്. ഇൻഷ്വർ ചെയ്യപ്പെടുന്നവർ കമ്പനിയുടെ കസ്റ്റമർമാർ മാത്രമാണ്. എന്നാൽ പ്രോവിഡന്റ് ഫണ്ട് ഇൻഷ്വറൻസ് സൊസൈറ്റി ഇൻഷ്വർ ചെയ്യപ്പെടുന്നവരുടെ മ്യൂചൽ സൊസൈറ്റിയാണ്. ഇൻഷ്വർ ചെയ്യപ്പെടുന്നവരുടെ കൂട്ടായ്മയാണ് ഇൻഷ്വർ ചെയ്യുന്നത്. ഓഹരി ഉടമസ്ഥരുടെ ലാഭം പരമാവധിയാക്കുക എന്നതല്ല മ്യൂചൽ ഇൻഷ്വറൻസ് സൊസൈറ്റികളുടെ ലക്ഷ്യം. പരമാവധി കുറഞ്ഞ പ്രീമിയത്തിന് പരമാവധി നേട്ടം പോളിസി ഉടമകൾക്കു നൽകുക എന്നതാണ് ഈ സൊസൈറ്റികളുടെ ലക്ഷ്യം.

സത്യം പറഞ്ഞാൽ എൽഐസി ഇതിൽ രണ്ടിലുംപെടില്ല. പ്രത്യേക നിയമപ്രകാരം പാർലമെന്റ് ഇൻകോർപ്പറേറ്റ് ചെയ്ത കോർപ്പറേഷനാണ് എൽഐസി. ഇതിനു കൂടുതൽ സാമ്യം മ്യൂചൽ ഇൻഷ്വറൻസ് സൊസൈറ്റികളോടാണ്. ഇക്കാര്യം കൂടുതൽ വിശദമായി പിന്നീട് പരിശോധിക്കാം.

1938 ൽ കൂടുതൽ സമഗ്രമായ നിയമം നിലവിൽ വന്നു. എങ്കിലും മേൽപ്പറഞ്ഞ രണ്ടു വ്യത്യസ്ത വിഭാഗങ്ങൾ ഇൻഷ്വറൻസ് മേഖലയിൽ തുടർന്നു. എന്നാൽ പ്രോവിഡന്റ് ഫണ്ട് (മ്യൂചൽ) ഇൻഷ്വറൻസ് സൊസൈറ്റികൾ സമ്പൂർണ്ണ പരാജയമായിരുന്നു. സാധാരണക്കാരെ ലക്ഷ്യമിട്ടാണ് ഈ സംഘങ്ങൾ രൂപീകരിച്ചതെങ്കിലും കേന്ദ്രധനമന്ത്രിയുടെ അഭിപ്രായത്തിൽ ഇവയുടെ മോശം പ്രവർത്തനം വിപരീതഫലമാണ് ഉണ്ടാക്കിയത്. ഇരുപതാംനൂറ്റാണ്ടിൽ അഞ്ഞൂറിലധികം പ്രോവിഡന്റ് ഫണ്ട് സൊസൈറ്റികൾ അടച്ചുപൂട്ടേണ്ടി വന്നു. അങ്ങനെയാണ് 1955 ആയപ്പോഴേക്കും അവ 71 എണ്ണമായി ചുരുങ്ങിയത്. ഇവതന്നെ മഹാഭൂരിപക്ഷവും അടച്ചുപൂട്ടലിന്റെ വക്കിലായിരുന്നു.

1914 നും 1955 നും ഇടയിൽ ഇന്ത്യയിലെ ലൈഫ് ഇൻഷ്വറൻസ് വ്യവസായത്തിലെ വളർച്ചയുടെ സംക്ഷിപ്ത ചിത്രം താഴെ പട്ടിക 2.1 ൽ നൽകിയിരിക്കുന്നു.

പട്ടിക 2.1
ഇന്ത്യയിലെ ലൈഫ് ഇൻഷുറൻസ് കമ്പനികളുടെ വളർച്ച
(1914–1955)

ഇനം	1914	1930	1940	1948	1955
കമ്പനികളുടെ എണ്ണം	44	68	179	189	229*
പോളിസികളുടെ എണ്ണം (ലക്ഷം)	–	7.5	16.3	30.1	47.8
ബിസിനസ് ടേണോവർ (കോടി രൂപ)	22	258	304	712	1220
ലൈഫ് ഫണ്ട് (കോടി രൂപ)	6	20	62	150	221

*കുറിപ്പ്: *ചില കമ്പനികളുടെ കണക്ക് ലഭ്യമല്ലാത്തതുകൊണ്ടാണ് 245 കമ്പനികൾക്കു പകരം 229 ന്റെ മാത്രം കണക്ക് 1955 ൽ നൽകിയിട്ടുള്ളത്.*
(അവലംബം – Kamal Nayan Kabra Nationalisation of Life Insurance in India, EPW, 1986, November 22)

കേവല തുകകൾ എടുത്താൽ വമ്പിച്ച കുതിപ്പുണ്ടായതായി തോന്നാം. 1930 നും 1955 നും ഇടയിലുള്ള കാൽനൂറ്റാണ്ടിനിടയിൽ കമ്പനികളുടെ എണ്ണത്തിൽ മൂന്നര മടങ്ങും പോളിസികളുടെ എണ്ണത്തിൽ ആറ് മടങ്ങും ലൈഫ് ഫണ്ടിൽ 11 മടങ്ങും വർദ്ധനയുണ്ടായി. എന്നാൽ 1955 ൽ 31 കോടി ജനങ്ങൾ ഉണ്ടായിരുന്ന ഇന്ത്യയിൽ ലൈഫ് പോളിസികളുടെ എണ്ണം 48 ലക്ഷം മാത്രമായിരുന്നു. ഇരട്ടിപ്പ് ഉൾപ്പെടെ 1.5 ശതമാനം ജനങ്ങൾ മാത്രമേ ലൈഫ് ഇൻഷുറൻസ് വലയത്തിൽ വന്നിരുന്നുള്ളൂ.

1955 ൽ കമ്പനികളുടെ എണ്ണം 245 ആയിരുന്നെങ്കിലും 10 കോടി രൂപയ്ക്കു മുകളിൽ ഇൻഷുറൻസ് ബിസിനസുള്ള കമ്പനികൾ 14 ശതമാനമേ വരൂ. ഇവരുടെ നിയന്ത്രണത്തിലായിരുന്നു 85 ശതമാനം ബിസിനസും. ചുരുക്കത്തിൽ മഹാഭൂരിപക്ഷം ഇൻഷുറൻസ് കമ്പനികളും നന്നേ ചെറുകിട സ്ഥാപനങ്ങളായിരുന്നു. പ്രോവിഡന്റ് സൊസൈറ്റികളെക്കുറിച്ച് നേരത്തെപറഞ്ഞുവല്ലോ. 1955–ൽ അവശേഷിച്ചിരുന്ന 73 സൊസൈറ്റികളുടെ ബിസിനസ് വിഹിതം 0.5 ശതമാനത്തിൽ താഴെയായിരുന്നു.

70 ശതമാനം കമ്പനികൾക്കും രണ്ടുലക്ഷം രൂപയിൽ താഴെ അടച്ചുതീർത്ത മൂലധനമേ ഉണ്ടായിരുന്നുള്ളൂ. അതുപോലെ വിദേശകമ്പനികളുടെ എണ്ണം 13 ആയി ചുരുങ്ങിയിരുന്നു. അവയുടെ ബിസിനസ് വിഹിതമാവട്ടെ 14 ശതമാനത്തിൽ താഴെയായിരുന്നു. വിദേശകമ്പനികൾ കപ്പൽ ഇൻഷുറൻസ്, അപകട ഇൻഷുറൻസ് തുടങ്ങിയ ജനറൽ ഇൻഷുറൻസ് മേഖലയിലാണ് കേന്ദ്രീകരിച്ചിരുന്നത്.

ഇൻഷുറൻസ് കമ്പനികളുടെ പ്രവർത്തനം വൻകിട നഗരമേഖലയിൽ ഒതുങ്ങിനിന്നു. മൊത്തം ലൈഫ് ഫണ്ട് ദേശീയവരുമാനത്തിന്റെ 2.4 ശതമാനമേ വരൂ. ലൈഫ് ഫണ്ട് സർക്കാർ സെക്യൂരിറ്റികളിലും കോർപ്പറേറ്റ് മേഖലയിലുമാണ് നിക്ഷേപിച്ചിരുന്നത്. ഇൻഷുറൻസ് മേഖലയുടെ നിക്ഷേപം ഗ്രാമീണ മേഖലയിലേക്ക് എത്തിനോക്കിയിരുന്നില്ല.

കമ്പനികൾ പാപ്പരാകുന്നതും അസാധാരണ സംഭവമായിരുന്നില്ല.

പത്തൊൻപതാം നൂറ്റാണ്ടിൽ രണ്ട് ബ്രിട്ടീഷ് കമ്പനികളുടെ തകർച്ച വ്യവസായത്തിന്റെ തളർച്ചയ്ക്കു വലിയ തിരിച്ചടിയായി. ഇത്തരം പ്രവണത ഇരുപതാം നൂറ്റാണ്ടിലും തുടർന്നു. ഇൻഷ്വറൻസ് മേഖലയിലെ പ്രതിസന്ധിയുടെ കാരണങ്ങളെ മൂന്നായി തിരിക്കാം.

ഒന്ന്) അനാരോഗ്യകരമായ കമ്പോള മത്സരംമൂലം പലപ്പോഴും പ്രീമിയം വളരെ താഴ്ത്തുക പതിവായിരുന്നു. നിയതമായ ലൈഫ് ടേബിളുകളുടെ അഭാവത്തിൽ ശാസ്ത്രീയ കണക്കുകൂട്ടലുകൾ പ്രയാസമായിരുന്നു.

രണ്ട്) മാനേജ്മെന്റ് പിടിപ്പുകേടും കൗശല ഇടപാടുകളുംമൂലം എസ്റ്റാബ്ലിഷ്മെന്റ് ചെലവുകൾ വളരെ ഉയർന്നതായിരുന്നു. ഇല്ലാത്ത ഏജന്റുമാരുടെ പേരിൽ റിബേറ്റുകൾ എഴുതിയെടുക്കുക പതിവായിരുന്നു. 1954–ൽ പ്രീമിയത്തിന്റെ 29.3 ശതമാനം നടത്തിപ്പു ചെലവുകളായിരുന്നു. ഇന്നിപ്പോൾ എൽഐസിയുടെ നടത്തിപ്പു ചെലവുകൾ കേവലം 11 ശതമാനം മാത്രമാണ്. ഇക്കാര്യത്തിൽ വലിയ കമ്പനികളും ചെറിയ കമ്പനികളും തമ്മിൽ ഗണ്യമായ വ്യത്യാസമുണ്ടായിരുന്നില്ല.

മൂന്ന്) ഇൻഷ്വറൻസ് കമ്പനിയുടെ വരുമാനം ലൈഫ് ഫണ്ടിന്റെ നിക്ഷേപ ആദായത്തിൽ നിന്നാണല്ലോ. ഇവിടെയാണ് വലിയ വെട്ടിപ്പു നടന്നിരുന്നത്. വ്യവസായത്തിന്റെ പ്രത്യേകതമൂലം ചെറുകിട കമ്പനികൾക്കുപോലും അവരുടെ മൂലധനത്തെ അപേക്ഷിച്ച് വലിയ ലൈഫ് ഫണ്ട് ഉണ്ടാകുമായിരുന്നു. ഉദാഹരണത്തിന് കേവലം ഒരുലക്ഷം രൂപ അടച്ചു തീർത്ത മൂലധനമുണ്ടായിരുന്ന ഓറിയന്റൽ ലൈഫിന് 100 കോടി രൂപയാണ് ലൈഫ് ഫണ്ടായി ഉണ്ടായിരുന്നത്. ഇതു പലപ്പോഴും കൃത്യമായ പരിശോധനയില്ലാതെ സ്വജനപക്ഷപാതപരമായിട്ടാണു നിക്ഷേപിച്ചിരുന്നത്. നല്ലതോ ചീത്തയോ അറിഞ്ഞുകൂടാത്തതോ ആയ എല്ലാ സെക്യൂരിറ്റികളിന്മേലും വായ്പ നൽകുന്നതായിരുന്നു നിക്ഷേപ രീതി എന്നാണ് കേന്ദ്ര ധനമന്ത്രി സി ഡി ദേശ്മുഖ് അഭിപ്രായപ്പെട്ടത്. കാർഷിക ഭൂമി, ബാർജ്ജ്, കരിമ്പുവിള എന്നിവയുടെ എന്തിന് ലൈബ്രറികളുടെ, ഈടിൽപ്പോലും നിക്ഷേപം നടത്തി. 1950–ൽ ഇൻഷ്വറൻസ് കമ്പനികളുടെ നിക്ഷേപം സംബന്ധിച്ചു കർശനമായ ചില തീരുമാനങ്ങളെടുത്തപ്പോൾ ഇത്തരം പ്രവണതകൾ ഇല്ലാതാകുമെന്നാണു പ്രതീക്ഷിച്ചത്. പക്ഷേ, അതുണ്ടായില്ല. നിയമത്തെ മറികടക്കാനുള്ള മറ്റു രീതികൾ അവലംബിക്കുകയാണുണ്ടായത്.

ചുരുക്കത്തിൽ അന്നു നിലവിലുണ്ടായിരുന്ന ഇൻഷ്വറൻസ് സംവിധാനത്തിന് രാഷ്ട്രനിർമ്മാണത്തിന് അനുപേക്ഷണീയമായ തോതിൽ സമ്പാദ്യം സമാഹരിക്കാൻ കഴിവില്ലായിരുന്നു. കെടുകാര്യസ്ഥതയും ക്രമക്കേടുകളും ഇൻഷ്വറൻസിന്റെ വിശ്വാസ്യത കാർന്നുതിന്നു.

ഇൻഷ്വറൻസ് മേഖലയിലെ ക്രമക്കേടുകൾക്കെതിരെ ഫിറോസ് ഗാന്ധി

ഈ ഘട്ടത്തിൽ റായ്ബറേലിയിൽ നിന്നു വിജയിച്ചു പാർലമെന്റിൽ എത്തിയ കോൺഗ്രസ് എംപി ഫിറോസ് ഗാന്ധിയുടെ ഒരു ലോക്സഭാ പ്രസംഗം വഴിത്തിരിവായി തീർന്നു. സ്വകാര്യ ലൈഫ് ഇൻഷ്വറൻസ്

കാലഘട്ടത്തിനു തിരിശ്ശീല വീഴ്ത്താൻ പാകത്തിലുള്ള ഇടപെടലായി അത് മാറി. ഇത് അദ്ദേഹം ഇന്ദിരാഗാന്ധിയുടെ ഭർത്താവെന്ന നിലയിൽ നെഹ്റു കുടുംബത്തിൽപ്പെട്ടതുകൊണ്ട് ആയിരുന്നില്ല. അങ്ങനെ തന്റെ പദവി നിശ്ചയിക്കപ്പെടാൻ ഫിറോസ് ഗാന്ധി ആഗ്രഹിച്ചിരുന്നില്ല. അതുകൊണ്ട് അദ്ദേഹം പ്രധാനമന്ത്രിയുടെ തീൻമൂർത്തി ഭവനിൽ അല്ല താമസിക്കാൻ തീരുമാനിച്ചത്. എംപിമാരുടെ ഫ്ളാറ്റിൽ ആയിരുന്നു. ലണ്ടനിൽ പഠിക്കുമ്പോൾ കൃഷ്ണമേനോന്റെ സ്വാധീനത്തിൽ സോഷ്യലിസ്റ്റായി മാറിയ ഫിറോസ് ഗാന്ധി സ്വാതന്ത്ര്യസമര പോരാളിയായി. അഴിമതികളോട് ഒരു വിട്ടുവീഴ്ചയും കാണിക്കാത്ത സ്വഭാവമായിരുന്നു അദ്ദേഹത്തിന്റേത്. ഏതു വിഷയവും വിശദവും സൂക്ഷ്മവുമായി പഠിക്കും. ഈ പഠനത്തിന്റെ മാറ്റ് പാർലമെന്റിൽ അദ്ദേഹത്തിന്റെ ഇടപെടലിൽ വളരെ പ്രകടമായിരുന്നു.

രാം കിഷൻ ഡാൽമിയ ഇന്ത്യയിലെ കുത്തക ബിസിനസ് കുടുംബങ്ങളിൽ ഒന്നിന്റെ നായകനായിരുന്നു. അദ്ദേഹം ഒരു ബാങ്ക് – ഇൻഷ്വറൻസ് സ്ഥാപനത്തിന്റെ ചെയർമാനായിരുന്നു. 1946 ൽ *ടൈംസ് ഓഫ് ഇന്ത്യ* പത്രത്തിന്റെ പ്രസിദ്ധീകരണശാലയായ ബെന്നറ്റ് ആൻഡ് കോൾമാൻ അദ്ദേഹം വാങ്ങി. ഇതിനുവേണ്ടുന്ന 2.25 കോടി രൂപ അദ്ദേഹത്തിന്റെ ഇൻഷ്വറൻസ് കമ്പനിയിൽനിന്ന് ഗോപ്യമായ റൂട്ടിലൂടെ നിക്ഷേപമായി കണ്ടെത്തുകയായിരുന്നു. ഇൻഷ്വറൻസ് കമ്പനി പാപ്പരാവുകയും ചെയ്തു. ഓഡിറ്റർമാർ ഈ ഇടപാടുകളെക്കുറിച്ചു ചില സംശയങ്ങൾ പ്രകടിപ്പിച്ചു. ഇതു ഫിറോസ് ഗാന്ധിയുടെ ചെവിയിലെത്തി. അദ്ദേഹം പ്രശ്നം സമഗ്രമായി പഠിച്ചു. മറച്ചുവച്ചിരുന്ന പണത്തിരിമറി ഇടപാടുകൾ പൂർണ്ണമായും അനാവരണം ചെയ്തു. 1955 ഡിസംബറിൽ ചോദ്യോത്തര വേളയിൽ ഇതു സംബന്ധിച്ച ചോദ്യം ഉയർത്തി. ഈ വിഷയം സംബന്ധിച്ച് പ്രത്യേക ചർച്ച ആവശ്യപ്പെട്ടു.

ഫിറോസ് ഗാന്ധിക്ക് അറിവുണ്ടായിരുന്നില്ലെങ്കിലും ഇൻഷ്വറൻസ് കമ്പനികളിലെ ക്രമക്കേടുകളെക്കുറിച്ചു ധനവകുപ്പിൽ ഏതാനും വർഷങ്ങൾനീണ്ട ഒരു അന്വേഷണം നടക്കുന്നുണ്ടായിരുന്നു. അതുകൊണ്ട് അനുകൂലമായ പ്രതികരണമാണ് ധനമന്ത്രിയായ സി ഡി ദേശ്മുഖിൽ നിന്നുണ്ടായത്. വിവൻ ബോസ് അന്വേഷണ കമ്മീഷനായി നിയോഗിക്കപ്പെട്ടു. കേസിൽ നിന്നും രക്ഷപ്പെടാൻ ഡാൽമിയ പഠിച്ചപണി പലതും നോക്കി. ബെന്നറ്റ് ആൻഡ് കോൾമാൻ കമ്പനി ബന്ധുക്കൾക്കു പണയപ്പെടുത്തി പണം തിരിച്ചടച്ചു. സി ഡി ദേശ്മുഖ് തന്റെ *ദി കോഴ്സ് ഓഫ് മൈ ലൈഫ്* (*The Course of My Life*) എന്ന ആത്മകഥയിൽ ഡാൽമിയയുടെ കുടുംബം എങ്ങനെയാണ് തന്നെ സ്വാധീനിക്കാൻ ശ്രമിച്ചതെന്നു വിശദീകരിക്കുന്നുണ്ട്. ഡാൽമിയയ്ക്കു രണ്ടുവർഷം ജയിൽ ശിക്ഷ വിധിക്കപ്പെട്ടു. ഡാൽമിയ കൂടുതൽ സമയം പരോളിലും ആശുപത്രിയിലുമായി കഴിച്ചുകൂട്ടി.

എന്നാൽ ഇതുകൊണ്ട് ഫിറോസ് ഗാന്ധി അടങ്ങാൻ തീരുമാനിച്ചില്ല. ഇൻഷ്വറൻസ് മേഖലയിലെ അരാജകത്വം സംബന്ധിച്ച കൂടുതൽ വിവരങ്ങളുമായി ജനുവരി മാസം പാർലമെന്റിൽ വീണ്ടും ഇടപെട്ടു. ഇത്ത

വണ അദ്ദേഹത്തിന്റെ ആവശ്യം ലൈഫ് ഇൻഷ്വറൻസ് ദേശസാൽക്കരിക്കണം എന്നുള്ളതായിരുന്നു. സി ഡി ദേശ്മുഖും ഇതുതന്നെയാണ് കുറച്ചുനാളായി ആലോചിച്ചുകൊണ്ടിരുന്നത്.

സി ഡി ദേശ്മുഖും ഇൻഷ്വറൻസ് ദേശസാൽക്കരണവും

സി ഡി ദേശ്മുഖ് എന്ന് അറിയപ്പെട്ടിരുന്ന ചിന്താമൻ ദ്വാരകനാഥ് ദേശ്മുഖ് ഒരു രാഷ്ട്രീയക്കാരനോ സോഷ്യലിസ്റ്റോ ആയിരുന്നില്ല. അദ്ദേഹം ഒരു ഐസിഎസ് ഓഫീസറായിരുന്നു. ബ്രിട്ടീഷ് ഭരണകാലത്ത് റിസർവ്വ് ബാങ്കിന്റെ ആദ്യത്തെ ഇന്ത്യക്കാരനായ ഗവർണ്ണറായി. 1950–56 കാലത്ത് കേന്ദ്ര ധനമന്ത്രിയായി. മഹാരാഷ്ട്ര വിഭജനം സംബന്ധിച്ച കാര്യത്തിൽ നെഹ്റുവുമായി ഉണ്ടായ അഭിപ്രായവ്യത്യാസംമൂലം രാജിവച്ചു. തുടർന്ന് നാഷണൽ കൗൺസിൽ ഓഫ് അപ്ലൈഡ് റിസർച്ച്, ഇന്ത്യൻ ഇൻസ്റ്റിറ്റ്യൂട്ട് ഓഫ് പബ്ലിക് അഡ്മിനിസ്ട്രേഷൻ, നാഷണൽ ബുക്ക് ട്രസ്റ്റ് തുടങ്ങി പല പ്രമുഖ സ്ഥാപനങ്ങളുമായി ബന്ധപ്പെട്ടു പ്രവർത്തിച്ചു. യുജിസി ചെയർമാനും ഡൽഹി യൂണിവേഴ്സിറ്റി വൈസ് ചാൻസലറുമായി.

ഏതാനും വർഷംകൊണ്ട് ഇൻഷ്വറൻസ് മേഖലയെക്കുറിച്ചു ധനവകുപ്പ് നടത്തിയ വിശദമായ പഠനത്തിൽ നിന്ന് അദ്ദേഹം എത്തിച്ചേർന്ന നിഗമനം രാഷ്ട്രനിർമ്മാണത്തിന് ഇൻഷ്വറൻസ് മേഖലയെ ഉപയോഗപ്പെടുത്തണമെങ്കിൽ ദേശസാൽക്കരണം കൂടിയേതീരൂ എന്നതായിരുന്നു. അദ്ദേഹത്തിന്റെ ആത്മകഥയിൽ നിന്നുതന്നെ ഉദ്ധരിക്കട്ടെ: "കുറച്ചുനാളായി ഞാനും എച്ച് എം പട്ടേലും (ഫിനാൻസ് സെക്രട്ടറി) ലൈഫ് ഇൻഷ്വറൻസ് ദേശസാൽക്കരണത്തിന് ഏറ്റവും ഉചിതമായ സന്ദർഭത്തിനുവേണ്ടി തയ്യാറെടുത്തുകൊണ്ടിരിക്കുകയായിരുന്നു. ഓർഡിനൻസ് പുറപ്പെടുവിച്ചു കഴിഞ്ഞാൽ ഓഫീസർമാരുടെ യാത്ര ഉൾപ്പെടെ കമ്പനികളുടെ നിയന്ത്രണം എങ്ങനെ ഏറ്റെടുക്കണമെന്നതു സംബന്ധിച്ച് എല്ലാ വിശദാംശങ്ങളും തയ്യാറാക്കിയിരുന്നു. ഓൾ ഇന്ത്യാ റേഡിയോ ഡയറക്ടർ ജനറലിനെ സ്ക്രിപ്റ്റ് കാണിക്കാതെ ലൈഫ് ഇൻഷ്വറൻസ് ദേശസാൽക്കരണത്തിന്റെ കാര്യം റേഡിയോ വഴി രാജ്യത്തെ അറിയിക്കുകയാണു ചെയ്തത്. മുൻകൂട്ടി തയ്യാറാക്കിയിരുന്ന ഓർഡിനൻസ് അന്നു രാത്രിതന്നെ പ്രസിഡന്റിന്റെ ഒപ്പുവാങ്ങി പ്രസിദ്ധീകരിച്ചു. രാവിലെ 9 മണിക്ക് നേരത്തെ നൽകിയ നിർദ്ദേശങ്ങളുടെ അടിസ്ഥാനത്തിൽ ഞങ്ങളുടെ ഉത്തരവാദിത്വപ്പെട്ട ഉദ്യോഗസ്ഥർ അവർക്കു നിർദ്ദേശിച്ചിരുന്ന ഇൻഷ്വറൻസ് ഓഫീസുകളിൽ കടന്നുചെന്ന് ഔദ്യോഗികരേഖ കാണിച്ച് ബിസിനസ് നിയന്ത്രണം ഏറ്റെടുത്തു.

എന്തിനായിരുന്നു ഇത്രയേറെ ഗൂഢമായ നീക്കം നടത്തിയത്? ഓഫീസ് അടയ്ക്കുംമുമ്പ് ദേശസാൽക്കരണ വിവരങ്ങൾ പുറത്തുവന്നാൽ അക്കൗണ്ട് ബുക്കുകളിലും മറ്റും വ്യാപകമായ തിരിമറി ഉണ്ടാകുമെന്നായിരുന്നു ദേശ്മുഖിന്റെ വിലയിരുത്തൽ. പക്ഷേ, ദേശസാൽക്കരണം രണ്ട് ഘട്ടങ്ങളായിട്ടാണു പൂർത്തീകരിച്ചത്. ആദ്യഘട്ടത്തിൽ സർക്കാർ നിയോഗിച്ച ഓഫീസർമാരുടെ നിയന്ത്രണത്തിലേക്കു കമ്പ

നികൾ വന്നു. 1956 ജനുവരി 19 ലെ ഓർഡിനൻസു പ്രകാരം 154 ഇന്ത്യൻ ഇൻഷ്വറൻസ് കമ്പനികളുടെയും, 16 വിദേശ ഇൻഷ്വറൻസ് കമ്പനികളുടെയും 75 പ്രോവിഡന്റ് സൊസൈറ്റികളുടെയും മാനേജ്മെന്റ് സർക്കാർ നിയോഗിച്ച കസ്റ്റോഡിയൻമാരുടെ കൈകളിലായി. എന്നാൽ ഓരോ കമ്പനിയും പണ്ടത്തേതുപോലെ സ്വതന്ത്ര കമ്പനികളായി ഇടപാടുകൾ തുടർന്നു.

1956 മാർച്ച് മാസത്തിൽ ലൈഫ് ഇൻഷ്വറൻസ് കോർപ്പറേഷൻ ആക്ട് (Act 31 of 1956) മേൽപ്പറഞ്ഞ മുഴുവൻ കമ്പനികളുടെയും ലൈഫ് ഇൻഷ്വറൻസിന്റെ ആസ്തികളും ബാധ്യതകളും ഇതിനായി പ്രത്യേകം സ്ഥാപിക്കുന്ന ലൈഫ് ഇൻഷ്വറൻസ് കോർപ്പറേഷൻ ഓഫ് ഇന്ത്യയ്ക്കു (എൽഐസി) കൈമാറണമെന്നു നിയമം വ്യവസ്ഥ ചെയ്തു. 5 കോടി രൂപ അടച്ചുതീർത്ത മൂലധനമായി നൽകി. 1956 സെപ്തംബർ 1-ന് ലൈഫ് ഇൻഷ്വറൻസ് കോർപ്പറേഷൻ ഓഫ് ഇന്ത്യ ഔപചാരികമായി രൂപംകൊണ്ടു. ഇന്ത്യയിൽ ലൈഫ് ഇൻഷ്വറൻസ് എൽഐസിയുടെ കുത്തകയായി.

നഷ്ടപരിഹാരം

5.1 കോടി രൂപ ആകെ നഷ്ടപരിഹാരമായി നൽകേണ്ടിവന്നു. എന്നുവച്ചാൽ കേന്ദ്രസർക്കാർ നൽകിയ മൂലധനം നഷ്ടപരിഹാരം നൽകാൻ പോലും തികയുമായിരുന്നില്ല. നഷ്ടപരിഹാരത്തിനുള്ള തുകയും എൽഐസിയുടെ ആസ്തികളിൽ നിന്നാണു കണ്ടെത്തിയത്. ഇതു വളരെ സുപ്രധാനമായൊരു കാര്യമാണ്. കേന്ദ്രസർക്കാർ എൽഐസിയുടെ ഉടമസ്ഥനാണെന്ന് അവകാശപ്പെടുമ്പോൾ ഫലത്തിൽ മുതൽമുടക്ക് ഒന്നും ഉണ്ടായിരുന്നില്ല എന്നു മനസിലാക്കണം. എൽഐസിയുടെ ആസ്തികൾ പൂർണ്ണമായും എൽഐസി പോളിസി ഉടമസ്ഥരുടെ സംഭാവനയായിരുന്നു. എൽഐസി സാധാരണഗതിയിലുള്ള ഒരു കമ്പനിയായയിരുന്നില്ല. പ്രോവിഡന്റ് സൊസൈറ്റിയുടെയും വാണിജ്യകമ്പനിയുടെയും ഒരു സങ്കരരൂപമായിരുന്നു. സി ഡി ദേശ്മുഖിന്റെ പാർലമെന്റ് പ്രസംഗങ്ങളിൽ ഇക്കാര്യം വളരെ വ്യക്തമായി വായിച്ചെടുക്കാനാവും.

എൽഐസി – ഒരു വേറിട്ട മാതൃക

കമ്പനി നിയമപ്രകാരം രൂപീകരിച്ച സ്ഥാപനമല്ല എൽഐസി. പാർലമെന്റ് നിയമനിർമ്മാണത്തിലൂടെ രൂപം നൽകിയ കോർപ്പറേഷനാണ്. ഔപചാരികമായി 5 കോടി രൂപയുടെ ഷെയർ സർക്കാരിന് ഉണ്ടെങ്കിലും അതു പ്രവർത്തിക്കുക ഒരു മ്യൂച്വൽ സൊസൈറ്റി പോലെ പോളിസി ഉടമകളുടെ ട്രസ്റ്റായിട്ടാണ്. എൽഐസി നിയമനിർമ്മാണ വേളയിൽ സി ഡി ദേശ്മുഖ് നടത്തിയ പ്രസംഗങ്ങളിൽ എൽഐസിയുടെ ഈ സവിശേഷ സ്വഭാവം വ്യക്തമാക്കുന്നുണ്ട്.

"ഏതൊരു ലൈഫ് ഇൻഷ്വറൻസിന്റെയും മൂലക്കല്ല് ട്രസ്റ്റിഷിപ്പ് സങ്കൽപ്പമായിരിക്കണം. ഇത് സ്വകാര്യ ഇൻഷ്വറൻസ് കമ്പനികൾക്കു പൂർണ്ണമായും അന്യമാണ്. ട്രസ്റ്റിന്റെ പണവും ജോയിന്റ് കമ്പനിയുടെ

പണവും തമ്മിലുള്ള അടിസ്ഥാന അന്തരം ഭൂരിപക്ഷം മാനേജ്മെന്റു കളും തിരിച്ചറിഞ്ഞിരുന്നില്ല.

പണം പോളിസി ഉടമസ്ഥന്റേതാണെന്നുള്ള പൂർണ്ണ തിരിച്ചറിവോടെ ഏറ്റവും മിതവ്യയ രീതിയിൽ വേണം ഇൻഷ്വറൻസ് ബിസിനസ് നടത്താൻ. കർശനമായ ആക്ചേറിയൽ പരിഗണനകളുടെ അടിസ്ഥാന ത്തിൽ അനിവാര്യമായതിനേക്കാൾ കൂടുതൽ ഒരിക്കലും പ്രീമിയം ഉയരാൻ പാടില്ല. നിക്ഷേപത്തിന്റെ സുരക്ഷിതത്വം ഉറപ്പുവരുത്തിക്കൊണ്ട് പോളിസി ഉടമസ്ഥർക്കു പരമാവധി നേട്ടം ഉറപ്പുവരുത്തുന്ന രീതിയിൽ വേണം ഫണ്ട് വിനിയോഗിക്കാൻ. പോളിസി ഉടമസ്ഥർക്ക് എത്രയും പെട്ടെന്ന് കാര്യക്ഷമമായ സേവനങ്ങൾ നൽകണം. അങ്ങനെ മാത്രമേ ഇൻഷ്വറൻസിനെ ജനപ്രിയമാക്കാൻ കഴിയൂ. അവസാനമായി ട്രസ്റ്റിഷി പ്പിന്റെ പൂർണ്ണ സ്പിരിറ്റിൽവേണം മാനേജ്മെന്റിന്റെ നടത്തിപ്പ്.

ഒരു ക്ഷേമഭരണകൂടം ജനങ്ങൾക്കു ലഭ്യമാക്കേണ്ടുന്ന അനിവാര്യ സാമൂഹ്യക്ഷേമമാണ് ഇൻഷ്വറൻസ്. മറ്റൊരു രീതിയിലും ഇതു നൽകാൻ കഴിയില്ലായെന്ന് വ്യക്തമായിക്കഴിഞ്ഞാൽ സർക്കാർ തന്നെ ഈ സേവനം നൽകുന്നതിനുള്ള ഉത്തരവാദിത്വം ഏറ്റെടുത്തേതീരൂ. ഉയർന്ന പാരമ്പര്യത്തിന് അനുസൃതമായി പ്രവർത്തിക്കുന്നതിന് ഇൻഷ്വറൻസ് കമ്പനികളുടെ പരാജയമാണ് ഈ നടപടി സ്വീകരിക്കാൻ സർക്കാരിനെ നിർബന്ധിതമാക്കിയത്. ഈ മേഖലയിൽ ദേശസാൽക്കരണം നീതീകരി ക്കത്തക്കതാണെന്ന് ഉറപ്പിച്ചു പറയാൻ ഞാൻ ആഗ്രഹിക്കുന്നു. ലാഭോദ്ദേശ്യം ഇല്ലാതാകുന്നതോടെ ദേശസാൽക്കരണത്തിന്റെ ഏകമാ നദണ്ഡം കാര്യക്ഷമമായ സേവനമായിത്തീരും. അതുവഴി ഇൻഷ്വറൻ സിന്റെ സന്ദേശം നഗരമേഖലകൾക്കപ്പുറത്ത് ഇതുവരെ അവഗണി ച്ചിരുന്ന ഗ്രാമീണ മേഖലയിലേക്കും എത്തിക്കുന്നതിനു കഴിയും.

പണം ഇൻഷ്വറൻസ് പോളിസി ഉടമസ്ഥരുടേതാണ്. അതുകൊണ്ട് അവരുടെ താൽപ്പര്യം മുൻനിർത്തിവേണം നിക്ഷേപം നടത്താൻ. അതോ ടൊപ്പം ഇത്തരത്തിൽ ഭീമമായ തുകകളുടെ നിക്ഷേപം ബാധിക്കുന്ന സമൂഹത്തിന്റെ മൊത്തം താൽപ്പര്യങ്ങൾകൂടി പരിഗണിക്കേണ്ടതുണ്ട്.... നിയമത്തിലെ വകുപ്പ് 28 പ്രകാരം 95 ശതമാനം മിച്ചവും പോളിസി ഉടമസ്ഥർക്ക് അർഹതപ്പെട്ടതായിരിക്കുമെന്ന് വ്യവസ്ഥ ചെയ്തിട്ടുള്ളത് ശ്രദ്ധിക്കേണ്ടതുണ്ട്. 5 ശതമാനമേ ഓഹരി ഉടമസ്ഥനുള്ളൂ. 95 ശതമാനം മിനിമം ആണ്. പിന്നീട് ഈ തോത് വർദ്ധിപ്പിക്കാനാവുമെന്ന് എനിക്ക് ഉറപ്പുണ്ട്. തദ്വാര സർക്കാരിന്റെ വിഹിതം ആനുപാതികമായി കുറയു കയും ചെയ്യും."

മിച്ചം പൂർണ്ണമായും പോളിസി ഉടമസ്ഥർക്കു നൽകുന്ന സ്ഥിതി വിശേഷം എൽഐസിയുടെ രൂപീകരണവേളയിൽ കേന്ദ്രധനമന്ത്രി തള്ളിക്കളഞ്ഞിരുന്നില്ല. എൽഐസി രൂപീകരണത്തിന്റെ സാമൂഹ്യ-സാമ്പത്തിക ലക്ഷ്യങ്ങൾ താഴെപ്പറയുംവിധം ക്രോഡീകരിക്കാനാവും.

ഒന്ന്) സമ്പാദ്യവുമായി ബന്ധപ്പെടുത്തിയുള്ള ഇൻഷ്വറൻസ് വ്യാപകമാക്കുന്നതിന്റെ ഫലമായി ജനങ്ങളുടെ സമ്പാദ്യം പരമാവധി സമാഹരിക്കുക. പാശ്ചാത്യരാജ്യങ്ങളിൽ ഇൻഷ്വറൻസ് റിസ്ക് കവറേ

ജിനുള്ള ഉപാധിയാണ്. സമ്പാദ്യത്തിന് ബാങ്കുകളാണ് ഏജൻസി. എന്നാൽ ഇന്ത്യ പോലുള്ള അവികസിത രാജ്യത്തിന്റെ പ്രത്യേക സാഹചര്യത്തിൽ എൽഐസിയുടെ പോളിസി ഒരു സമ്പാദ്യ-റിസ്ക് കവറേജ് ഉപാധിയായിട്ടാണ് രൂപം നൽകിയത്. എൽഐസിയുടെ ഈ സ്വഭാവം ഇന്നും തുടരുന്നു. 70 ശതമാനത്തിലേറെ പോളിസികൾ ഇത്തരത്തിലുള്ളതാണ്. ഇവയെയാണ് പാർട്ടിസിപ്പേറ്റിംഗ് പോളിസികൾ എന്നു വിളിക്കുന്നത്. ഇത്തരം പോളിസി ഉടമകൾക്ക് കോർപ്പറേഷന്റെ ലാഭത്തിൽ പങ്കുപറ്റാൻ അവകാശമുണ്ട്.

രണ്ട്) ഗ്രാമീണ മേഖലയിലേക്കും സാമൂഹ്യവും സാമ്പത്തികവുമായി പിന്നോക്കം നിൽക്കുന്ന വിഭാഗങ്ങളിലേക്കും എത്തിച്ചേർന്നാൽ മാത്രമേ, മേൽപ്പറഞ്ഞ ലക്ഷ്യം സാക്ഷാത്ക്കരിക്കാനാവൂ. ഇതിന് എൽഐസിയുടെ ശൃംഖല ഈ മേഖലകളിലേക്കു വ്യാപിപ്പിക്കുകയും, അതിന് അനുയോജ്യമായ പോളിസികൾക്കു രൂപം നൽകുകയും വേണം. ഈ ദുർബല വിഭാഗങ്ങൾക്ക് കൈയിൽ ഒതുങ്ങുന്ന പ്രീമിയത്തിന് പോളിസി ലഭ്യമാക്കണം.

മൂന്ന്) ലാഭത്തിന്റെ 95 ശതമാനവും പോളിസി ഉടമസ്ഥർക്കുതന്നെ നൽകുന്നതുകൊണ്ട് അവരിൽ നിന്നും ശേഖരിക്കുന്ന ഫണ്ട് ഏറ്റവും കാര്യക്ഷമമായ രീതിയിൽ നിക്ഷേപം നടത്തണം. ഇത്തരം നിക്ഷേപത്തിന് പരമാവധി നേട്ടം മാത്രമായിരിക്കില്ല മാനദണ്ഡം. സുരക്ഷിതത്വവും പ്രധാനമാണ്.

നാല്) നാടിന്റെ മുൻഗണനകളും നിക്ഷേപത്തിന്റെ പ്രധാന പരിഗണനയായിരിക്കണം. രണ്ടാം പഞ്ചവത്സര പദ്ധതി പൊതുനിക്ഷേപത്തിൽ ഗണ്യമായ കുതിപ്പ് ലക്ഷ്യമിട്ടിരുന്നു. ഈ ദേശീയ ലക്ഷ്യത്തോടു ബന്ധപ്പെടുത്തിവേണം എൽഐസിയുടെ ദേശസാൽക്കരണത്തെ വിലയിരുത്തേണ്ടത്. ഈ പശ്ചാത്തലത്തിൽ എൽഐസിയുമായി ബന്ധപ്പെട്ട തീരുമാനങ്ങളിൽ സമൂഹത്തിന്റെ മാറിവരുന്ന സാമൂഹ്യ-സാമ്പത്തിക പരിഗണനകൾ കൂടി കണക്കിലെടുക്കേണ്ടതുണ്ട്.

അഞ്ച്) കോർപ്പറേഷന്റെ ജീവനക്കാരെയും ഏജന്റുമാരെയും മേൽപ്പറഞ്ഞ ദൗത്യനിർവ്വഹണത്തിലെ സജീവപങ്കാളികളാക്കി മാറ്റണം. അവർക്ക് പങ്കാളിത്തവും അഭിമാനവും സംതൃപ്തിയും ഉണ്ടാവണം.

വീണ്ടും ഫിറോസ് ഗാന്ധി

പുതിയ ധനകാര്യസ്ഥാപനത്തെക്കുറിച്ച് എത്ര വലിയ പ്രതീക്ഷകളാണ് പ്രധാനമന്ത്രിക്കും ധനമന്ത്രിക്കും ഉണ്ടായിരുന്നതെന്നകാര്യം വ്യക്തമാണല്ലോ. എന്നാൽ സർക്കാർ സ്ഥാപനമെന്ന നിലയിൽ ഉണ്ടാകാവുന്ന ഒരു അപകടം എൽഐസിയുടെ കാര്യത്തിലും വ്യക്തമായി. രാഷ്ട്രതാൽപ്പര്യത്തിനുപരി സ്വാർത്ഥതാൽപ്പര്യത്തിന്റെ അടിസ്ഥാനത്തിലുള്ള രാഷ്ട്രീയ ഇടപെടലിന്റെ അപകടമുണ്ടാകാം. നയപരമായ തീരുമാനങ്ങളുടെ അപ്പുറത്തേക്ക് ദൈനംദിന പ്രവർത്തനങ്ങളുടെ ഇടപെടൽ പൊതുമേഖലയുടെ കാര്യക്ഷമത ഇല്ലാതാക്കും. എൽഐസിയുടെ കാര്യത്തിൽ രണ്ടുവർഷം തികയുംമുമ്പ് ഇത്തരമൊരു ഇടപെടലിന്റെ

അഴിമതിക്കഥ പുറത്തുവന്നു. നെഹ്റു സർക്കാരിനെത്തന്നെ പിടിച്ചുകുലുക്കിയ ഈ അഴിമതിക്കഥ പാർലമെന്റിൽ ഉന്നയിച്ചു കോളിളക്കം സൃഷ്ടിച്ചതും ഫിറോസ് ഗാന്ധി തന്നെയായിരുന്നു.

ഹരിദാസ് മുൻദ്ര എന്ന കൽക്കട്ടക്കാരൻ മുതലാളി ബ്രിട്ടീഷുകാരുടെ കയ്യിൽനിന്നും ഏറ്റെടുത്ത 6 കമ്പനികളിലെ 1.24 കോടി രൂപയുടെ ഓഹരി 1957 ൽ എൽഐസി എടുത്തു. ഈ കമ്പനികളുടെ സ്ഥിതി അത്ര പന്തിയായിരുന്നില്ല. എൽഐസിയുടെ നിക്ഷേപ കമ്മിറ്റി ഇത്തരമൊരു തീരുമാനമെടുത്തത് പലരിലും സംശയം സൃഷ്ടിച്ചു. മുൻദ്ര തെരഞ്ഞെടുപ്പിൽ കോൺഗ്രസിനെ പണംകൊണ്ട് സഹായിച്ചിരുന്നു. സർക്കാരിൽ നിന്നുള്ള സമ്മർദ്ദംമൂലമാണ് എൽഐസി നിക്ഷേപം നടത്തിയത്. അതിനുശേഷമാണ് എൽഐസിയുടെ ഇൻവെസ്റ്റ്മെന്റ് കമ്മിറ്റിയോടു വിവരം പറയുന്നത്. ഫിറോസ് ഗാന്ധി അഴിമതി മണത്തു. പാർലമെന്റിൽ ഉന്നയിച്ചതോടെ മുൻദ്ര കുംഭകോണം വലിയ രാഷ്ട്രീയ കൊടുങ്കാറ്റു സൃഷ്ടിച്ചു.

“പാർലമെന്റിൽ സൃഷ്ടിച്ച ഏറ്റവും വലുതും ഏറ്റവും ശക്തവുമായ ധനകാര്യ സ്ഥാപനമായ ലൈഫ് ഇൻഷ്വറൻസ് കോർപ്പറേഷൻ ഓഫ് ഇന്ത്യയുടെമേൽ നിയന്ത്രണവും മേൽനോട്ടവും പാർലമെന്റിന് ഉണ്ടാവണം. അതിന്റെ ഫണ്ടിന്റെ ദുർവിനിയോഗമാണ് ഞാൻ ഇവിടെ വിശദീകരിക്കാൻ പോകുന്നത്.” കേന്ദ്ര ധനമന്ത്രി ടി ടി കൃഷ്ണമാചാരി പ്രതിക്കൂട്ടിലായി. കാരണം ഫിനാൻസ് സെക്രട്ടറിയുടെ നിർദ്ദേശപ്രകാരമാണ് എൽഐസി നിക്ഷേപം നടത്തിയതെന്നു തെളിഞ്ഞു. നെഹ്റു സർക്കാരിന്റെമേൽ അഴിമതിയുടെ നിഴൽ വീണു. ടി ടി കൃഷ്ണമാചാരി രാജിവയ്ക്കേണ്ടിയും വന്നു. തുടക്കത്തിൽത്തന്നെ ഉണ്ടായ ഇത്തരമൊരു വിവാദവും പൊതുചർച്ചയും എൽഐസിയുടെ ഭാവിനടത്തിപ്പ് താരതമ്യേന സ്വതന്ത്രമാക്കുന്നതിൽ വലിയ പങ്കുവഹിച്ചു. തുടർന്നങ്ങോട്ട് രാഷ്ട്ര നിർമ്മാണത്തിൽ എൽഐസി വഹിച്ച പങ്ക് അടുത്ത അധ്യായത്തിൽ പരിശോധിക്കാം.

3

രാഷ്ട്രനിർമ്മാണത്തിൽ എൽഐസിയുടെ പങ്ക്

എൽഐസിക്കു രൂപം നൽകിയ കാലമല്ല, ഇന്നത്തേത്. വികസന നയങ്ങളുടെ ചട്ടക്കൂടും കാഴ്ച്ചപ്പാടുമെല്ലാം മാറി. നിങ്ങളുടെ കർമ്മ ഫലവും മോക്ഷവും തമ്മിൽ ഇന്നൊരു ബന്ധവുമില്ല. പുതിയ കാല ത്തെക്കുറിച്ചുള്ള വിശകലനത്തിലേക്കു കടക്കുംമുമ്പ് 1956 നും മൽ ഹോത്ര കമ്മിറ്റിയുടെ കാലമായ 1993 നും ഇടയിൽ എൽഐസിയുടെ വളർച്ചയിലെ നേട്ടങ്ങളെയും കോട്ടങ്ങളെയും കുറിച്ചു നമുക്കൊന്നു വിലയിരുത്താം.

രാഷ്ട്രനിർമ്മാണത്തിൽ പൊതുമേഖലയിലുള്ള ഇൻഷ്വറൻസ് വ്യവ സായത്തിനു വഹിക്കാൻ കഴിയുന്ന നിർണ്ണായകപങ്കിനെക്കുറിച്ചുള്ള ബോധ്യമായിരുന്നു ഇൻഷ്വറൻസ് വ്യവസായത്തിന്റെ ദേശസാൽക്കര ണത്തിനും എൽഐസിയുടെ രൂപീകരണത്തിനും ഇടയാക്കിയതെന്ന് കഴിഞ്ഞ അധ്യായത്തിൽ കണ്ടുവല്ലോ. ഇതനുസരിച്ച് ഉയരാൻ എൽഐസിക്കു കഴിഞ്ഞിട്ടുണ്ടോ? രണ്ടു കടകവിരുദ്ധമായ ഉത്തരങ്ങൾ ഈ ചോദ്യത്തിനുണ്ട്. എൽഐസിയുടെ നേട്ടങ്ങളെ വാനോളം പുക ഴ്ത്തുന്നവർ ഒരുവശത്ത്. എൽഐസിയെ പാതാളത്തോളം ഇകഴ്ത്തുന്ന സ്വകാര്യവൽക്കരണക്കാർ മറുവശത്ത്. സത്യം ഇവയ്ക്കിടയിൽ എവിടെയോ ആണ്. അതു കൃത്യമായി അടയാളപ്പെടുത്താനാണ് ഈ അധ്യായത്തിൽ ശ്രമിക്കുന്നത്.

വളർച്ചയുടെ നഖചിത്രം

പട്ടിക 3.1

എൽഐസിയുടെ വളർച്ച 1957–1993

ഇനം	1957	1961	1970–71	1980–81	1990–91	1992–93
പുതിയ വ്യക്തിഗത പോളിസികളുടെ എണ്ണം (ലക്ഷത്തിൽ)	9.5	14.6	16	19.5	86.5	99.6
പുതിയതായി അഷ്വർ ചെയ്ത മൊത്തം തുക (കോടി രൂപ)	329	599	1216	2883	28139	35957
പുതിയ പോളിസി പ്രീമിയം (കോടി രൂപ)	13	23	48	142	11092	1609
ആകെ നിലവിലുള്ള പോളിസികളുടെ എണ്ണം (ലക്ഷത്തിൽ)	54.2	83.4	146.9	227.6	455.1	566.1
ആകെ നിലവിലുള്ള അഷ്വർ ചെയ്ത തുക (കോടി രൂപ)	1375	2623	6952	20923	118651	177268
പഴയ പോളിസിയടക്കം മൊത്തം പ്രീമിയം (കോടി രൂപ)	82	108	279	888	4777	7146
ലൈഫ് ഫണ്ട് (കോടി രൂപ)	378	588	1765	6584	28221	40706
ശരാശരി ഒരു പോളിസിയുടെ അഷ്വറൻസ് തുക (രൂപ)	2536	3147	4732	9194	26073	31313
മൊത്തം ഗ്രൂപ്പ്/ ആന്വിറ്റി ഇൻഷ്വറൻസ് സ്കീമുകളിലെ ആളുകളുടെ എണ്ണം (ലക്ഷത്തിൽ)	–	–	3	84	172	215
മൊത്തം അഷ്വർ ചെയ്ത ഗ്രൂപ്പ്/ ആന്വിറ്റി സ്കീമുകളിലെ തുക (കോടി രൂപ)	–	–	123	6980	30747	43445
ഗ്രൂപ്പ്/ആന്വിറ്റി സ്കീമുകളിലെ വാർഷിക പ്രീമിയം (കോടി രൂപ)	–	–	7	70	544	726

സ്രോതസ്സ്: മൽഹോത്ര കമ്മിറ്റി റിപ്പോർട്ട്

പട്ടിക 3.1 ന്റെ കണക്കുകൾ സ്വയം സംസാരിക്കുന്നവയാണ്. 1957 ൽ പുതിയതായിവിറ്റ പോളിസികളുടെ എണ്ണം 9.5 ലക്ഷമായിരുന്നു. 1993 ൽ ഇത് ഏതാണ്ട് ഒരുകോടിയായി ഉയർന്നു. നിലവിലുള്ള മൊത്തം പോളിസികളുടെ എണ്ണം 1957–ൽ 54.2 ലക്ഷമായിരുന്നത് 1993–ൽ 566.1 ലക്ഷമായി ഉയർന്നു. ഏതാണ്ട് പത്തുമടങ്ങ് വർദ്ധനയാണ് പോളിസികളുടെ എണ്ണത്തിൽ ഉണ്ടായിട്ടുള്ളത്.

പഴയ പോളിസിയടക്കം മൊത്തം പ്രീമിയം വരുമാനം 1957–ൽ ലഭിച്ചത് 82 കോടി ആയിരുന്നു. അത് 1993 ആയപ്പോൾ 7146 കോടി രൂപയായി ഉയർന്നു. ഇതിൽനിന്നു ചെലവ് കിഴിച്ച് ബാക്കിവരുന്നത് എൽഐസി ലൈഫ് ഫണ്ടിലേക്കു നീക്കുകയാണു ചെയ്യുന്നത്. ഈ ലൈഫ് ഫണ്ട് നിക്ഷേപിച്ചുകിട്ടുന്ന ലാഭം എൽഐസിയുടെ പ്രധാന വരുമാനമാണ്. 1957 ൽ ലൈഫ് ഫണ്ട് 378 കോടി രൂപയായിരുന്നത് 1993–ൽ അത് 40706 കോടി രൂപയായി പെരുകി.

എൽഐസിയുടെ ബിസിനസിന്റെ വളർച്ച പോളിസികളുടെ എണ്ണത്തിലെ വർദ്ധനവുകൊണ്ടു മാത്രമായിരുന്നില്ല ശരാശരി പോളിസിയുടെ തുകയും വർദ്ധിച്ചു. രണ്ടിലും പത്തുമടങ്ങിലേറെ വർദ്ധന ഈ കാലയളവിലുണ്ടായി.

1980 കളിലുണ്ടായ കുതിപ്പ്

ഒരുപക്ഷേ, ചിലരെങ്കിലും ഈ വർദ്ധനവ് വിലക്കയറ്റംകൊണ്ട് ഊതിവീർപ്പിച്ചതാണെന്നു ചിന്തിച്ചേക്കാം. സെന്റർ ഫോർ ഡെവലപ്പ്മെന്റ് സ്റ്റഡീസിൽ ത്രിപാദി റാവുവിന്റെ 'ഇന്ത്യയിലെ ലൈഫ് ഇൻഷ്വറൻസ് ബിസിനസി'ന്റെ പ്രകടനത്തെക്കുറിച്ചുള്ള വിശകലനം എന്ന എംഫിൽ പ്രബന്ധം വിലക്കയറ്റത്തെ ഒഴിവാക്കി മേൽപ്പറഞ്ഞ കാര്യങ്ങൾ കണക്കുകൂട്ടിയിട്ടുണ്ട്. എൽഐസിയുടെ വരുമാനവും ചെലവുകളും 1980–81 ലെ സ്ഥിരവിലയിലേക്കു ജിഡിപി ഡീഫ്ലേറ്റർ ഉപയോഗിച്ച് മാറ്റിയിട്ടാണു പഠനം നടത്തിയിട്ടുള്ളത്. അതുകൊണ്ട് വളർച്ചാ നിരക്കുകളെ താരതമ്യപ്പെടുത്തുമ്പോൾ അതിശയോക്തിപരമായ വർദ്ധനയുണ്ടാവില്ല.

എന്നുമാത്രമല്ല, അദ്ദേഹത്തിന്റെ പഠനത്തിന്റെ സവിശേഷത ഇക്കണോമെട്രിക് വിശകലനത്തിന്റെ അടിസ്ഥാനത്തിൽ 37 വർഷക്കാലത്തെ രണ്ടുഘട്ടങ്ങളായി തരംതിരിക്കുന്നുവെന്നതാണ്. ഈ താരതമ്യം വളരെ ശ്രദ്ധേയമായ ചില നിഗമനങ്ങളിലേക്ക് എത്തുന്നതിനു നമ്മെ സഹായിക്കും. ഇത്തരത്തിൽ ഘട്ടം തിരിച്ചുള്ള വിശകലനം നടത്താത്തതിന്റെ ഫലമായിട്ടാണു മൽഹോത്ര കമ്മിറ്റി റിപ്പോർട്ടിനുമുമ്പ് ഇന്ത്യയിലെ ഇൻഷ്വറൻസിന്റെ വളർച്ചയുടെ ഗതിവേഗം മുരടിച്ചു നിൽക്കുകയായിരുന്നുവെന്നും റിപ്പോർട്ട് നടപ്പാക്കാൻ ശ്രമിച്ചതോടെയാണ് കുതിച്ചു വളരാൻ തുടങ്ങിയതെന്നും അഭിപ്രായപ്പെടുന്നത്.

പട്ടിക 3.2

1980–81 ലെ സ്ഥിരവിലയിൽ ബിസിനസിന്റെ ശരാശരി വാർഷിക വളർച്ചാനിരക്ക്

ബിസിനസ് സൂചിക	*1957 മുതൽ 1983–84 വരെ*	*1983–84 മുതൽ 1993–94 വരെ*
പുതിയ ബിസിനസിൽ അഷ്വർ ചെയ്ത തുകയിലെ വർദ്ധനവ്	7.41	10.09
നിലവിലെ മൊത്തം ബിസിനസിലെ അഷ്വർ ചെയ്ത തുകയിലെ വർദ്ധനവ്	4.81	8.90
പ്രീമിയം വരുമാനത്തിലുണ്ടായ വർദ്ധന നിരക്ക്	3.47	10.36
പുതിയ വ്യക്തിഗത പോളിസികളുടെ എണ്ണത്തിലെ വർദ്ധനവ്	2.32	15.18
നിലവിലെ മൊത്തം പോളിസികളുടെ എണ്ണത്തിലെ വർദ്ധനവ്	5.18	7.29
ഗ്രാമീണ മേഖലയിലെ മൊത്തം അഷ്വർ ചെയ്ത തുകയിലെ വർദ്ധനവ്	0.02	21.15
വാർഷിക ലൈഫ് ഫണ്ടിലുണ്ടായ വർദ്ധന നിരക്ക്	5.63	9.87

(സ്രോതസ്സ്: https://www.jstor.org/stable/4408265)

1983–84 വരെ എൽഐസിയുടെ ബിസിനസ് വളരുന്നുണ്ടായിരുന്നെങ്കിലും താരതമ്യേന പതുക്കെയായിരുന്നു. ഉദാഹരണത്തിന് 1961–ൽ 1000 ജനങ്ങൾക്ക് 3.33 വീതം പോളിസികൾ ഉണ്ടായിരുന്നു. എന്നാൽ തുടർന്നുള്ള രണ്ട് ദശാബ്ദങ്ങളിൽ ഈ തോത് കുറഞ്ഞു. 1981–ൽ 1000 ജനങ്ങൾക്ക് 2.85 വീതം പോളിസികളേ ഉണ്ടായിരുന്നുള്ളൂ. എന്നാൽ 1991 ആയപ്പോഴേക്കും ഈ തോത് 10.21 ആയി കുതിച്ചുയരുന്നു.

ഇത് പട്ടിക 3.2–ൽ തെളിഞ്ഞു കാണാം. 1957 മുതൽ 1984 വരെയുള്ള ആദ്യകാലഘട്ടത്തിൽ പ്രതിവർഷം 2.32 ശതമാനമാണ് പുതിയ വ്യക്തിഗത പോളിസികൾ വർദ്ധിച്ചത്. എന്നാൽ 1983–84 മുതൽ 1993–94 വരെയുള്ള കാലയളവിൽ പ്രതിവർഷം 15.18 ശതമാനം പുതിയ പോളിസികളുടെ എണ്ണം ഉയർന്നു.

ഇതേ പ്രതിഭാസം പ്രതിശീർഷ ഇൻഷ്വറൻസ് തുകയിലും കാണാം. 1961–ൽ 13.63 രൂപയായിരുന്നു പ്രതിശീർഷ ഇൻഷ്വറൻസ് തുക. ഇതു പതുക്കെ ഉയർന്ന് 1981–ൽ 42.07 രൂപയായി. 1991–ൽ 332.47 രൂപയായി കുതിച്ചുയർന്നു. ഒരു പോളിസിയുടെ ശരാശരി ഇൻഷ്വറൻസ് തുകയിലും ഇതേ പാറ്റേൺ കാണാൻ കഴിയും. 1961–ൽ പോളിസിയുടെ ശരാശരി തുക 4938 ആയിരുന്നത് 1981–ൽ 14749 ആയി. 1991–ൽ ആവട്ടെ 35548 രൂപയായി ഉയർന്നു.

1980 കളിൽ എൽഐസിയുടെ വളർച്ചയിൽ ഒരു ഗതിമാറ്റം സംഭവിക്കുന്നുവെന്നതു വളരെ വ്യക്തമാണ്. പട്ടിക 3.2 ൽ ഓരോ വർഷവും അഷ്വർ ചെയ്യപ്പെടുന്ന പുതിയ ബിസിനസിന്റെയും നിലവിലുള്ള മൊത്തം ബിസിനസിന്റെയും വർദ്ധനവിൽ 80-കളിൽ ശ്രദ്ധേയമായ വർദ്ധനയുണ്ടായതായി കാണാം. 1957 മുതൽ 1983-84 വരെയുള്ള കാലമെടുത്താൽ വാർഷിക പ്രീമിയം വരുമാനം 3.47 ശതമാനമാണ് പ്രതിവർഷം വളർന്നത്. ഇത് 1983-84 മുതൽ 1993-94 വരെയുള്ള കാലയളവിൽ പ്രതിവർഷം 10.36 ശതമാനം വീതം വർദ്ധിച്ചു.

ആദ്യകാലഘട്ടത്തിൽ നിലവിലുള്ള മൊത്തം അഷ്വർ ചെയ്ത തുക പ്രതിവർഷം 4.81 ശതമാനം വർദ്ധിച്ചുകൊണ്ടിരുന്നത് 80-കളിൽ 8.9 ശതമാനം വീതം ഉയരാൻ തുടങ്ങി. ലൈഫ് ഫണ്ടിലും വളർച്ചയുടെ വേഗത 5.63 ശതമാനത്തിൽനിന്ന് 9.87 ശതമാനമായി ഉയർന്നു.

എന്താണ് 1980 കളിൽ സംഭവിച്ചത്?

ഇൻഷ്വറൻസ് വ്യാപനത്തിന്റെ ഏറ്റവും നിർണ്ണായക ഘടകം രാജ്യത്തിന്റെ മൊത്തം വരുമാനവും അതിന്റെ വിതരണവുമാണ്. ദേശീയവരുമാനം ഉയരുംതോറും ഇൻഷ്വറൻസിന്റെ പ്രാധാന്യവും ഉയരും. സ്വാതന്ത്ര്യത്തിന്റെ ആദ്യ ദശകങ്ങളിൽ ഇന്ത്യയുടെ പ്രതിശീർഷ വരുമാനം വളരെ താഴ്ന്നതായിരുന്നു എന്നുമാത്രമല്ല, ആദ്യ മൂന്നു ദശാബ്ദങ്ങളിൽ ശരാശരി സാമ്പത്തിക വളർച്ചയുടെ വേഗത ഏതാണ്ട് 3.5 ശതമാനം മാത്രമായിരുന്നു. ഭൂരിപക്ഷം ജനങ്ങളും ദാരിദ്ര്യരേഖയ്ക്കു താഴെയായിരുന്നു. ഇതാണ് ആഭ്യന്തര കമ്പോളത്തിന്റെ മുരടിപ്പിനു കാരണം. 1980 കളിൽ ആഭ്യന്തര കമ്പോളത്തിന്റെ പരിമിതിയെ മറികടക്കാൻ കയറ്റുമതി ഉന്മുഖ വികസനതന്ത്രത്തിലേക്ക് ഇന്ത്യ പതുക്കെ നീങ്ങി. ഇറക്കുമതിയുടെ അടിസ്ഥാനത്തിൽ ആഡംബര ഉപഭോഗ ഉൽപ്പന്നങ്ങളുടെ വ്യവസായങ്ങളും ഉയർന്നുവന്നു. അങ്ങനെ 1980-കളിൽ സാമ്പത്തിക വളർച്ചയുടെ വേഗത 5 ശതമാനത്തിലേക്ക് ഉയർന്നു. ഇതിന്റെ പ്രതിഫലനം ഇൻഷ്വറൻസ് വ്യാപനത്തിലും ഉണ്ടായി.

ഇതോടൊപ്പം എൽഐസിയിൽ വരുത്തിയ ഭരണപരമായ പരിഷ്കാരങ്ങൾ ഇൻഷ്വറൻസിന്റെ കാര്യക്ഷമത ഉയർത്തി. എൽഐസിയുടെ പ്രവർത്തനം വളരെ കേന്ദ്രീകൃതമായിരുന്നു, ഭീമവും. എന്നാൽ അതേസമയം വളരെ കേന്ദ്രീകൃതവുമായ കമ്പനി ഘടന ഇൻഷ്വറൻസിന്റെ വളർച്ചയ്ക്കു തടസ്സം നിൽക്കുന്നുവെന്ന കാര്യം അവിതർക്കിതമാണ്. ഈ സ്ഥിതിവിശേഷത്തിന് എന്താണു പരിഹാരമെന്നതു സംബന്ധിച്ച് രണ്ട് വിരുദ്ധസമീപനങ്ങൾ 1960 കൾ മുതൽ ഏറ്റുമുട്ടി.

ഒന്നാമത്തേത്, എൽഐസിയുടെ മേധാവികളിൽ നിന്നും രാഷ്ട്രീയ നേതൃത്വത്തിൽ നിന്നും ഉയർന്നുവന്ന നിർദ്ദേശമാണ്. എൽഐസിയെ അഞ്ച് കമ്പനികളാക്കി വിഭജിക്കണം എന്നാണ് ആ നിർദ്ദേശം. 1969-ലെ മൊറാർക്ക അധ്യക്ഷനായുള്ള കമ്മിറ്റി ചെലവു ചുരുക്കാൻ സോണൽ

ഓഫീസുകൾ വേണ്ടെന്നുവയ്ക്കണമെന്നു നിർദ്ദേശിച്ചു. ഇത് യാഥാർത്ഥ്യബോധം ഒട്ടുമില്ലാത്ത ഒന്നായി കണക്കാക്കപ്പെട്ടു. അധികം താമസിയാതെ മറുകണ്ടം ചാടി സോണുകളുടെ അടിസ്ഥാനത്തിൽ അഞ്ചു കമ്പനികളായി എൽഐസിയെ വിഭജിക്കണമെന്നായി നിർദ്ദേശം. രാജ്യമാസകലം പ്രവർത്തനപരിധിയുമുണ്ടാവും. കമ്പനികൾ തമ്മിലുള്ള മത്സരം മൂലം കാര്യക്ഷമത വർദ്ധിക്കുമെന്നായിരുന്നു വാദം. ലൈഫ് ഇൻഷ്വറൻസ് അഡ്മിനിസ്ട്രേഷനെ സംബന്ധിച്ച വർക്കിംഗ് ഗ്രൂപ്പിന്റെ റിപ്പോർട്ടിൽ (1968 ൽ) ആണ് ഈ വാദം വിശദമായി മുന്നോട്ടുവച്ചത്. ഇതിനെതിരെ ഓൾ ഇന്ത്യ ഇൻഷ്വറൻസ് എംപ്ലോയീസ് അസോസിയേഷൻ അതിശക്തമായി രംഗത്തുവന്നു. എന്നാൽ ഇന്ദിരാ സർക്കാരിനു കീഴിൽ ധനമന്ത്രി വെങ്കിട്ടരാമൻ (1980–82) ഈ നിർദ്ദേശത്തെ പിന്താങ്ങിക്കൊണ്ട് പാർലമെന്റിൽ പ്രസ്താവന നടത്തി. ഇതിനോടുള്ള എതിർപ്പ് ഒരു ദേശീയ രാഷ്ട്രീയപ്രശ്നമാക്കി മാറ്റുന്നതിൽ ട്രേഡ് യൂണിയനുകൾ വിജയിച്ചു. അങ്ങനെയാണ് ഡിഎംകെ നേതാവ് ഏറാ ചെഴിയൻ അദ്ധ്യക്ഷനായി ഒരു റിവ്യു കമ്മിറ്റി രൂപീകരിച്ചത്. ഈ കമ്മിറ്റിയും വിഭജനത്തിനുവേണ്ടി ശക്തമായി വാദിക്കുന്ന റിപ്പോർട്ടാണു സമർപ്പിച്ചത്. എന്നാൽ രാഷ്ട്രീയമായ എതിർപ്പുമൂലം വിഭജനനിർദ്ദേശം നടപ്പാക്കാനായില്ല.

രണ്ടാമത്തെ പുനഃസംഘടനാ നിർദ്ദേശം എൽഐസിയുടെ ഭരണത്തെ വികേന്ദ്രീകരിക്കുക എന്നുള്ളതായിരുന്നു. 'എൽഐസിയുടെ ഓഫീസുകളുടെ പ്രവർത്തനം പുനഃസംഘടിപ്പിക്കുന്നതിനു വേണ്ടിയുള്ള കമ്മിറ്റി'യുടെ മുമ്പാകെ ഓൾ ഇന്ത്യ ഇൻഷ്വറൻസ് എംപ്ലോയീസ് അസോസിയേഷൻ സമർപ്പിച്ച വിശദമായ രേഖയിൽ പറഞ്ഞത് ഇതാണ്. "എൽഐസി രൂപംകൊണ്ട നാൾ മുതൽ പ്രത്യേകിച്ച് കഴിഞ്ഞ പത്തു വർഷക്കാലത്തിനിടയിൽ ആസൂത്രിതമായും തുടർച്ചയായും ബോധപൂർവ്വമായും അധികാരവും ചുമതലകളും വികേന്ദ്രീകരിക്കുന്നതിന്റെ പ്രാധാന്യത്തെക്കുറിച്ച് ഊന്നിപ്പറഞ്ഞിട്ടുണ്ട്." ഇത് ജീവനക്കാരുടെ നിലപാട് അർത്ഥശങ്കയ്ക്ക് ഇടയില്ലാതെ വ്യക്തമാക്കുന്നുണ്ട്. അവസാനം ഗത്യന്തരമില്ലാതെ വികേന്ദ്രീകരണത്തിനുള്ള തന്ത്രപരമായ തീരുമാനം എൽഐസി മാനേജ്മെന്റ് കൈക്കൊണ്ടു. ഇത് എൽഐസിയുടെ ഭാഗധേയങ്ങളെ നിർണ്ണയിക്കുന്നതിൽ സുപ്രധാന സ്വാധീനം ചെലുത്തി.

എൽഐസിയിൽ നാലുതട്ടു ജീവനക്കാരാണ് ഉണ്ടായിരുന്നത്. ക്ലാസ് 1 ഓഫീസർമാർ മാനേജർമാരായിരുന്നു. ക്ലാസ് 2 ഓഫീസർമാർ ഫീൽഡ് ലെവലിൽ ഏജന്റുമാരെയും മറ്റും റിക്രൂട്ട് ചെയ്യുകയും മേൽനോട്ടം വഹിക്കുകയും ചെയ്യും. ക്ലാർക്കുമാർ തുടങ്ങി ഓഫീസ് ജോലികൾ ചെയ്യുന്നവരാണ് ക്ലാസ് 3 ജീവനക്കാർ. ക്ലാസ് 4 ജീവനക്കാർ സബോഡിനേറ്റ് സ്റ്റാഫുകളും. ബിസിനസിന്റെ വർദ്ധനവിന് അനുസരിച്ച് ജീവനക്കാരുടെ എണ്ണം വർദ്ധിക്കുന്നില്ലായെന്നുള്ളത് ട്രേഡ് യൂണിയനുകളുടെ പ്രധാന വിമർശനമായിരുന്നു.

ഇതിനു സമാനമായി നാലുതട്ട് സംഘടനയാണ് എൽഐസിക്ക് ഉണ്ടായിരുന്നത്. മുംബൈയിലായിരുന്നു ഹെഡ്ക്വാർട്ടേഴ്സ്. എല്ലാ കോർ

പ്പറേറ്റ് ലെവൽ പ്രവർത്തനങ്ങളും ഇവിടെയായിരുന്നു – ആസൂത്രണം, നയരൂപീകരണം, പ്രോഡക്ട് ഡെവലപ്പ്മെന്റ്, ഓഡിറ്റ്, ഇൻസ്പെക്ഷൻ, നിക്ഷേപ തീരുമാനങ്ങൾ, നിയമപരമായ നടപടികൾ, പരസ്യം, അന്തർ ദേശീയ ഇടപാടുകൾ, എച്ച്ആർ ഡെവലപ്പ്മെന്റ് തുടങ്ങിയ കോർപ്പറേറ്റ് പ്രവർത്തനങ്ങൾ എല്ലാം ഇവിടം കേന്ദ്രീകരിച്ചായിരുന്നു.

എന്നാൽ ഫീൽഡ് ലെവലിലുള്ള ഏറ്റവും നിർണ്ണായക കണ്ണി അന്നു നിലവിലുണ്ടായിരുന്ന 43 ഡിവിഷൻ ഓഫീസുകളായിരുന്നു. ഇവ യായിരുന്നു ഏറ്റവും തിരക്കുള്ള ഓഫീസുകൾ. ഡിവിഷണൽ മാനേജ രുടെ കീഴിൽ വിവിധ ഡിപ്പാർട്ട്മെന്റുകളിലായി ജോലികൾ വിഭജിച്ചി രുന്നു. പോളിസി ഉടമകളുടെ സർവ്വീസിംഗ് ഡിപ്പാർട്ട്മെന്റ്, പുതിയ ബിസിനസ് ഡിപ്പാർട്ട്മെന്റ്, അക്കൗണ്ട്സ് ഡിപ്പാർട്ട്മെന്റ്, ഡെവലപ്പ് മെന്റ് ഡിപ്പാർട്ട്മെന്റ്, പഞ്ച് കാർഡുകളും മറ്റും കൈകാര്യം ചെയ്തി രുന്ന മെഷീൻ ഡിപ്പാർട്ട്മെന്റ്, പേഴ്സണൽ ആൻഡ് എസ്റ്റാബ്ലിഷ്മെന്റ് ഡിപ്പാർട്ട്മെന്റ്, ലീഗൽ ഡിപ്പാർട്ട്മെന്റ് എന്നിങ്ങനെ ചുമതലകൾ വിഭജി ച്ചിരുന്നു. ബ്രാഞ്ചുകൾ പുതിയ ബിസിനസ് ക്യാൻവാസ് ചെയ്തുകഴി ഞ്ഞാലുള്ള മുഴുവൻ തുടർപ്രവർത്തനങ്ങളും ഡിവിഷൻ ഓഫീസിൽ നിന്നായിരുന്നു. പോളിസി ഉടമയുടെ ഏതു പ്രശ്നത്തിനും ഡിവിഷൻ ഓഫീസിനെ ബന്ധപ്പെടണം. നിയമപ്രകാരം ഇൻഷ്വറൻസ് കമ്പനി സൂക്ഷിക്കേണ്ട മാസ്റ്റർ ലഡ്ജർ ഇവിടെയായിരുന്നു. ഓരോ പോളിസി ഉടമകളുടെയും രേഖകൾ അടങ്ങുന്ന ഡോക്കറ്റുകൾ ഇവിടെയാണു സൂക്ഷിച്ചിരുന്നത്. എൽഐസിയുടെ പ്രവർത്തനങ്ങൾ കൂടുതൽ കൂടു തൽ വിപുലീകൃതമാകുന്തോറും ഡിവിഷൻ ഓഫീസിന്റെ പ്രവർത്ത നങ്ങളും കൂടുതൽ സങ്കീർണ്ണമായി.

ഓരോ ഡിവിഷൻ ഓഫീസിനു കീഴിലും 20–25 ബ്രാഞ്ച് ഓഫീസു കൾ വീതം ഉണ്ടായിരുന്നു. ബ്രാഞ്ച് ഓഫീസുകൾ യഥാർത്ഥത്തിൽ കസ്റ്റമർ ഫ്രണ്ട് ഓഫീസുകൾ മാത്രമായിരുന്നു. ബിസിനസ് പിടിക്കുകയെന്നു ള്ളതല്ലാതെ മറ്റു ചുമതലകൾ ഉണ്ടായിരുന്നില്ല. എല്ലാ രേഖകളും ഡിവിഷ ണൽ ഓഫീസിൽ എത്തിച്ചുകൊടുക്കുന്ന പോസ്റ്റോഫീസ് ഫംങ്ഷനായി രുന്നു ബ്രാഞ്ചുകൾ നിർവ്വഹിച്ചിരുന്നത് എന്നു പറയാം.

ഡിവിഷൻ ഓഫീസിന്റെ പ്രവർത്തനങ്ങളെ ഏകോപിപ്പിക്കുന്ന തിനുവേണ്ടി മുംബൈ, ഡൽഹി, ചെന്നൈ, കൊൽക്കത്ത, കാൺപൂർ എന്നിവിടങ്ങൾ ആസ്ഥാനമാക്കി സോണൽ ഓഫീസുകൾ ഉണ്ടായി രുന്നു. ഈ സോണൽ ഓഫീസുകളുടെ അടിസ്ഥാനത്തിൽ എൽഐസി യെ അഞ്ച് കമ്പനികളാക്കി മാറ്റുന്നതിനായിരുന്നു നിർദ്ദേശം.

ഇതിനെതിരായിട്ടുള്ള പ്രക്ഷോഭത്തെക്കുറിച്ചു സൂചിപ്പിച്ചു കഴിഞ്ഞു വല്ലോ. ഈയൊരു സാഹചര്യത്തിൽ 80 കളുടെ ആദ്യം എൽഐസി യിൽ വലിയൊരു അഴിച്ചുപണി നടന്നു. മുംബൈയിലെ കേന്ദ്ര ഓഫീ സിൽ ഓർഗനൈസേഷൻ ഇംപ്രൂവ്മെന്റ് സെൽ എന്നൊരു കർമ്മസമി തിക്കു മാനേജ്മെന്റ് രൂപംകൊടുത്തു. സമൂലമായ വികേന്ദ്രീകരണം

എൽഐസിയിൽ കൊണ്ടുവരുന്നതിനാവശ്യമായ നടപടികൾ ആവിഷ്കരിക്കുക, ഓഫീസർമാരെ ഇതിനായി തയ്യാറെടുപ്പിക്കുക തുടങ്ങിയവയാണ് ഈ സെല്ലിന്റെ ചുമതല.

ഡിവിഷണൽ ഓഫീസുകൾ കൈകാര്യം ചെയ്തുകൊണ്ടിരുന്ന നല്ലപങ്കു പ്രവർത്തനങ്ങളും ബ്രാഞ്ചുകളിലേക്ക് മാറ്റുകയെന്നുള്ളതായിരുന്നു ഈ പുനഃസംഘടനയുടെ കാതൽ. ബ്രാഞ്ച് മാനേജർ അധ്യക്ഷനായി ബ്രാഞ്ച് മാനേജിംഗ് കമ്മിറ്റിയുണ്ടാക്കി. ആദ്യഘട്ടത്തിൽ കുറച്ച് ആശയക്കുഴപ്പമെല്ലാം ഈ മാറ്റം സൃഷ്ടിച്ചെങ്കിലും അധികം താമസിയാതെ പുതിയ സംവിധാനം ഫലപ്രദമായി നടപ്പാക്കുന്നതിനു കഴിഞ്ഞു. കമാൽജി സാഹായിയുടെ ഗ്രന്ഥത്തിൽ സുദീർഘമായ ഒരു അധ്യായം തന്നെ ഈ മാറ്റങ്ങളും അതിന്റെ ഗുണവശങ്ങളും വിശകലനം ചെയ്യുന്നതിനു മാറ്റിവച്ചിട്ടുണ്ട്.

വികേന്ദ്രീകരണത്തിൽ അധിഷ്ഠിതമായ പുനഃസംഘടനയ്ക്കു ജീവനക്കാർ പിന്തുണ നൽകി. പുതിയ സമ്പ്രദായം കേന്ദ്രീകൃത സമ്പ്രദായത്തിന്റെ ബ്യൂറോക്രാറ്റിക് ചുവപ്പുനാടകൾ ഇല്ലാതാക്കുന്നതിനും പോളിസി ഉടമകൾക്കു കൂടുതൽ മെച്ചപ്പെട്ട സേവനം നൽകുന്നതിനും സഹായിച്ചു. ഓരോ ബ്രാഞ്ചും ലാഭകേന്ദ്രങ്ങളായി മാറിയതോടെ മത്സരബുദ്ധിയോടുകൂടി മാർക്കറ്റിംഗിനുള്ള ഉത്സാഹവും കോർപ്പറേഷനിൽ ഉണ്ടായി.

ഇതോടൊപ്പം പരിഗണിക്കേണ്ടുന്ന മറ്റൊരു മാറ്റമാണ് 1980 കളിൽ പടിപടിയായുണ്ടായ കമ്പ്യൂട്ടറൈസേഷൻ. ഇതിനുള്ള നീക്കങ്ങൾ 1970 കളിൽ തുടങ്ങിയതാണ്. എന്നാൽ ഓട്ടോമേഷനെതിരെ അതിശക്തമായ പ്രക്ഷോഭം അഖിലേന്ത്യാ വ്യാപകമായി നടന്നു. അതോടെ ഇതിനുള്ള നീക്കങ്ങൾ വളരെ മന്ദഗതിയിലായി. എൽഐസിയുടെ കണക്കു സൂക്ഷിപ്പിന്റെ ആധാരം മെഷീൻ ഡിപ്പാർട്ട്മെന്റിനായിരുന്നു. അലുമിനിയം കാർഡുകളിൽ പോളിസി ഉടമകളുടെ വിവരങ്ങൾ പഞ്ച് ചെയ്തു രേഖപ്പെടുത്തി കാലാനുക്രമത്തിൽ ട്രേകളിൽ അടുക്കിവയ്ക്കുകയാണു പതിവ്. അതു പ്രത്യേക മെഷീനുകൾ ഉപയോഗപ്പെടുത്തി കണക്കുകൂട്ടുകയും പ്രീമിയം നോട്ടീസുകളും രസീതുകളും തയ്യാറാക്കുകയും ചെയ്യണമായിരുന്നു. ഇങ്ങനെ മുന്നോട്ടുപോകാനാവില്ലായെന്നതു കൂടുതൽ കൂടുതൽ വ്യക്തമായി. 1981–ൽ യൂണിയനുകൾ തൊഴിൽ നഷ്ടപ്പെടാത്ത വിധത്തിലുള്ള കമ്പ്യൂട്ടറൈസേഷനു പച്ചക്കൊടി വീശി. ഈ കമ്പ്യൂട്ടറൈസേഷനും കോർപ്പറേഷന്റെ കാര്യക്ഷമത ഗണ്യമായി ഉയർത്തുന്നതിനു സഹായിച്ചു.

എൽഐസിയുടെ കാര്യക്ഷമത

നാല് ഇനങ്ങളിലാണ് എൽഐസിയുടെ മൊത്തം ചെലവുകൾ അല്ലെങ്കിൽ ഔട്ട് ഗോ (Out Go). പോളിസി ഉടമയുടെ മരണത്തെത്തുടർന്നോ, പോളിസി മെച്യൂർ ആകുമ്പോഴോ, സറണ്ടർ ചെയ്യുമ്പോഴോ നൽകേണ്ടി

വരുന്ന പോളിസി ബെനഫിറ്റുകളാണ് ഏറ്റവും പ്രധാനപ്പെട്ട ചെലവ്. അത് 55–60 ശതമാനം വരും. മാനേജ്മെന്റ് ചെലവുകളാണ് രണ്ടാമത്തെ ഇനം. അതിൽ കമ്മീഷൻ, ശമ്പളം, അലവൻസുകൾ എന്നിവ ഉൾപ്പെടും. മൂന്നാമത്തേത് മറ്റു ചെലവുകളാണ്. പോളിസി ഉടമകൾക്കു നൽകുന്ന ബോണസും സർക്കാരിനു നൽകുന്ന ഡിവിഡന്റുമാണ് നാലാമത്തേത്.

ചെലവിന്റെ അടിസ്ഥാനത്തിലുള്ള കാര്യക്ഷമതാ സൂചകങ്ങൾ പട്ടിക 3.3 ൽ നൽകിയിട്ടുണ്ട്. ഇതിൽ ഏറ്റവും ശ്രദ്ധേയമായ കാര്യം എൽഐസിയുടെ മൊത്തം ചെലവിൽ മാനേജീരിയൽ ചെലവുകൾ ഗണ്യമായി കുറഞ്ഞുവരുന്ന പ്രവണതയാണ്. 1957–61 കാലത്ത് 42.63 ശതമാനം ആയിരുന്ന മാനേജീരിയൽ ചെലവുകൾ 1993–94 ൽ 32.47 ശതമാനമായി താഴ്ന്നു. മാനേജീരിയൽ ചെലവുകളുടെ പകുതിയിലേറെ ശമ്പളവും ജീവനക്കാരുടെ ആനുകൂല്യങ്ങളുമായിരുന്നു. ഇത് ഏറ്റവും ഉയർന്ന നിലയിലെത്തിയത് 1980–കളുടെ അവസാനത്തോടെയാണ്. എന്നാൽ അതിനുശേഷം തുടർച്ചയായി കുറഞ്ഞു. കമ്പ്യൂട്ടറൈസേഷനും പുനഃസംഘടനയും ഇതിൽ ഒരു പങ്കുവഹിച്ചിട്ടുണ്ട്.

എൽഐസിയുടെ വരുമാനം മുഖ്യമായും പ്രീമിയമാണ്. എൽഐസി നടത്തുന്ന നിക്ഷേപങ്ങളിൽ നിന്നുള്ളതാണ് രണ്ടാമത്തെ വരവിനം. പിന്നെ പലവകയിൽ പ്രധാനപ്പെട്ടത് കെട്ടിടങ്ങളുടെ വാടകയും മറ്റുമാണ്. പട്ടിക 3.3 ൽനിന്നും വ്യക്തമാകുന്നതുപോലെ എൽഐസിയുടെ മൊത്തം വരുമാനത്തിൽ നിക്ഷേപത്തിൽനിന്നുള്ള വരുമാനം തുടർച്ചയായി ഉയർന്നുവരുന്നു. 1957–61 ൽ ഇത് മൊത്തം വരുമാനത്തിന്റെ 15.95 ശതമാനമായിരുന്നത് തുടർച്ചയായി വർദ്ധിച്ച് 1993–94 ൽ 35.01 ശതമാനമായി. ഇതു സൂചിപ്പിക്കുന്നത് ഇൻവെസ്റ്റ്മെന്റിന്റെ വർദ്ധിച്ചുവരുന്ന കാര്യക്ഷമതയാണ്. ആദ്യകാലങ്ങളിൽ കമ്പോള പലിശനിരക്കിനേക്കാൾ വളരെ താഴ്ന്ന പലിശയാണ് സർക്കാർ സെക്യൂരിറ്റികളിലുള്ള നിക്ഷേപങ്ങൾക്കു നൽകിക്കൊണ്ടിരുന്നത്. ഇതു ജീവനക്കാരുടെ സംഘടനകളുടെ നിശിതവിമർശനത്തിനു വിധേയമായി. സർക്കാർ സെക്യൂരിറ്റികളിലുള്ള നിക്ഷേപങ്ങൾക്കു പുറമെ എൽഐസി നിക്ഷേപത്തിന്റെ ഒരുഭാഗം സുരക്ഷാപരിഗണനയും മറ്റും ഉറപ്പുവരുത്തിക്കൊണ്ട് സ്വകാര്യ സ്റ്റോക്കുകളിലും നിക്ഷേപിച്ചുതുടങ്ങി.

1957–61 കാലത്ത് എൽഐസിയുടെ മൊത്തം വരുമാനത്തിന്റെ 28.26 ശതമാനം ചെലവ് അഥവാ ഔട്ട് ഗോ വരുമായിരുന്നു. എന്നാൽ ഇതു തുടർച്ചയായി കുറഞ്ഞ് 1993–94 ൽ 21.28 ശതമാനമായി എന്നതും പട്ടികയിൽനിന്നും വ്യക്തമാണ്.

സാധാരണ വരുമാനത്തിൽനിന്ന് ചെലവു കിഴിച്ചാൽ കിട്ടുന്നതു ലാഭമാണ്. എന്നാൽ എൽഐസിയുടെ കാര്യത്തിൽ ഇങ്ങനെയല്ല കണക്കുകൂട്ടുക. കാരണം പ്രീമിയം അടക്കമുള്ള മൊത്തം വരുമാനത്തിന്റെ 28 ശതമാനമേ ചെലവായുള്ളൂവെങ്കിലും പോളിസികളുടെ ഭാവി ബാധ്യത കോർപ്പറേഷന്റെ ചുമലിലുണ്ടല്ലോ. അതുകൊണ്ട് ലാഭം കണക്കാക്കുക നിലവിലുള്ള പോളിസി ബാധ്യതകളുടെ ആക്ചേറിയൽ വാല്യുവേഷൻ

നടത്തിയാണ്. ഇതാണ് എൽഐസിയുടെ മിച്ചം എന്നുപറയുന്നത്. ഇതിൽ നിന്ന് 5 ശതമാനം സർക്കാരിനു നൽകും. 95 ശതമാനം പോളിസി ഉടമകൾക്കു ബോണസായി വിതരണം ചെയ്യും. ഇപ്രകാരം ആക്ചേറിയൽ വാല്യുവേഷൻ പ്രകാരമുള്ള മിച്ചം മൊത്തം ചെലവിന്റെ ശതമാനമായി കണക്കാക്കുമ്പോഴും തുടർച്ചയായി വർദ്ധിച്ചുവരുന്നു എന്നതും കാണാം. 1957–61 കാലത്ത് ഇതു 0.93 ശതമാനം മാത്രമായിരുന്നു. എന്നാൽ ഇതു പടിപടിയായി വർദ്ധിച്ച് 1982–83/1991–92 കാലത്ത് 1.93 ശതമാനമായി മിച്ചം വർദ്ധിച്ചു. ഇങ്ങനെ മിച്ചം തുടർച്ചയായി വർദ്ധിക്കുന്ന സാഹചര്യത്തിൽ പോളിസി ഉടമകൾക്കു ബോണസായി വിതരണം ചെയ്യുന്ന തുകയിലും തുടർച്ചയായ വർദ്ധനവിന്റെ പ്രവണത ശക്തിപ്പെട്ടുവന്നു.

പട്ടിക 3.3

എൽഐസിയുടെ കാര്യക്ഷമതാ സൂചകങ്ങൾ

സൂചകങ്ങൾ	*1957–61*	*1962–63/ 1971–72*	*1972–73/ 1981–82*	*1982–83/ 1991–92*	*1993–94*
എൽഐസിയുടെ മൊത്തം ചെലവിൽ മാനേജീരിയൽ ചെലവുകളുടെ ശതമാനം	42.63	43.72	40.75	33.29	32.47
വാല്യുവേഷൻ പ്രകാരമുള്ള മിച്ചം മൊത്തം ചെലവിന്റെ ശതമാനമായി	0.93	1.41	1.45	1.93	1.81
മൊത്തം വരുമാനത്തിൽ ചെലവുകളുടെ ശതമാനം	28.26	27.74	26.58	24.07	21.83
റിന്യൂവൽ ചെലവുകളുടെ ശതമാനം	13.92	14.83	15.02	8.69	4.95
മൊത്തം വരുമാനത്തിൽ നിന്ന് ലൈഫ് ഫണ്ടിലേക്ക് കൂട്ടിച്ചേർക്കുന്ന വിഹിതം	44.09	49.70	53.96	54.69	56.98
എൽഐസിയുടെ മൊത്തം വരുമാനത്തിൽ നിക്ഷേപത്തിൽ നിന്നുള്ള ആദായത്തിന്റെ ശതമാനം	15.95	20.31	28.88	35.96	35.01

ഈ ചെലവുകളെല്ലാം കഴിഞ്ഞ് വരുമാനത്തിൽ ബാക്കി വരുന്ന തുക അതു ലൈഫ് ഫണ്ടിലേക്കു കൂട്ടിച്ചേർക്കും. അങ്ങനെ ലൈഫ് ഫണ്ടിലേക്ക് കൂട്ടിച്ചേർക്കുന്ന മൊത്തം വരുമാനത്തിന്റെ വിഹിതവും അനുക്രമമായി വർദ്ധിച്ചുവരുന്നതായി കാണാം. 1957–61 കാലത്ത് ഇത് 44.09 ശതമാനം ആയിരുന്നത് 1993–94–ൽ 56.98 ശതമാനമായി വർദ്ധിച്ചു. ഈ വർദ്ധിച്ചുവരുന്ന ലൈഫ് ഫണ്ട് നിക്ഷേപ വരുമാനത്തിന്റെ വർദ്ധനയുടെ പിന്നിലെ ഒരു ഘടകമാണ്. എൽഐസി വളരെ ഉത്തരവാദിത്വ ബോധത്തോടുകൂടിയാണ് പോളിസി ഉടമകളുടെ പ്രീമിയത്തിൽ നിന്നുള്ള വരുമാനത്തെ കൈകാര്യം ചെയ്യുന്നതെന്നു കാണാം.

ദേശസാൽക്കരണ ലക്ഷ്യങ്ങൾ എത്ര കൈവരിച്ചു?

245 ഇൻഷ്വറൻസ് കമ്പനികൾ ദേശസാൽക്കരിച്ച് എൽഐസിക്കു രൂപം നൽകിയ പശ്ചാത്തലം കഴിഞ്ഞ അധ്യായത്തിൽ വിശദീകരിച്ചുവല്ലോ. രൂപീകരണകാലത്തെ ലക്ഷ്യങ്ങൾ കൈവരിക്കാൻ ആദ്യ മൂന്ന രപ്പതിറ്റാണ്ടിനിടയിൽ എത്രത്തോളം കഴിഞ്ഞു? ഇതു മനസിലാക്കുന്നതിന് പട്ടിക 3.4 ലെ സൂചകങ്ങൾ നമ്മെ സഹായിക്കും. സാധാരണഗതിയിൽ ലൈഫ് ഇൻഷ്വറൻസിന്റെ പുരോഗതിയുടെ അളവുകോലുകളായി എടുക്കുന്ന ചില സൂചകങ്ങൾ താഴെ പട്ടിക 3.4 ൽ കൊടുത്തിരിക്കുന്നു.

ഒന്ന്, ലൈഫ് ഇൻഷ്വറൻസ് കവറേജ്: മൊത്തം ജനസംഖ്യയിൽ വ്യക്തിഗത പോളിസികളുടെ ശതമാനം എത്ര വരുമെന്നുള്ളതാണ് ഈ കണക്ക്. ഒരു വ്യക്തിതന്നെ ഒന്നിലേറെ പോളിസികളെടുക്കാമെന്ന് ഓർക്കേണ്ടതുണ്ട്. അതേസമയം, എല്ലാ അംഗങ്ങളും ലൈഫ് ഇൻഷ്വറൻസ് എടുക്കുമെന്നു പ്രതീക്ഷിക്കാനും വയ്യ. മുഖ്യവരുമാനക്കാരനാണ് സാധാരണഗതിയിൽ ഇൻഷ്വറൻസ് എടുക്കുക. അഥവാ എത്ര ശതമാനം കുടുംബങ്ങൾക്ക് ലൈഫ് ഇൻഷ്വറൻസ് ഉണ്ടെന്നതാണ് കുറച്ചുകൂടി യാഥാർത്ഥ്യബോധത്തോടുകൂടിയുള്ള അളവുകോൽ. ഇങ്ങനെ ഇൻഷ്വർ ചെയ്യാവുന്ന ആളുകളിലെ (Insurable Population) കവറേജ് ഇന്ത്യയിൽ അത്ര കുറവാണെന്നു പറയാനാവില്ല. 1990 കളുടെ ആദ്യം ഇത് 60 ശതമാനത്തോളം വരുമെന്നാണു ചിലർ കണക്കാക്കിയിട്ടുള്ളത്.

രണ്ടാമത്തെ കണക്ക്, ആളോഹരി ലൈഫ് ഇൻഷ്വറൻസ് ആണ്. മൊത്തം അഷ്വർ ചെയ്ത തുകയെ ജനസംഖ്യകൊണ്ടു ഹരിക്കുമ്പോഴാണ് ആളോഹരി ലൈഫ് ഇൻഷ്വറൻസ് കിട്ടുക. ഇന്ത്യയിൽ ഈ തുക താരതമ്യേന വളരെ താഴ്ന്നതാണ്. ആഗോളമായുള്ള ഇൻഷ്വറൻസ് വ്യവസായത്തിന്റെ അനുഭവം രാജ്യത്തെ പ്രതിശീർഷ വരുമാനവും ഇൻഷ്വറൻസും തമ്മിൽ ഗാഢബന്ധമുണ്ട് എന്നതാണ്. ഇന്ത്യയിലെ താഴ്ന്ന പ്രതിശീർഷ വരുമാനം ഇൻഷ്വറൻസിന്റെ വളർച്ചയ്ക്കു തടസ്സമാണ്.

പട്ടിക 3.4
എൽഐസിയുടെ ബിസിനസ് പുരോഗതിയിലെ ചില സൂചകങ്ങൾ

സൂചകങ്ങൾ	1957–61	1962–63/ 1971–72	1972–73/ 1981–82	1982–83/ 1991–92	1993–94
ലൈഫ് ഇൻഷുറൻസ് കവറേജ് (അതായത്, മൊത്തം ജനസംഖ്യയിൽ വ്യക്തിഗത പോളിസികളുടെ ശതമാനം)	1.68	2.48	3.24	4.30	9.86
ആളോഹരി ലൈഫ് ഇൻഷുറൻസ്(രൂപ) (അതായത്, മൊത്തം അഷ്വർ ചെയ്ത തുകയുടെ പ്രതിശീർഷം)	48.49	103.31	308.69	1061.54	2880.24
ലൈഫ് ഇൻഷുറൻസ് പെനട്രേഷൻ (വാർഷിക പ്രീമിയം ജിഡിപിയുടെ ശതമാനമായി)	0.66	0.68	0.74	0.84	1.24
ലൈഫ് ഇൻഷുറൻസ് ഡെൻസിറ്റി (ശരാശരി പ്രതിശീർഷ പ്രീമിയം) രൂപയിൽ	2.19	4.28	10.98	38.71	109.63
ലൈഫ് ഇൻഷുറൻസ് സമ്പാദ്യത്തോത് (മൊത്തം സമ്പാദ്യത്തിൽ ലൈഫ് ഫണ്ടിന്റെ വർദ്ധനയുടെ ശതമാനം)	3.02	3.10	2.86	3.37	5.47
ലൈഫ് ഇൻഷുറൻസിന്റെ ക്യാരിയിങ് കപ്പാസിറ്റി (അതായത്, മൊത്തം അഷ്വർ ചെയ്ത തുകയും ദേശീയവരുമാനവും തമ്മിലുള്ള അനുപാതം)	16.17	19.18	24.83	29.14	41.57

മൂന്ന്, ലൈഫ് ഇൻഷ്വറൻസ് പെനട്രേഷൻ: ഓരോ വർഷവും പിരിക്കുന്ന പ്രീമിയം തുക ജിഡിപിയുടെ എത്ര ശതമാനം വരുമെന്നതിനെയാണ് ലൈഫ് ഇൻഷ്വറൻസ് പെനട്രേഷൻ എന്നു പറയുന്നത്.

നാല്, ലൈഫ് ഇൻഷ്വറൻസ് ഡെൻസിറ്റി: വാർഷിക പ്രീമിയത്തെ ജനസംഖ്യകൊണ്ടു ഹരിക്കുമ്പോൾ കിട്ടുന്ന പ്രതിശീർഷ പ്രീമിയത്തെയാണ് ഇൻഷ്വറൻസ് ഡെൻസിറ്റി എന്നു പറയുന്നത്.

അഞ്ച്, ലൈഫ് ഇൻഷ്വറൻസ് സമ്പാദ്യത്തോത്: ലൈഫ് ഫണ്ടിൽ നിശ്ചിത വർഷം ഉണ്ടായ വർദ്ധന രാജ്യത്തെ മൊത്തം സമ്പാദ്യത്തിന്റെ എത്ര ശതമാനം വരുമെന്നതാണ് ഈ സൂചകം.

ആറ്, ലൈഫ് ഇൻഷ്വറൻസിന്റെ ക്യാരിയിങ് കപ്പാസിറ്റി: മൊത്തം അഷ്വർ ചെയ്ത തുകയും ദേശീയവരുമാനവും തമ്മിലുള്ള അനുപാതമാണിത്. ഇതും പ്രധാനപ്പെട്ടൊരു സൂചകമാണ്.

പട്ടിക 3.4 ലെ കണക്കുകൾ നോക്കിയാൽ ആറ് സൂചകങ്ങളിലും 1982–83 നുശേഷം ശ്രദ്ധേയമായ വർദ്ധന ഉണ്ടായതായി കാണാം.

ഈ സൂചകങ്ങളിലെ പുരോഗതി എപ്രകാരമാണ് ദേശസാൽക്കരണ ലക്ഷ്യങ്ങളെ സാധൂകരിക്കുന്നതെന്നു പരിശോധിക്കാം.

ഒന്ന്) ലൈഫ് ഇൻഷ്വറൻസ് കവറേജിലും ആളോഹരി ലൈഫ് ഇൻഷ്വറൻസ് തുകയിലും 1980 കളിൽ ശ്രദ്ധേയമായ വർദ്ധനയുണ്ടായി. ഇതു രണ്ടുംമൂലം ഇൻഷ്വറൻസ് പെനട്രേഷൻ സൂചിക 1993–94 ആകുമ്പോഴേക്കും 0.84 ൽ നിന്ന് 1.24 ആയി ഉയർന്നു. ലൈഫ് ഇൻഷ്വറൻസ് ഡെൻസിറ്റിയിൽ 70 കളെ അപേക്ഷിച്ച് ഏതാണ്ട് പത്തുമടങ്ങ് വർദ്ധനയാണ് ഉണ്ടാകുന്നത്. ഈ രണ്ടു ഘടകങ്ങളും ചേർന്നപ്പോൾ ഇൻഷ്വറൻസ് വഴിയുള്ള സമ്പാദ്യവും വർദ്ധിക്കാൻ തുടങ്ങി. ലൈഫ് ഇൻഷ്വറൻസ് സമ്പാദ്യ തോത് അതായത് ദേശീയ സമ്പാദ്യത്തിലേക്കു ലൈഫ് ഫണ്ടിന്റെ അസ്സൽ വാർഷിക വർദ്ധനവു വഴിയുണ്ടാകുന്ന സംഭാവന 1957–61 ൽ 3.02 ശതമാനമായിരുന്നു. മറ്റൊരു വിധത്തിൽ പറഞ്ഞാൽ ദേശീയ സമ്പാദ്യത്തിന്റെ 3.02 ശതമാനം ഇൻഷ്വറൻസിൽ നിന്നായിരുന്നു. 1970 കളുടെ അവസാനം വരെ ഇതിൽ പ്രകടമായ വർദ്ധനവ് കാണാനാവില്ല. എന്നാൽ 1980 കളിൽ ഇത് ശരാശരി 3.37 ശതമാനമായി ഉയർന്നു. 1993–94 ൽ 5.47 ശതമാനമായി വീണ്ടും ഉയർന്നു. മറ്റെല്ലാ സൂചികകളും പോലെതന്നെ 1980–കൾക്കുശേഷം ദേശീയ സമ്പാദ്യത്തിലേക്കുള്ള ഇൻഷ്വറൻസ് സംഭാവനയും അടിക്കടി ഉയരാൻ തുടങ്ങി.

ദേശസാൽക്കരണത്തിന്റെ സുപ്രധാന ലക്ഷ്യം ദേശീയസമ്പാദ്യ സ്വരൂപണത്തിൽ ഇൻഷ്വറൻസിനെ ഫലപ്രദമായ ഉപാധിയായി ഉപയോഗപ്പെടുത്തുക എന്നുള്ളതായിരുന്നുവല്ലോ. ദേശീയസമ്പാദ്യ നിരക്ക് 1950–51 ൽ 9 ശതമാനം ആയിരുന്നത് 1991–92 ആയപ്പോഴേക്കും 21.6 ശതമാനമായി ഉയർന്നു. ഇതിൽ ഇൻഷ്വറൻസും സുപ്രധാന പങ്കു വഹിച്ചു.

രണ്ട്) എൽഐസിയുടെ രൂപീകരണത്തിന്റെ മറ്റൊരു ലക്ഷ്യം ഗ്രാമീണ മേഖലയെ ഇൻഷ്വറൻസ് വലയത്തിൽ കൊണ്ടുവരിക എന്നതായിരുന്നു. എൽഐസിയും തുടക്കത്തിൽ സ്വാഭാവികമായും നഗര മേഖലകളിൽ ഒതുങ്ങേണ്ടിവന്നു. ഒന്നാമത്തെ ഘട്ടത്തിൽ പുതിയ പോളിസികളുടെ ശരാശരി 33 ശതമാനം ഗ്രാമീണ മേഖലയിൽ നിന്നാണ് സമാഹരിച്ചിരുന്നത്. എന്നാൽ അവയുടെ പ്രീമിയം തുക വളരെ ചെറുതായിരുന്നു. അതുകൊണ്ട് മൊത്തം അഷ്വർ ചെയ്ത തുകയുടെ ശരാശരി 22 ശതമാനമേ ഗ്രാമീണ മേഖലയിൽ നിന്ന് വന്നിരുന്നുള്ളൂ.

1957 മുതൽ 1983–84 വരെയുള്ള കാലമെടുത്താൽ ഗ്രാമീണ മേഖലയിലെ പുതിയ ഇൻഷ്വറൻസ് പോളിസികൾ 1.6 ശതമാനം വീതമാണ് വർദ്ധിച്ചുകൊണ്ടിരുന്നത്. പുതിയ പോളിസികളിൽ അഷ്വർ ചെയ്ത തുകയെടുത്താൽ നാമമാത്രമായ വർദ്ധനയേ ഉണ്ടായിരുന്നുള്ളൂ. എന്നാൽ 1983–84 മുതൽ 1993–94 വരെയുള്ള കാലയളവിൽ സ്ഥിതിഗതികൾ മാറി. ഗ്രാമീണ മേഖലയിലെ പുതിയ പോളിസികൾ പ്രതിവർഷം 21.62 ശതമാനം വീതം വളർന്നു. പ്രീമിയം തുകയുടെ വലുപ്പവും വർദ്ധിച്ചു. തന്മൂലം ഗ്രാമീണ മേഖലയിലെ പുതിയ പോളിസികളിൽ അഷ്വർ ചെയ്ത തുക 21.15 ശതമാനം വീതം പ്രതിവർഷം വർദ്ധിച്ചു.

മൂന്ന്) അസംഘടിത മേഖലയിലെ തൊഴിലാളികൾ, പാവപ്പെട്ടവർ തുടങ്ങിയവർക്കു വ്യക്തിഗത ഇൻഷ്വറൻസ് എടുക്കുക പ്രയാസകരമായിരിക്കും. ഇവർക്കു വേണ്ടിയാണ് ഗ്രൂപ്പ് ഇൻഷ്വറൻസ് നടപ്പാക്കുന്നത്. 1981–82 ൽ 6.8 ലക്ഷം ആളുകളാണ് പുതിയതായി ഗ്രൂപ്പ് ഇൻഷ്വറൻസിൽ ചേർന്നത്. 1992–93 ൽ ഇവരുടെ എണ്ണം 44 ലക്ഷമായി വർദ്ധിച്ചു. ഇതിന്റെ ഫലമായി പുതിയ പോളിസികളിൽ ഗ്രൂപ്പ് ഇൻഷ്വറൻസിന്റെ ശതമാനം 32–ൽ നിന്ന് 44 ആയി ഉയർന്നു. പുതിയ പോളിസികളിൽ ഇൻഷ്വർ ചെയ്ത തുക ഇതേ കാലയളവിൽ 926 കോടി രൂപയിൽ നിന്ന് 14085 കോടി രൂപയായി വർദ്ധിച്ചു. ഇതിന്റെ ഫലമായി പുതിയ പോളിസികളുടെ ആകെ ഇൻഷ്വറൻസ് തുകയിൽ ഗ്രൂപ്പ് ഇൻഷ്വറൻസിന്റെ വിഹിതം 27 ശതമാനത്തിൽ നിന്ന് 39 ശതമാനമായി ഉയർന്നു.

നാല്) ഇത്തരത്തിൽ സമാഹരിക്കുന്ന സമ്പാദ്യം സാമൂഹ്യ മുൻഗണനകളുടെ അടിസ്ഥാനത്തിൽ നിക്ഷേപത്തിനു ലഭ്യമാക്കുകയെന്നുള്ളതായിരുന്നു ദേശസാൽക്കരണത്തിന്റെ മറ്റൊരു പ്രമുഖ ലക്ഷ്യം. ദേശസാൽക്കരണത്തിനു മുൻപ് ലൈഫ് ഫണ്ടിന്റെ പകുതി മാത്രമേ സർക്കാർ സെക്യൂരിറ്റികളിൽ നിക്ഷേപിക്കേണ്ടിയിരുന്നുള്ളൂ. ബാക്കി ഇൻഷ്വറൻസ് കമ്പനികൾക്ക് ഇഷ്ടംപോലെ നിക്ഷേപിക്കാമായിരുന്നു. ഇവിടെയാണു വലിയ സ്വജനപക്ഷപാതവും അഴിമതിയും നടമാടിയിരുന്നത്. ഈ അരാജകത്വം അവസാനിപ്പിച്ചു. ചുരുക്കിപ്പറഞ്ഞാൽ എൽഐസിയുടെ ലൈഫ് ഫണ്ടിന്റെ 75 ശതമാനവും സർക്കാർ സെക്യൂരിറ്റികളിലോ സാമൂഹ്യമുൻഗണനാ മേഖലകളിലെ പശ്ചാത്തല സൗകര്യങ്ങളിലോ നിക്ഷേപിക്കുന്ന തരത്തിൽ മാറ്റംവന്നു. 25 ശതമാനം

മാത്രമേ സ്വകാര്യ കമ്പനികളുടെ ഓഹരികളിലും കടപ്പത്ര മാർക്കറ്റിലും നിക്ഷേപിക്കാൻ അനുവാദം ഉണ്ടായിരുന്നുള്ളു. അതുതന്നെ നിക്ഷേപക സമിതിയുടെ കർശനമായ മേൽനോട്ടത്തിലാണു നടന്നുകൊണ്ടിരുന്നത്.

എൽഐസിയുടെ ലൈഫ് ഫണ്ട് തുടർച്ചയായി വർദ്ധിച്ചുവന്ന പ്രവണത നാം കണ്ടുവല്ലോ. ലൈഫ് ഇൻഷ്വറൻസിന്റെ പ്രത്യേകത അടയ്ക്കുന്ന പ്രീമിയം നീണ്ടകാലത്തേക്ക് ഇൻഷ്വറൻസ് കമ്പനിയുടെ കൈവശമിരിക്കും എന്നുള്ളതാണ്. അതുകൊണ്ട് ദീർഘകാല അളവിൽ മാത്രം തിരിച്ചടവ് സാധ്യമാകുന്ന പശ്ചാത്തലസൗകര്യങ്ങളിലാണ് എൽഐസിയുടെ ലൈഫ് ഫണ്ടിന്റെ ഗണ്യമായ ഭാഗം നിക്ഷേപിക്കപ്പെട്ടിരുന്നത്. പാർപ്പിടം, കുടിവെള്ളം, ജലസേചനം, റോഡ് തുടങ്ങിയവയുടെ വികസനത്തിൽ എൽഐസി നിർണ്ണായകമായ പങ്കുവഹിച്ചിട്ടുണ്ട്. പഞ്ചവത്സര പദ്ധതിയുടെ വിഭവസമാഹരണത്തിൽ എൽഐസി ഒരു പ്രധാന ഘടകമായിരുന്നു.

എൽഐസിയുടെ പ്രകടനം അന്തർദേശീയ പശ്ചാത്തലത്തിൽ

മേൽപ്പറഞ്ഞ അഭിമാനാർഹമായ പ്രവണതകളെ അംഗീകരിക്കുമ്പോൾത്തന്നെ വികസിത രാജ്യങ്ങളുമായി താരതമ്യപ്പെടുത്തിയാൽ

നമ്മുടെ ഇൻഷ്വറൻസ് മേഖല വളരെ പിന്നോക്കമാണെന്നതാണ് വിമർശകർ മുന്നോട്ടുവയ്ക്കുന്ന വാദം.

പട്ടിക 3.5

ആഗോള ഇൻഷ്വറൻസ് ബിസിനസ് ഒരു താരതമ്യം (2000)

ഭൂഖണ്ഡം	*ആഗോള ഇൻഷ്വറൻസ് കമ്പോളത്തിന്റെ വിഹിതം*	*വാർഷിക പ്രീമിയം ജിഡിപിയുടെ ശതമാനമായി*	*പ്രതിശീർഷ പ്രീമിയം (ഡോളറിൽ)*
അമേരിക്ക	**39.0**	**7.6**	**1165**
വടക്കേ അമേരിക്ക	37.3	8.6	2988
തെക്കേ അമേരിക്ക	1.7	2.1	80
യൂറോപ്പ്	**31.9**	**8.2**	**945**
പശ്ചിമ യൂറോപ്പ് മധ്യ/കിഴക്കൻ	31.2	8.7	1607
യൂറോപ്പ്	0.7	2.5	52
ഏഷ്യ	**26.5**	**7.7**	**180**
ജപ്പാൻ	20.6	10.9	3973
ദക്ഷിണ/കിഴക്കൻ ഏഷ്യ	5.4	4.2	42
മധ്യേഷ്യ	0.4	1.6	36
ആഫ്രിക്ക	**1.0**	**4.1**	**32**
ആസ്ട്രേലിയ	**1.6**	**8.9**	**1316**
ആഗോളം	**100.0**	**7.8**	**405**
വ്യവസായവൽകൃത രാജ്യങ്ങൾ	90.7	9.1	2384
എമർജിംഗ് സമ്പദ്ഘടനകൾ	9.3	3.2	44

ആഗോളമായി പ്രീമിയം തുക ആഗോള ജിഡിപിയുടെ 7.8 ശതമാനം വരും. വ്യവസായവൽകൃത രാജ്യങ്ങളിലാണെങ്കിൽ അത് 9.1 ശതമാനം വരും. ഇന്ത്യയിലാവട്ടെ ഈ തോത് 2.3 ശതമാനമേ വരൂ. ഇന്ത്യയെപ്പോലുള്ള മറ്റ് എമർജിംഗ് സമ്പദ്ഘടനകളുടെ ശരാശരിയായ 3.2 ശതമാനത്തേക്കാൾ താഴെയാണ് ഈ തോത്. പ്രതിശീർഷ പ്രീമിയം എടുത്താലും ഇന്ത്യയുടെ നില ഇതുപോലെ തന്നെ താരതമ്യേന താഴ്ന്നതാണ്.

എന്തുകൊണ്ടാണ് ഈ സ്ഥിതിവിശേഷം? മുകളിൽ കൊടുത്തിരിക്കുന്ന പട്ടികയിലൂടെ കണ്ണോടിച്ചാൽ ദേശീയവരുമാന നിലയും ഇൻഷ്വറൻസ് വളർച്ചയും തമ്മിലുള്ള ബന്ധം വളരെ വ്യക്തമാണ്. വടക്കേ അമേ

രിക്കയും തെക്കേ അമേരിക്കയും തമ്മിലും പശ്ചിമ യൂറോപ്പും കിഴക്കൻ യൂറോപ്പും തമ്മിലും ജപ്പാനും മറ്റ് ഏഷ്യൻ രാജ്യങ്ങൾ തമ്മിലും ഇൻഷ്വറസ് പ്രീമിയവും ജിഡിപിയും തമ്മിലും പ്രതിശീർഷ പ്രീമിയത്തിലുള്ള അന്തരം വളരെ നാടകീയമാണ്. 2000-ങ്ങളിലാണ് ഇന്ത്യയിലെ ദേശീയ വരുമാന വളർച്ചയുടെ ഗതിവേഗം ഗണ്യമായിട്ടുയർന്നത്. അതുകൊണ്ട് ഇന്ത്യയുടെ തോതുകൾ മറ്റ് എമർജിംഗ് സമ്പദ്ഘടനകളേക്കാൾ താഴ്ന്നിരിക്കുന്നതിലും അത്ഭുതത്തിന് അവകാശമില്ല.

എന്നാൽ അടിവരയിടേണ്ടകാര്യം 1980 കളിൽ ഇന്ത്യയിലെ ഇൻഷ്വറൻസ് മേഖലയിലെ വളർച്ചയുടെ ഗതിവേഗം ഗണ്യമായി ഉയർന്നുവെന്നുള്ളതാണ്. ഈ പ്രവണത നിലനിർത്താൻ കഴിഞ്ഞാൽ സമാനമായ രാജ്യങ്ങൾക്കൊപ്പം ഇന്ത്യയിലെ ഇൻഷ്വറൻസ് വളർച്ച എത്തിച്ചേരുമെന്നതും അവിതർക്കിതമാണ്. ഈ പ്രവണതയിൽനിന്നും അടർത്തി യെടുത്ത് എൽഐസിയുടെ പ്രകടനത്തെ വിലയിരുത്തുമ്പോഴാണ് മറ്റു രാജ്യങ്ങൾക്കൊപ്പം എത്താൻ സ്വകാര്യവൽക്കരണം അനിവാര്യമാണെന്ന നിഗമനത്തിലും മറ്റും എത്തിച്ചേരുന്നത്. ഇത്തരം വാദഗതികളുടെ വിശകലനം അടുത്ത അധ്യായത്തിൽ.

4

അമേരിക്കൻ സമ്മർദ്ദവും മൽഹോത്ര കമ്മിറ്റിയും

എൽഐസിയുടെ ചരിത്രത്തിൽ കോർപ്പറേഷന്റെ പ്രവർത്ത നത്തെ വിലയിരുത്തുന്നതിന് ഒട്ടേറെ കമ്മിറ്റികൾ നിയോഗിക്കപ്പെട്ടിട്ടുണ്ട്. അവയെല്ലാംതന്നെ ദേശസാൽക്കരണ ലക്ഷ്യങ്ങൾ എങ്ങനെ കൂടുതൽ ഫലപ്രദമായി കൈവരിക്കാനാകുമെന്നാണു പഠിച്ചത്. 1980-കളിലെ എൽഐസിയുടെ വളർച്ചയുടെ ഗതിവേഗത്തിന് ഈ റിപ്പോർട്ടുകളും സഹായിച്ചിട്ടുണ്ട്. എന്നാൽ മൽഹോത്ര കമ്മിറ്റി അവയിൽ നിന്നെല്ലാം വ്യത്യസ്തമായ ഒന്നായിരുന്നു. എൽഐസിയുടെ സ്വകാര്യവൽക്കരണം ലക്ഷ്യമിട്ടുകൊണ്ടുള്ളതായിരുന്നു 1993 ൽ രൂപീകരിച്ച മൽഹോത്ര കമ്മിറ്റി.

റാം നാരായൺ മൽഹോത്ര 1985-90 കാലത്ത് റിസർവ്വ് ബാങ്കിന്റെ ഗവർണ്ണർ ആയിരുന്നു. അതിനുമുമ്പ് അദ്ദേഹം ഐഎംഎഫിന്റെ എക്സിക്യൂട്ടീവ് ഡയറക്ടർമാരിൽ ഒരാളായിരുന്നു. 1980-81 ൽ ഇന്ത്യാ സർക്കാരിന്റെ ഫിനാൻസ് സെക്രട്ടറിയായിരുന്നു. 1993 ഏപ്രിൽ മാസ ത്തിലാണ് എൽഐസി സ്വകാര്യവൽക്കരണ ലക്ഷ്യത്തോടു കൂടിയുള്ള കമ്മിറ്റി രൂപീകരിക്കപ്പെട്ടതും അദ്ദേഹം ഈ സമിതിയുടെ തലവനായി ചുമതലയേറ്റെടുത്തതും. മൽഹോത്ര കമ്മിറ്റി 1994 ജനുവരി മാസത്തിൽ തന്നെ റിപ്പോർട്ട് സമർപ്പിക്കുകയും ചെയ്തു. കൃത്യമായ അജൻഡ യോടെയുള്ള കമ്മിറ്റിയായിരുന്നു അതെന്ന് റിപ്പോർട്ട് സൂക്ഷ്മമായി വില യിരുത്തുന്ന ഏതൊരാൾക്കും വ്യക്തമാകും. വിശകലനവുമായി പ്രത്യ ക്ഷബന്ധം കണ്ടെത്താൻ കഴിയാത്ത സുപ്രധാന ശുപാർശകൾ ഈ റിപ്പോർട്ടിൽ കാണാം. പൊടുന്നനെ അവ ശുപാർശകളുടെ പട്ടികയിൽ പ്രത്യക്ഷപ്പെടുകയാണ്. അതിനെക്കുറിച്ച് കൂടുതൽ വിശദമായി പിന്നീട് പറയാം. തുടക്കം സൂപ്പർ 301 ൽ നിന്ന് ആയിരുന്നുവെന്നുവേണം വില യിരുത്താൻ.

എന്താണ് സൂപ്പർ 301?

1988 ൽ അമേരിക്കയിൽ നിലവിലുണ്ടായിരുന്ന വ്യാപാരനിയമത്തിന്റെ (Omnibus Foreign Trade and Competitiveness Act of 1988) 301–ാം വകുപ്പ് ഭേദഗതി ചെയ്തു. അതുപ്രകാരം അമേരിക്കൻ കയറ്റുമതിക്കും പേറ്റന്റിനും മറ്റു ബൗദ്ധികസ്വത്ത് അവകാശങ്ങൾക്കും തടസ്സം സൃഷ്ടിക്കുന്ന രാജ്യങ്ങളെക്കുറിച്ച് അമേരിക്കൻ വ്യാപാര പ്രതിനിധി എല്ലാ വർഷവും അമേരിക്കൻ പ്രസിഡന്റിനു റിപ്പോർട്ട് നൽകണം. നിയന്ത്രണങ്ങളുടെ കാഠിന്യം അനുസരിച്ച് രാജ്യങ്ങളെ മൂന്നായി തരംതിരിക്കും. മേൽപ്പറഞ്ഞ അമേരിക്കൻ താൽപ്പര്യങ്ങൾക്കെതിരെ ഏറ്റവും ഗൗരവമായ നിയന്ത്രണങ്ങളുള്ള രാജ്യങ്ങളെ 'Priority Watch List'ൽ ഉൾപ്പെടുത്തും. അമേരിക്കയുമായി ചർച്ച നടത്തി സമയബന്ധിതമായി മാറ്റങ്ങൾ വരുത്താത്ത Priority Watch List രാജ്യങ്ങളുടെമേൽ ഉപരോധമടക്കം നടപടികൾ സ്വീകരിക്കാൻ അമേരിക്കൻ പ്രസിഡന്റിന് ഈ നിയമം അധികാരം നൽകുന്നു.

ഈ പുതിയ നിയമത്തിന്റെ ആദ്യ ഇരകളിലൊന്ന് ഇന്ത്യയായിരുന്നു. 1989 ലെ പട്ടികയിൽ ബ്രസീൽ, ജപ്പാൻ, ഇന്ത്യ എന്നീ രാജ്യങ്ങളെയാണ് ഉൾപ്പെടുത്തിയത്. ഇവരോടൊപ്പം ഇന്ത്യയെ കൂട്ടിക്കെട്ടിയത് പലരെയും അത്ഭുതപ്പെടുത്തി. ഇന്ത്യ–അമേരിക്കൻ വ്യാപാരത്തിൽ അമേരിക്കയ്ക്ക് 67 കോടി ഡോളറിന്റെ കമ്മി മാത്രമേ ഉണ്ടായിരുന്നുള്ളൂ. ജപ്പാനുമായുള്ള അമേരിക്കൻ വ്യാപാരക്കമ്മി 5520 കോടി ഡോളറായിരുന്നു. അമേരിക്കയുടെ മൊത്തം വ്യാപാരക്കമ്മിയായ 12000 കോടി ഡോളറിന്റെ 0.5 ശതമാനം മാത്രമാണ് ഇന്ത്യ–അമേരിക്കൻ വ്യാപാരത്തിന്റെ പങ്ക്. ജപ്പാന്റെ കമ്മിയാവട്ടെ അമേരിക്കൽ വ്യാപാരക്കമ്മിയുടെ ഏതാണ്ട് പകുതി വരും. എന്നിട്ടും അധികം താമസിയാതെ ജപ്പാനും ബ്രസീലും ഒത്തുതീർപ്പിലെത്തി. എന്നാൽ ഇന്ത്യൻ പ്രധാനമന്ത്രി വി പി സിംഗ് അമേരിക്കൻ ഭീഷണിയെ പരസ്യമായി തള്ളിപ്പറഞ്ഞു. അപ്പോഴാണ് അമേരിക്കൻ വ്യാപാര പ്രതിനിധിയായ കാർല ഹിൽസ് ഇന്ത്യയ്ക്കെതിരെ ഉപരോധ ഭീഷണി ഉയർത്തിയത്. ഇന്ത്യൻ സേവനമേഖലയിലെ അമേരിക്കൻ താൽപ്പര്യങ്ങൾക്കെതിരായ നിയന്ത്രണങ്ങൾ അവർ എടുത്തുപറഞ്ഞു.

"ഞങ്ങൾ ഇന്ത്യൻ ഇൻഷ്വറൻസ് വ്യവസായത്തെ ബലം ഉപയോഗിച്ചു തുറക്കും" (We will force open Indian insurance industry) 1989 ൽ അമേരിക്കൻ വ്യാപാര പ്രതിനിധിയായ കാർല ഹിൽസ് നടത്തിയ പ്രഖ്യാപനം അധികമാരും ഇന്ന് ഓർക്കുന്നുണ്ടാവില്ല. അന്ന് അമേരിക്കയുടെ സൂപ്പർ 301 ഭീഷണി ഏറ്റവും വലിയ രാഷ്ട്രീയ പ്രശ്നമായിരുന്നു. അവർ ഇന്ത്യയ്ക്ക് അന്ത്യശാസനവും നൽകി. 1990 ജൂൺ 16 നകം ഇന്ത്യ ഈ നിയന്ത്രണങ്ങളിൽ തിരുത്തൽ വരുത്തിക്കൊള്ളണം.

വി പി സിംഗ് സർക്കാർ എതിർത്തുനിന്നു. എന്നാൽ അണിയറയിൽ രാജ്യത്തിന്റെ ഇച്ഛാശക്തി ഇല്ലാതാക്കുന്നതിനുള്ള ഒത്തുതീർപ്പു നടപടി

കൾ ഉദ്യോഗസ്ഥതലത്തിൽ ആരംഭിച്ചു. ഇന്ത്യയുടെ അംബാസിഡർ ഡോ. കരൺ സിംഗ് ആയിരുന്നു ഇതിലെ പ്രമുഖൻ. അമേരിക്ക ഉപരോധ ഭീഷണി ഉയർത്തിയതിനായിരുന്നില്ല കരൺ സിംഗിന്റെ പ്രതിഷേധം. അമേരിക്ക ആവശ്യപ്പെട്ട മാറ്റങ്ങൾ കൊണ്ടുവരുവാൻ ശ്രമിക്കുന്ന വേളയിൽ ഭീഷണിപ്പെടുത്തിയതായിരുന്നു അദ്ദേഹത്തിന്റെ സങ്കടം.

മാവലങ്കാർ ഹാളിൽ ദേശീയ ട്രേഡ് യൂണിയനുകൾ വിളിച്ചു ചേർത്ത സൂപ്പർ 301 വിരുദ്ധ കൺവെൻഷൻ ഉദ്ഘാടനം ചെയ്തുകൊണ്ട് ഡോ. അശോക് മിത്ര ഡോ. കരൺ സിംഗിനെ പേരെടുത്തു വിമർശിച്ചു. “ഈ മാന്യൻ രാജ്യത്തിന്റെ വ്യവസായ – വിദേശ വ്യാപാര വിനിമയ നയങ്ങളെ പരസ്യമായി അധിക്ഷേപിക്കുകയാണ്. കേട്ടാൽ തോന്നുക ഇന്ത്യയിലെ അമേരിക്കൻ അംബാസിഡറാണ് അദ്ദേഹം എന്നാണ്. ഇതൊക്കെ കഴിഞ്ഞിട്ടും അദ്ദേഹമാണ് ഗാട്ടിൽ ഇന്ത്യയെ പ്രതിനിധീകരിക്കുന്നത്.”

സൂപ്പർ 301 നെക്കുറിച്ചു പരാമർശിക്കാതെ ഇന്ത്യാ സർക്കാർ അമേരിക്ക ആവശ്യപ്പെട്ട പലതും സ്വമേധയായെന്ന മട്ടിൽ ചെയ്തുതുടങ്ങി. ഇറക്കുമതി ചുങ്കം 30 ശതമാനം കുറയ്ക്കാൻ ഇന്ത്യ ഗാട്ട് ചർച്ചകളിൽ സമ്മതംമൂളി. ഇന്ത്യയിലെ പേറ്റന്റ് നിയമം ഭേദഗതി ചെയ്യുന്നതിനെക്കുറിച്ച് അസോച്ചാം എന്ന വ്യവസായ സംഘടനതന്നെ ചർച്ചകൾ തുടങ്ങിവച്ചു. വീണ്ടും മറ്റൊരു 30 ശതമാനവുംകൂടി ചുങ്കം കുറയ്ക്കാൻ സമ്മതിച്ചു. ഇങ്ങനെ ഗാട്ട് ചർച്ചകളിൽ ഇന്ത്യ നിലപാട് മയപ്പെടുത്തി. അമേരിക്ക അന്ത്യശാസനം നീട്ടിവച്ചു.

വി പി സിംഗ് സർക്കാർ മാറിയതോടെ ഇന്ത്യാ സർക്കാർ അമേരിക്കയുമായി രഹസ്യധാരണയിലെത്തി. അങ്ങനെയാണ് കേന്ദ്രസർക്കാരിലെ ബാങ്കിംഗ് അഡീഷണൽ സെക്രട്ടറി ജയഭാരത് റെഡ്ഡി അധ്യക്ഷനായി ഒരു സമിതിയെവച്ചത്. അമേരിക്കയെ അനുനയിപ്പിക്കാനുള്ള ഒരു നീക്കമായിരുന്നു അത്. ഡങ്കൽ കരട് റിപ്പോർട്ട് ചർച്ചകളിൽ ഇന്ത്യ സ്വീകരിച്ചുവന്നിരുന്ന നിലപാടുകളിൽ വെള്ളംചേർക്കാനും തുടങ്ങി. ഇൻഷുറൻസ് മേഖല വിദേശകമ്പനികൾ അടക്കമുള്ളവർക്കു തുറന്നു കൊടുക്കാനുള്ള നിർദ്ദേശത്തെക്കുറിച്ച് ഒരു പ്രത്യേക കമ്മിറ്റിയെ നിയോഗിച്ച് പഠിക്കണമെന്നു ജയഭാരത് റെഡ്ഡി കമ്മിറ്റി റിപ്പോർട്ട് ശുപാർശ ചെയ്തു. ഇതിന്റെ അടിസ്ഥാനത്തിലാണ് മൽഹോത്ര കമ്മിറ്റി നിയോഗിക്കപ്പെട്ടത്.

ഉറുഗ്വേ റൗണ്ട് ചർച്ചകളും ലോകവ്യാപാര സംഘടനയും

പുതിയ ലോകവ്യാപാര കരാറിനുവേണ്ടി 1986 ൽ ആരംഭിച്ച ഗാട്ട് ചർച്ചകളുടെ പശ്ചാത്തലത്തിലാണ് സൂപ്പർ 301 ഉപയോഗിച്ച് അമേരിക്ക ഇന്ത്യയെ ഭീഷണിപ്പെടുത്തിയത്. ഇതിനുമുമ്പ് ഏഴുവട്ടം ഇതുപോലുള്ള ചർച്ചകൾ നടന്നിട്ടുണ്ട്. ഇതിന്റെ അടിസ്ഥാനത്തിൽ വിദേശവ്യാപാരത്തിന്മേലുള്ള ചുങ്കവും മറ്റു നിയന്ത്രണങ്ങളും പടിപടിയായി കുറച്ചുകൊണ്ടു

വരുന്നതിനുള്ള തീരുമാനങ്ങൾ എടുക്കുകയും ഗാട്ട് കരാർ പുതുക്കുകയും ചെയ്തിരുന്നു. എന്നാൽ എട്ടാം റൗണ്ടായപ്പോൾ ചരക്കു വ്യാപാരത്തിനുപുറമേ സേവനങ്ങളുടെ വ്യാപാരം, വിദേശമൂലധനനിക്ഷേപം, പേറ്റന്റ് തുടങ്ങിയ ബൗദ്ധിക സ്വത്ത് അവകാശങ്ങൾ എന്നിവ കൂടി വ്യാപാര ചർച്ചകളിൽ ഉൾപ്പെടുത്തണമെന്ന് അമേരിക്കയുടെ നേതൃത്വത്തിൽ വികസിതരാജ്യങ്ങൾ ആവശ്യപ്പെട്ടു. ഇവയ്ക്കെല്ലാം വെവ്വേറെ അന്തർദേശീയ കരാറുകളാണ് ഉണ്ടായിരുന്നത്. എന്നാൽ ഇവയെല്ലാം വ്യാപാരവുമായി ബന്ധപ്പെട്ടതാണെന്നും വ്യാപാര കരാറിന്റെ ഭാഗമായി ഇവ ചർച്ച ചെയ്യപ്പെടണമെന്നും വികസിത രാജ്യങ്ങൾ ആവശ്യപ്പെട്ടതിനു പ്രത്യേക ഉന്നം ഉണ്ടായിരുന്നു.

മൂന്നാംലോക രാജ്യങ്ങൾക്ക് വിദേശവ്യാപാരം പ്രധാനമാണ്. അതുകൊണ്ട് വ്യാപാരക്കരാർ ലംഘനത്തിന് ഉപരോധം ഏർപ്പെടുത്തിയാൽ വേഗം വഴങ്ങും. എന്നാൽ നിക്ഷേപം, സേവനം, പേറ്റന്റ് തുടങ്ങിയ മേഖലകളിൽ ഉപരോധം ഏർപ്പെടുത്തിയാലും മൂന്നാംലോക രാജ്യങ്ങൾക്ക് വലിയ നഷ്ടംവരില്ല. അതുകൊണ്ട് ആ മേഖലകളിലെ കരാറുകൾ നടപ്പാക്കുന്നതിനു വളരെ ബുദ്ധിമുട്ടായിരുന്നു. അതേസമയം ഇവയെല്ലാം വ്യാപാര കരാറിന്റെ ഭാഗമാക്കിയാൽ പേറ്റന്റ് ലംഘിച്ചാൽ ആ രാജ്യത്തിന്റെ കയറ്റുമതിക്ക് ഉപരോധം ഏർപ്പെടുത്താൻ കഴിയും. മൂന്നാംലോക രാജ്യങ്ങളെ ചൊൽപ്പടിക്കു നിർത്താനാകും. ഇതായിരുന്നു ലക്ഷ്യം.

ഇന്ത്യ അടക്കമുള്ള അവികസിത രാജ്യങ്ങൾ ഈ നിർദ്ദേശങ്ങളെ അടിമുടി എതിർത്തു. അങ്ങനെ 86-ൽ തുടങ്ങിയ ചർച്ചകൾ അനന്തമായി നീണ്ടുപോയി. ഇന്ത്യയെ മെരുക്കുന്നതിനാണ് അമേരിക്ക സൂപ്പർ 301 ഭീഷണി മുഴക്കിയത്. 1991 ൽ ഗാട്ടിന്റെ ഡയറക്ടർ ജനറൽ ആയിരുന്ന ആർതർ ഡങ്കൽ അഭിപ്രായവ്യത്യാസങ്ങൾ പരമാവധി കുറച്ചുകൊണ്ടുവരാൻ കഴിയുന്ന ഒരു കരട് എഗ്രിമെന്റ് രേഖ മുന്നോട്ടുവച്ചു. ഈ ഡങ്കൽ ഡ്രാഫ്റ്റിനെതിരെ ഇന്ത്യയിൽ ശക്തമായ പ്രതിഷേധം ഉയർന്നു.

എന്നാൽ 1991-ൽ നരസിംഹ റാവു സർക്കാർ ഐഎംഎഫുമായി വായ്പാ കരാറിൽ ഒപ്പുവച്ചതോടെ ഗാട്ട് ചർച്ചകളിൽ ഇന്ത്യയുടെ നിലപാടുകൾ ദുർബലമായി. 1991 ഒക്ടോബറിൽ സാക്ഷാൽ കാർല ഹിൽസുതന്നെ ഡൽഹി സന്ദർശിച്ചു. സോവിയറ്റ് യൂണിയന്റെ പതനത്തോടെ മൂന്നാംലോക രാജ്യങ്ങളുടെ യോജിച്ചുള്ള നിലപാടുകളും ദുർബലമായി. അങ്ങനെ 1995 ൽ ലോകവ്യാപാര കരാർ ഒപ്പിട്ടു. ഐഎംഎഫും ലോകബാങ്കുംപോലെ ലോകവ്യാപാര സംഘടന നിലവിൽവന്നു.

ലോകവ്യാപാര സംഘടനയ്ക്കുകീഴിൽ ഇൻഷ്വറൻസ് മേഖലയുമായി ബന്ധപ്പെട്ട രണ്ടു പ്രധാന കരാറുകൾ ഉണ്ട്. ആദ്യത്തേത്, സേവനങ്ങൾ സംബന്ധിച്ചുള്ളതാണ്. 'സേവന വ്യാപാരത്തിനായുള്ള പൊതു ഉടമ്പടി' അഥവാ GATS (General Agreement on Trade in Services). വിമാന ഗതാഗതം, ഷിപ്പിംഗ്, വിദ്യാഭ്യാസം, ആരോഗ്യം, മാധ്യമങ്ങൾ, ഇൻഷ്വറൻസ് അടക്കമുള്ള സേവനങ്ങൾ എല്ലാം ഈ കരാറിൽ

ഉൾപ്പെടും. എന്നാൽ, സാന്ദർഭികമായി പറയട്ടെ, മനുഷ്യസേവനങ്ങൾ അഥവാ കുടിയേറ്റം വഴിയുള്ള തൊഴിലുകൾ ഈ കരാറിൽ ഉൾപ്പെടില്ല. എല്ലാറ്റിനും രാജ്യാതിർത്തികൾ കടന്നുവിഹരിക്കാം. എന്നാൽ തൊഴിലെടുക്കുന്നവർക്കുമാത്രം ഈ അവകാശം ഇല്ല. അതിനെ സ്വതന്ത്രമായി വിഹരിക്കാൻ വിട്ടില്ല.

ഈ കരാറിന്റെ അടിസ്ഥാനത്തിൽ വിദേശ ഇൻഷ്വറൻസ് കമ്പനികൾക്ക് ആഭ്യന്തര കമ്പോളങ്ങൾ തുറന്നുകൊടുക്കണം. അങ്ങനെ നമ്മുടെ രാജ്യത്തു പ്രവർത്തിക്കാൻ വരുന്ന കമ്പനികളോടു വിവേചനം പാടില്ല. നമ്മുടെ ആഭ്യന്തര കമ്പനികൾക്കുള്ള അവകാശങ്ങളെല്ലാം അവയ്ക്കുമുണ്ടാവണം. ഒറ്റയടിക്കല്ല, പടിപടിയായി ഈ ലക്ഷ്യത്തിലേക്കു നീങ്ങുന്നതിനുള്ള ഉറപ്പ് ഈ കരാർ വഴി ഇന്ത്യ ലോകവ്യാപാര സംഘടനയ്ക്ക് നൽകി.

ഇൻഷ്വറൻസുമായി ബന്ധപ്പെട്ട മറ്റൊരു കരാർ 'വ്യാപാരവുമായി ബന്ധപ്പെട്ട നിക്ഷേപ നടപടികളുടെ കരാർ' അഥവാ TRIMS (Trade Related Investment Measures) ആണ്. ബഹുരാഷ്ട്ര കുത്തകകളെ നിയന്ത്രിക്കുന്നതിനു രാജ്യങ്ങളുടെ അവകാശം ദുർബലമാക്കുന്നതാണ് ട്രിംസ്. ഇതിന്റെ അടിസ്ഥാനത്തിൽ വിദേശനിക്ഷേപത്തിനു ബാങ്ക്, ഇൻഷ്വറൻസ്, സ്റ്റോക്ക് എക്സ്ചേഞ്ച് തുടങ്ങിയ ധനകാര്യത്തുറകൾ തുറന്നുകൊടുത്തേ മതിയാകൂ. വിദേശമൂലധനത്തിനു സ്വതന്ത്രമായി ഒരു രാജ്യത്തേക്കു കടന്നുവരാനും പുറത്തുപോകുവാനുമുള്ള സ്വാതന്ത്ര്യം നൽകണം. വിദേശവ്യാപാരംപോലെ വിദേശ പണമിടപാടുകളും സ്വതന്ത്രമാവണം.

ആഗോള ഇൻഷ്വറൻസ് കമ്പോളം രണ്ടുലക്ഷം കോടി ഡോളർ വരും. ഇതിന്റെ 37 ശതമാനം വടക്കേ അമേരിക്കയാണെന്നു കഴിഞ്ഞ അധ്യായത്തിന്റെ അവസാനം കണ്ടു. 89 ശതമാനം ബിസിനസും വികസിതരാജ്യങ്ങളിലാണ്. ഇന്ത്യ, ബ്രസീൽ, റഷ്യ, ചൈന, ദക്ഷിണാഫ്രിക്ക തുടങ്ങിയ എമർജിംഗ് സമ്പദ്ഘടനകളുടെ ഇൻഷ്വറൻസ് വിഹിതം ഇന്നും 10 ശതമാനത്തിൽ താഴെയാണ്. എന്നാൽ ഈ കമ്പോളങ്ങൾ അതിവേഗത്തിൽ വികസിക്കുമെന്നാണ് കണക്കാക്കപ്പെടുന്നത്. ഈ കമ്പോളം കൈവശപ്പെടുത്തുന്നതിന് ആഗോള ഇൻഷ്വറൻസ് കമ്പനികൾ തയ്യാറെടുക്കുകയാണ്.

നരസിംഹം കമ്മിറ്റി റിപ്പോർട്ട്

1991 ലെ ഐഎംഎഫ് വായ്പാക്കരാറിനെത്തുടർന്ന് രണ്ടാം അധ്യായത്തിൽ പരാമർശിച്ച സാമ്പത്തികനയ ചട്ടക്കൂട് ആകെ പൊളിച്ചെഴുതപ്പെട്ടു. ഇറക്കുമതി നിയന്ത്രിക്കുന്നതിനുപകരം കൂടുതൽ ഉദാരമാക്കി. എല്ലാ മേഖലകളിലെയും നിയന്ത്രണങ്ങൾ പടിപടിയായി ദുർബലമാക്കി. കമ്പോളത്തിനു കൂടുതൽ സ്വാതന്ത്ര്യം നൽകി. പൊതുമേഖലയ്ക്കുള്ള കുത്തക ഏതാനും മേഖലയൊഴികെ മറ്റുതുറകളിൽ ഇല്ലാതാക്കപ്പെട്ടു.

ലൈസൻസിംഗ് സമ്പ്രദായം അവസാനിപ്പിച്ചു. അതുപോലെതന്നെ വില നിയന്ത്രണങ്ങളും. നഷ്ടത്തിലോടുന്ന പൊതുമേഖല സ്വകാര്യവൽക്കരിക്കാനും ലാഭത്തിലുള്ളവയുടെ ഒരു ഭാഗം ഓഹരി കമ്പോളത്തിൽ വിൽക്കാനും തീരുമാനമായി.

ഈ നടപടികൾക്കനുസൃതമായി ബാങ്കിംഗ് മേഖലയിലും ഇൻഷുറൻസ് മേഖലയിലും എന്തെല്ലാം പരിഷ്കാരങ്ങൾ വരുത്തണമെന്നതിനെക്കുറിച്ചു നിർദ്ദേശിക്കാൻ രണ്ട് മുൻറിസർവ്വ് ബാങ്ക് ഗവർണ്ണർമാരെ കമ്മീഷനുകളായി നിയോഗിച്ചു. നരസിംഹം കമ്മിറ്റിയും മൽഹോത്ര കമ്മിറ്റിയും.

ബാങ്കിംഗ് മേഖലയെക്കുറിച്ചു പഠിക്കാൻ നിയോഗിക്കപ്പെട്ട നരസിംഹം കമ്മിറ്റി റിപ്പോർട്ടിനെക്കുറിച്ച് ആദ്യം ചുരുക്കമായി പരിശോധിക്കാം.

എൽഐസിയുടെ കാര്യത്തിൽ നാം കണ്ടതുപോലെ ബാങ്കിംഗ് മേഖലയിലും 1969 ലെ ദേശസാൽക്കരണത്തെത്തുടർന്ന് സമൂലമായ മാറ്റങ്ങളും സാമൂഹ്യനേട്ടങ്ങളും കൈവരിക്കാൻ കഴിഞ്ഞു.

ഒന്ന്) ഇന്ത്യൻ ബാങ്കിംഗ് മേഖല സുരക്ഷിതമായി. 1947–നും 1961–നും ഇടയ്ക്ക് 681 ബാങ്കുകൾ പൊളിഞ്ഞു. 1969–നുശേഷം 36 ബാങ്കുകൾ തകർച്ചയുടെ വക്കിലെത്തിയെങ്കിലും അവയിൽ ഭൂരിപക്ഷത്തെയും പൊതുമേഖലാ ബാങ്കുകൾ ഏറ്റെടുത്തു രക്ഷപ്പെടുത്തി.

രണ്ട്) ദേശസാൽക്കരണത്തിനു മുമ്പുള്ള 18 വർഷക്കാലത്ത് ബാങ്കുകളുടെ ബ്രാഞ്ചുകൾ ഇരട്ടിയായി വർദ്ധിച്ചപ്പോൾ തുടർന്നുള്ള 18 വർഷക്കാലത്തിനിടയിൽ അഞ്ചര മടങ്ങാണ് വർദ്ധിച്ചത്. ബാങ്കിംഗ് സേവനങ്ങൾ ഗ്രാമീണ മേഖലയിലേക്ക് വ്യാപിച്ചു. ഗ്രാമീണ ബ്രാഞ്ചുകൾ 22 ശതമാനത്തിൽ നിന്ന് 37 ശതമാനമായി ഉയർന്നു.

മൂന്ന്) 1969–ൽ ബാങ്ക് വായ്പയിൽ കൃഷിയുടെ വിഹിതം 5.4 ശതമാനമായിരുന്നു. ഇത് 30 ശതമാനമായി ഉയർന്നു. കൃഷി, ചെറുകിട വ്യവസായം, ദുർബല വിഭാഗങ്ങൾ തുടങ്ങിയ മുൻഗണനാ മേഖലകൾ നിശ്ചയിച്ച് നിശ്ചിത ശതമാനം വായ്പകൾ അവയ്ക്കു നൽകണമെന്നുള്ള വ്യവസ്ഥ വന്നു. 1969–ൽ മുൻഗണനാ മേഖലകളുടെ വിഹിതം 14.6 ശതമാനം ആയിരുന്നത് 2014–ൽ 39 ശതമാനമായി ഉയർന്നു.

നാല്) ഏറ്റവും പ്രധാനപ്പെട്ടകാര്യം രാജ്യത്തിന്റെ സമ്പാദ്യനിരക്ക് ഉയർന്നുവെന്നതാണ്. 1951 ആദ്യം ഇത് 10 ശതമാനത്തിൽ താഴെയായിരുന്നു. 1971 ൽ ഇത് 21 ശതമാനമായി. 2004 ൽ ഇത് 37 ശതമാനമായി റെക്കോർഡ് നിലയിലെത്തി.

അഞ്ച്) ബാങ്കുകളുടെ വായ്പ വികസനാവശ്യങ്ങൾക്കനുസരിച്ച് ഉയർത്താൻ കഴിഞ്ഞു. ഈ വായ്പയിൽ സർക്കാർ ബോണ്ടുകളിലുള്ള നിക്ഷേപം ഗണ്യമായിട്ടുയർന്നു. സർക്കാരിന്റെ പശ്ചാത്തലസൗകര്യ നിക്ഷേപം ഏതാണ്ട് പൂർണ്ണമായും ബാങ്ക് വായ്പകളുടെ അടിസ്ഥാനത്തിലാണ്.

രണ്ടുപതിറ്റാണ്ടുകൊണ്ട് നേടിയ മേൽപ്പറഞ്ഞ നേട്ടങ്ങളെ കണ്ടി ല്ലെന്നു നടിക്കാൻ നരസിംഹം കമ്മിറ്റിക്കു കഴിയുമായിരുന്നില്ല. അതു കൊണ്ട് അദ്ദേഹമെടുത്ത അടവ് ഇതായിരുന്നു. വിദേശരാജ്യങ്ങളുമായി താരതമ്യപ്പെടുത്തുമ്പോൾ ഇന്ത്യയിലെ ബാങ്കിംഗ് മേഖലയുടെ ലാഭം വളരെ തുച്ഛമാണ്. അദ്ദേഹത്തിന്റെ കണക്കുകൾ ഉദ്ധരിച്ചതിൽ ആസ് തിയുടെ ശതമാനമായി ലാഭം കണക്കാക്കിയാൽ അത് ഒരു ശതമാനം പോലും വരില്ല. നിഷ്ക്രിയാസ്തികൾക്ക് പരിഹാരവിലയിരുത്തൽ നട ത്തിക്കഴിഞ്ഞാൽ ബാങ്കിംഗ് മേഖല നഷ്ടത്തിൽപ്പോലുമാകാം.

ഇതിനു കാരണം ബാങ്കുകളുടെ നടത്തിപ്പ് കാര്യക്ഷമമല്ലായെന്നു ള്ളതാണ്. പക്ഷേ, ബാങ്കുകളുടെ കാര്യക്ഷമത അളക്കേണ്ട മാനദണ്ഡം ഈ ലാഭസൂചികയാണെന്ന് ആര് പറഞ്ഞു? രാഷ്ട്രം ദേശസാൽകൃത ബാങ്കുകൾക്ക് വളരെ കൃത്യമായ സാമൂഹ്യലക്ഷ്യങ്ങൾ നിശ്ചയിക്കു കയുണ്ടായി. ആ ലക്ഷ്യങ്ങൾ മുഴുവൻ കൈവരിക്കാൻ ദേശസാൽകൃത ബാങ്കുകൾക്കു കഴിഞ്ഞുവെന്നതാണ് മുൻ ഖണ്ഡികകളിൽ ചൂണ്ടിക്കാ ണിച്ചത്. എന്നിട്ടും നിലവിലുള്ള കണക്കുകൾപ്രകാരം ബാങ്കുകൾ ലാഭ ത്തിലാണ്. ലാഭം പരമാവധിയാക്കുന്നതിനു വേണ്ടിയല്ല, ബാങ്കുകൾ ദേശസാൽക്കരിച്ചത് എന്നത് അദ്ദേഹം വിസ്മരിച്ചു.

ഇതിനു പരിഹാരമായി മുഖ്യമായും രണ്ട് പുതിയ സമീപനങ്ങളാണ് നരസിംഹം മുന്നോട്ടുവച്ചത്.

ഒന്ന്) ബാങ്കിംഗ് മേഖലയിലെ മത്സരം ശക്തിപ്പെടുത്താൻ പുതിയ സ്വകാര്യ ബാങ്കുകൾക്ക് അനുവാദം കൊടുക്കുക.

രണ്ട്) അവരുമായിട്ടുള്ള മത്സരശേഷി നേടുവാൻ വരുമാനം വർ ദ്ധിപ്പിക്കുന്നതിനും ചെലവ് ചുരുക്കുന്നതിനും പൊതുമേഖലാ ബാങ്കുക ളിൽ പരിഷ്കാരങ്ങൾ കൊണ്ടുവരിക.

വരുമാനം വർദ്ധിപ്പിക്കുന്നതിനുവേണ്ടി പലിശ നിരക്കിന്മേലുള്ള നിയന്ത്രണങ്ങളിൽ അയവുവരുത്തുകയും, സർക്കാരിനുള്ള വായ്പാ വിഹിതവും മുൻഗണനാ വായ്പകളും കുറയ്ക്കുകയും വേണം.

ചെലവ് ചുരുക്കുന്നതിനു കമ്മിറ്റി കണ്ട മാർഗ്ഗങ്ങളിൽ പ്രധാനപ്പെട്ട ഒന്ന് വേണ്ടത്ര വരുമാനമില്ലാത്ത ബ്രാഞ്ചുകൾ അടച്ചുപൂട്ടുക എന്നതാ യിരുന്നു. ഗ്രാമീണ ബ്രാഞ്ചുകളുടെ മേലാണ് മഴു വീഴുകയെന്നത് വ്യക്ത മായിരുന്നു. ബാങ്കിംഗ് മേഖലയിൽ യന്ത്രവൽക്കരണം കൊണ്ടുവരിക യും ജീവനക്കാരുടെ എണ്ണം കുറയ്ക്കുകയും ചെയ്യുക എന്നതായിരുന്നു മറ്റൊരു സുപ്രധാന നിർദ്ദേശം. ഇങ്ങനെ ചെലവ് ചുരുക്കുകയും വരുമാനം വർദ്ധിപ്പിക്കുകയും ചെയ്താൽ ബാങ്കുകളുടെ ലാഭം വർദ്ധിക്കും എന്നു മായിരുന്നു സമിതിയുടെ ശുപാർശ.

ഈ പറഞ്ഞ നിർദ്ദേശങ്ങൾ സുതാര്യമായ രീതിയിൽ നടപ്പാക്ക പ്പെടുമെന്ന് ഉറപ്പുവരുത്തണമെങ്കിൽ പൊതുമേഖലാ ബാങ്കുകളിൽ സ്വകാര്യ ഓഹരി പങ്കാളിത്തം കൊണ്ടുവരണം. ഇത്തരമൊരു നടപടി പൊതുമേഖലാ ബാങ്കുകളുടെ മൂലധനശേഷി ഉയർത്താനും സഹായി ക്കുമെന്നാണ് നരസിംഹം വിലയിരുത്തിയത്.

എന്തായിരുന്നു നരസിംഹം കമ്മിറ്റിയുടെ യഥാർത്ഥ ഉന്നം? ബാങ്കിംഗ് മേഖലയെ ഡീറെഗുലേറ്റ് ചെയ്ത് സ്വകാര്യമേഖലയ്ക്ക് തുറന്നു കൊടുക്കുകയായിരുന്നു അത്. സ്വകാര്യമേഖലയിൽ വിദേശ ബാങ്കുകളുംപെടും. പക്ഷേ, വിദേശ ബാങ്കുകൾക്ക് ഇന്ത്യയിൽ നിലവിലുണ്ടായിരുന്ന ബാങ്കിംഗ് ചട്ടങ്ങൾ സ്വീകാര്യമല്ലായിരുന്നു. ആഗോളവൽക്കരണമെന്നാൽ ബാങ്കിംഗ് മേഖലയടക്കം എല്ലാ സാമ്പത്തിക മേഖലകളും ആഗോളമായ മാനദണ്ഡങ്ങൾക്കു വിധേയമാക്കുക എന്നതാണല്ലോ. അങ്ങനെയാണെങ്കിലേ വിദേശമൂലധനത്തിന് സുഗമമായി പ്രവർത്തിക്കാനാവൂ. ഉദാഹരണത്തിന് പാശ്ചാത്യരാജ്യങ്ങളിൽ ബാങ്ക് ഡെപ്പോസിറ്റുകളുടെ നിശ്ചിത ശതമാനം സർക്കാർ ബോണ്ടുകളിൽ നിക്ഷേപിക്കണമെന്ന വ്യവസ്ഥയില്ല. മുൻഗണനാ മേഖലകളിൽ നിശ്ചിത ശതമാനം വായ്പ നൽകണമെന്ന നിർബന്ധമില്ല. പലിശ പൂർണ്ണമായും കമ്പോളമാണു തീരുമാനിക്കുക. ഇന്ത്യയിൽ ആസൂത്രിത വികസനത്തിന്റെ ഭാഗമായി നമ്മൾ സ്വീകരിച്ചിരുന്ന ചട്ടങ്ങളെല്ലാം ഇവയ്ക്ക് കടകവിരുദ്ധമാണ്. നരസിംഹം കമ്മിറ്റിയുടെ യഥാർത്ഥലക്ഷ്യം ഇവയിലെല്ലാം മാറ്റങ്ങൾ വരുത്തി ഇന്ത്യൻ ബാങ്കിംഗ് മേഖലയിൽ വിദേശ മൂലധനത്തിന്റെ കടന്നുവരവിനു പാതയൊരുക്കുക എന്നതായിരുന്നു.

ഈ നടപടികളുടെ ഫലമായി ബാങ്കിംഗ് മേഖലയിൽ മൊത്തം വായ്പയുടെ 75 ശതമാനം പൊതുമേഖലയ്ക്ക് ആയിരുന്നത് ഇപ്പോൾ 60 ശതമാനത്തിൽ താഴെയായി. 82 ശതമാനം ബാങ്ക് ബ്രാഞ്ചുകൾ പൊതുമേഖലയുടേതായിരുന്നത് ഇപ്പോൾ 70 ശതമാനത്തിൽ താഴെയായി. വായ്പാ അക്കൗണ്ടുകൾ 75 ശതമാനം ആയിരുന്നത് 60 ശതമാനത്തിൽ താഴെയായി. പൊതുമേഖലാ ബാങ്കുകളൊന്നും സ്വകാര്യവൽക്കരിച്ചിട്ടില്ല. പക്ഷേ, ഫലത്തിൽ അതു സംഭവിച്ചുകൊണ്ടിരിക്കുകയാണ്.

12 പൊതുമേഖലാ സ്ഥാപനങ്ങളിൽ ഏറ്റവും വലിയ ബാങ്കായ സ്റ്റേറ്റ് ബാങ്ക് ഓഫ് ഇന്ത്യയുടെ 56.9 ശതമാനം ഓഹരിയേ ഇന്നു സർക്കാരിനുള്ളൂ. 11 ശതമാനം ഓഹരി വിദേശികൾക്കാണ്. 24 ശതമാനം ധനകാര്യ സ്ഥാപനങ്ങൾക്കും 2.3 ശതമാനം മറ്റു കോർപ്പറേറ്റുകൾക്കുമാണ്. 8 ശതമാനം ഓഹരികൂടി വിറ്റാൽ ഇന്ത്യയിലെ ഏറ്റവും വലിയ ബാങ്കിന്റെ ഭൂരിപക്ഷം ഓഹരിയും സ്വകാര്യ ഉടമസ്ഥതയിലാകും. ഇതുപോലെ ബാങ്ക് ഓഫ് ബറോഡയ്ക്ക് 64 ശതമാനമേ സർക്കാർ ഓഹരിയുള്ളൂ; പഞ്ചാബ് നാഷണൽ ബാങ്കിന് 77 ശതമാനവും. ബാക്കിയുള്ള പൊതുമേഖലാ ബാങ്കുകളിൽ ഇപ്പോഴും 90–95 ശതമാനം ഓഹരി സർക്കാരിന്റേതാണ്. എന്നാൽ കൂടുതൽ മൂലധനത്തിനുവേണ്ടി ബജറ്റിൽനിന്നും പണം നൽകാനാവില്ലെന്നും, ഓഹരി വിറ്റ് കമ്പോളത്തിൽ നിന്ന് കൂടുതൽ മൂലധനം സമാഹരിക്കണമെന്നും കഴിഞ്ഞ ബജറ്റിൽ കേന്ദ്രസർക്കാർ വ്യക്തമാക്കി.

ഇപ്പോൾ 21 സ്വകാര്യ ഷെഡ്യൂൾഡ് ബാങ്കുകൾ ഉണ്ട്. ഇവയിൽ ആക്സിസ് ബാങ്ക്, സിഎസ്ബി ബാങ്ക്, ഐസിഐസിഐ ബാങ്ക്,

എച്ച്ഡിഎഫ്സി ബാങ്ക് എന്നിവയുടെ ഭൂരിപക്ഷം ഷെയറുകളും വിദേശികൾക്കാണ്. 21 ബാങ്കുകളുടെ ശരാശരി എടുത്താൽ 30 ശതമാനത്തിലേറെ ഓഹരികൾ വിദേശ കൈകളിലാണ്. ഇപ്പോൾ ഇന്ത്യയിലെ കോർപ്പറേറ്റുകൾക്ക് ബാങ്കുകൾ തുടങ്ങാനുള്ള അനുമതി നൽകിയിട്ടില്ല. അതുകൊണ്ട് നേരിട്ടുള്ള കോർപ്പറേറ്റ് ഓഹരി ഏതാണ്ട് 10 ശതമാനമേ വരൂ. വ്യക്തികളെന്ന നിലയിലാണ് കോർപ്പറേറ്റുകൾ ഓഹരി സൂക്ഷിച്ചിട്ടുള്ളത്. ഏതാണ്ട് 30 ശതമാനത്തോളം ഓഹരി നാട്ടിലെ വ്യക്തികളുടേതാണ്. പറയാൻ ശ്രമിക്കുന്നത് സ്വകാര്യ ഷെഡ്യൂൾഡ് ബാങ്കുകൾ വിദേശ നിയന്ത്രണത്തിലേക്കോ കോർപ്പറേറ്റ് നിയന്ത്രണത്തിലേക്കോ നീങ്ങുകയാണ് എന്നതാണ്. കോർപ്പറേറ്റ് നിയന്ത്രണത്തിലുള്ള ബാങ്കേതര ധനകാര്യ സ്ഥാപനങ്ങളോട് പൊതുമേഖലാ ബാങ്കുകൾ സഹകരിക്കുന്നതിനെ പ്രോത്സാഹിപ്പിച്ചുകൊണ്ടിരിക്കുകയാണ്. പണം പൊതുമേഖലാ ബാങ്കുകളുടേത്. പക്ഷേ, ഇടപാടുകരെ തെരഞ്ഞെടുക്കുന്നതും പലിശ നിശ്ചയിക്കുന്നതുമെല്ലാം എൻ ബി എഫ് സി ഇതു സംബന്ധിച്ച് അദാനി ക്യാപ്പിറ്റലുമായി എസ്ബിഐ ഉണ്ടാക്കിയ കരാർ വലിയ വിവാദമായിരിക്കുകയാണ്.

ഇതൊന്നും പോരാഞ്ഞിട്ട് രണ്ട് പൊതുമേഖലാ ബാങ്കുകളെങ്കിലും മൊത്തമായി വിൽക്കണമെന്ന വാശിയിലാണു കേന്ദ്രസർക്കാർ. ഇക്കാര്യം 2021–22 ലെ കേന്ദ്ര ബജറ്റിൽ പ്രഖ്യാപിച്ചിട്ടുണ്ട്.

മൽഹോത്ര കമ്മിറ്റിയുടെ പഠനപ്രഹസനം

മൽഹോത്ര കമ്മിറ്റി അധികമൊന്നും പഠിക്കാൻ ഒരുമ്പെട്ടില്ല. അത്തരമൊരു പഠനം കഴിഞ്ഞ അധ്യായത്തിലെ നമ്മുടെ നിഗമനങ്ങളിലേക്കാണു ചെന്നെത്തുക എന്നതുകൊണ്ടായിരിക്കാം. പ്രമുഖരിൽ നിന്ന് ചോദ്യാവലിയുടെ അടിസ്ഥാനത്തിൽ തെളിവു ശേഖരിക്കാൻ തീരുമാനിച്ചു. 412 പേരാണ് തെളിവു നൽകിയത്. അവരിൽ ഒരാളൊഴികെ ബാക്കിയെല്ലാവരുടെയും മേഖല തിരിച്ചുള്ള കണക്ക് പട്ടിക 4.1–ൽ നൽകിയിട്ടുണ്ട്.

ഏറ്റവും കൂടുതൽ ആളുകൾ വാണിജ്യ–വ്യവസായ സംഘടനകളുടെയും കോർപ്പറേറ്റ് കമ്പനികളുടെയും വക്താക്കളായിരുന്നു – 159 പേർ. മാനേജ്മെന്റ് ഇൻസ്റ്റിറ്റ്യൂട്ട് തുടങ്ങിയവയിലെ അക്കാദമിക് വിദഗ്ദർ 69 പേർ ഉണ്ടായിരുന്നു. 38 പേർ ഇൻഷ്വറൻസ് കമ്പനികളിലെ ഉദ്യോഗസ്ഥർ ആയിരുന്നു. എൽഐസിയിലെ ട്രേഡ് യൂണിയനുകളെ പ്രതിനിധീകരിച്ച് 37 പേർ തെളിവു നൽകി. അവർ എടുത്ത നിലപാടുകളെക്കുറിച്ച് റിപ്പോർട്ടിൽ ചില പൊതു പരാമർശങ്ങൾ മാത്രമേയുള്ളൂ.

പട്ടിക 4.1
മൽഹോത്ര കമ്മിറ്റിക്കു തെളിവു നൽകിയവർ

വിഭാഗങ്ങൾ	*എണ്ണം*
വാണിജ്യ-വ്യവസായ സംഘടനകൾ	83
കമ്പനികളുടെ വക്താക്കൾ	76
സഹകരണ / അർദ്ധസർക്കാർ/ സർക്കാർ സ്ഥാപനങ്ങൾ	40
ഇൻഷ്വറൻസ് - മുൻ ഉദ്യോഗസ്ഥർ അടക്കം	38
അക്കാദമിക്	69
ട്രേഡ് യൂണിയൻ പ്രതിനിധികൾ	37
ആശുപത്രികൾ	17
ബാങ്കിംഗ്, ഉദ്യോഗസ്ഥർ, സാമൂഹ്യപ്രവർത്തകർ തുടങ്ങി മറ്റുള്ളവർ	18
പത്രപ്രവർത്തകർ	33
ആകെ	**411**

ഇത്രയധികം പേരെ കമ്മീഷൻ നേരിൽക്കണ്ടത് അഭിനന്ദനാർഹം തന്നെ. പക്ഷേ, എൽഐസിയെ സംബന്ധിച്ചിടത്തോളം ഏറ്റവും പ്രധാനപ്പെട്ട ഒരു വിഭാഗമായ പോളിസി ഉടമകളിൽ ഒരാളുടെപോലും അഭിപ്രായം കമ്മീഷൻ തേടിയില്ലായെന്നുള്ളത് യാദൃച്ഛികമാണെന്നു കരുതാൻ വയ്യ. ഒരുപക്ഷേ, കമ്മീഷനു തെളിവു നൽകിയവരെല്ലാം പോളിസി ഉടമകൾകൂടി ആയിരുന്നതുകൊണ്ടാകാം. എന്നാൽ അതുകൊണ്ടായില്ലല്ലോ. പോളിസി ഉടമകളുമായിട്ട് ആശയവിനിമയം നടത്തുന്നതിന് എൽഐസിക്ക് കൃത്യമായ ഒരു സംവിധാനമുണ്ട്. അഞ്ച് സോണുകളും 40-തിലേറെ വരുന്ന ഡിവിഷനുകളുമായി ബന്ധപ്പെട്ട് പോളിസി ഉടമകളുടെ ഉപദേശകസമിതികൾ നിലവിലുണ്ട്. അവരുടെ പ്രതിനിധികളുമായിട്ട് ചർച്ച ചെയ്യുന്നതിന് എന്തായിരുന്നു തടസ്സം എന്നതു വ്യക്തമല്ല. അത്തരമൊരു സംവാദം നടന്നിരുന്നുവെങ്കിൽ വളരെ വ്യത്യസ്തമായൊരു കാഴ്ചപ്പാട് കമ്മീഷനു മുന്നിൽ വന്നേനെ. ഇൻഷ്വറൻസിന്റെ ഉപഭോക്താക്കളുടെ അഭിപ്രായങ്ങൾ സംബന്ധിച്ച് കമ്മീഷൻ മാർഗ്ഗ് എന്ന കൺസൾട്ടന്റ് സംഘടന വഴി നടത്തിയ അഭിപ്രായ സർവ്വേ ഇത്തരമൊരു സൂചനയാണ് നൽകുന്നത്.

റിപ്പോർട്ടിലെ എട്ടാം അനുബന്ധമായി സർവ്വേ റിപ്പോർട്ട് നൽകിയിട്ടുണ്ട്. എന്തുകൊണ്ടോ ഈ സർവ്വേയുടെ ചില പ്രധാന നിഗമനങ്ങൾ റിപ്പോർട്ടിന്റെ ഉള്ളടക്കത്തിൽ നൽകിയതിനപ്പുറം സർവ്വേ സംബന്ധിച്ച കൂടുതൽ വിവരങ്ങൾ അനുബന്ധത്തിൽനിന്നും ലഭിക്കുന്നില്ല. ഒരുപക്ഷേ, എൽഐസിക്ക് അനുകൂലമായി ഗുണഭോക്താക്കളുടെ ഭാഗത്തുനിന്നുണ്ടായ അഭിപ്രായങ്ങളാകാം ഈ അവഗണനയ്ക്കു കാരണം. ആദ്യം അനുകൂല അഭിപ്രായങ്ങൾ നോക്കാം.

67 ശതമാനം പേർ മുഖ്യമായും സമ്പാദ്യം ലക്ഷ്യംവച്ചാണ് പോളിസി എടുക്കുന്നത്. 45 ശതമാനം പേർ റിസ്ക് കവറേജിനായും. 19 ശതമാനം പേർ മാത്രമേ നികുതിയിളവ് പ്രധാന ഘടകമായി കണ്ടുള്ളൂ.

75 ശതമാനം പേരും എൽഐസി സേവനങ്ങളിൽ സംതൃപ്തരാണ്. 67 ശതമാനം പേർ സേവനങ്ങൾ വേഗതയിൽ കിട്ടിയെന്നും അഭിപ്രായപ്പെട്ടു.

64 ശതമാനം പേർ സേവനങ്ങളുടെ ഗുണനിലവാരം വളരെ മികച്ചതോ നല്ലതോ ആണെന്ന് അഭിപ്രായപ്പെട്ടു. 3 ശതമാനം പേർ മാത്രമേ മോശമെന്നും വളരെമോശം എന്നും പറഞ്ഞുള്ളൂ. 57 ശതമാനം പേർ തങ്ങളുടെ നിർദ്ദേശങ്ങൾ എൽഐസി കൃത്യമായും ഉടൻതന്നെയും നടപ്പാക്കിയെന്നു പറഞ്ഞു.

92 ശതമാനം പേർ ഇൻഷ്വറൻസ് സന്ദേശം നാട്ടിൽ വ്യാപിപ്പിക്കുന്നതിൽ എൽഐസിയുടെ മികച്ച പ്രകടനത്തെ ശ്ലാഘിച്ചു. ഭൂരിപക്ഷം കോർപ്പറേറ്റ് വക്താക്കൾക്കും ഇതിനോടു യോജിപ്പായിരുന്നു.

ജീവനക്കാരുടെയും ഏജന്റുമാരുടെയും പെരുമാറ്റത്തെയും കഴിവിനെയുംകുറിച്ച് നല്ല അഭിപ്രായമായിരുന്നു.

ഉപഭോക്താക്കളുടെ അഭിരുചികൾക്കനുസൃതമായി എൽഐസി വ്യത്യസ്തയിനം പോളിസികൾ അവതരിപ്പിച്ചിട്ടുണ്ടെന്നതിൽ ഏതാണ്ട് എല്ലാവർക്കും ഏകാഭിപ്രായമായിരുന്നു. 'ഏറ്റവും നല്ല നിക്ഷേപസൗകര്യം' ആയിട്ടാണ് എൽഐസിയെ ഏതാണ്ട് എല്ലാവരും കണ്ടത്.

എൽഐസിയെ സംബന്ധിച്ചുള്ള വിമർശനങ്ങൾ ഇവയായിരുന്നു:

ഒരു ക്ലെം സെറ്റിൽ ചെയ്യാൻ ശരാശരി 87 ദിവസമെടുത്തിരുന്നു. മെചറായ പോളിസിയുടെ പണം ലഭിക്കാൻ കാലതാമസം ഉണ്ടാകുന്നു.

പോളിസി എടുപ്പിക്കുമ്പോൾ കാണിക്കുന്ന താൽപ്പര്യം എൽഐസി ഏജന്റുമാർ തുടർസേവനങ്ങൾ നൽകുന്നതിൽ കാണിക്കാറില്ല.

എൽഐസിയുടെ ഓഫീസുകൾ സൗകര്യപ്രദമായ പ്രദേശത്തല്ല സ്ഥിതി ചെയ്യുന്നത്.

വിവിധയിനം പോളിസികളെക്കുറിച്ചുള്ള അവബോധം പോളിസി എടുത്തിട്ടുള്ളവർക്കുപോലും വേണ്ടത്ര ഇല്ല.

എന്നാൽ ഏറ്റവും പ്രധാനപ്പെട്ട പ്രശ്നമായ സ്വകാര്യവൽക്കരണത്തെക്കുറിച്ച് കൃത്യമായൊരു കണക്കും റിപ്പോർട്ട് പരിശോധിച്ചാൽ ലഭിക്കില്ല. ഇതാണ് അതു സംബന്ധിച്ച് അനുബന്ധത്തിൽ പറയുന്നത്. "പൊതുവേ പറഞ്ഞാൽ, ലൈഫിന്റെയും ജനറൽ ഇൻഷ്വറൻസിന്റെയും പോളിസി ഉടമകൾ ഇൻഷ്വറൻസ് മേഖലയിലേക്കുള്ള സ്വകാര്യ കമ്പനികളുടെ പ്രവേശനം സ്വാഗതം ചെയ്തു. രണ്ടു നേട്ടങ്ങൾ ഇതുവഴി ഉണ്ടാകാമെന്നാണ് അവർ കാണുന്നത് - കൂടുതൽ കാര്യക്ഷമത, കൂടുതൽ നേട്ടം (ഉയർന്ന ബോണസ്, താഴ്ന്ന പ്രീമിയം തുടങ്ങിയവ). എന്നാൽ കഴിഞ്ഞ 20 വർഷമായി ഇന്ത്യൻ പോളിസി ഉടമകൾ ദേശസാൽകൃത കമ്പനികൾ നൽകിയ ഒരു അന്തരീക്ഷത്തിലാണു ജീവിച്ചുവന്നത്. സമ്പൂർണ്ണ സുരക്ഷിതത്വം അവർക്ക് ഉണ്ടായിരുന്നു.

എന്നാൽ കുറച്ചധികം പേർക്ക്, ഏറ്റവും പെരുമയുള്ള സ്വകാര്യ കമ്പനികളാണെങ്കിൽപ്പോലും തങ്ങളുടെ പണം സുരക്ഷിതമായിരിക്കില്ലായെന്ന ആശങ്കയുണ്ടായിരുന്നു.''

റിപ്പോർട്ടിന്റെ ഉള്ളടക്കത്തിൽ ഇങ്ങനെ പറയുന്നു: "മറുപടി നൽകിയ വ്യക്തികളിൽ ഏതാണ്ട് പകുതിപേർ സ്വകാര്യ ലൈഫ് ഇൻഷ്വറൻസ് കമ്പനികളുടെ പ്രവേശനത്തെ അനുകൂലിച്ചില്ല. അവരുടെ പണം സ്വകാര്യ കമ്പനികളിൽ സുരക്ഷിതമായിരിക്കില്ലായെന്നായിരുന്നു ഭയം."

ഇൻഷ്വറൻസിന്റെ അഭികാമ്യമായ ഭാവിനിലയെക്കുറിച്ച് ടാർജറ്റ് ഗ്രൂപ്പുകളോട് ചോദ്യമുണ്ടായിരുന്നു. മൂന്ന് ചോയിസുകളാണ് ഉണ്ടായിരുന്നത്. ഒന്ന്) പൊതുമേഖല മാത്രം. രണ്ട്) സ്വകാര്യമേഖല മാത്രം. മൂന്ന്) പൊതുമേഖലയും സ്വകാര്യമേഖലയും. ഇതിന്റെ അടിസ്ഥാനത്തിൽ റിപ്പോർട്ടിന്റെ അനുബന്ധത്തിൽ നൽകിയിട്ടുള്ള പട്ടിക താഴെ ചേർത്തിട്ടുണ്ട്. പക്ഷേ, അതിൽ കോർപ്പറേറ്റ് പോളിസി ഉടമകളുടെ അഭിപ്രായമേ നൽകിയിട്ടുള്ളൂ. സാധാരണ പോളിസി ഉടമകളുടെ കണക്കില്ല. മാത്രമല്ല, മൊത്തം 501 പേരുടെ കണക്കേയുള്ളൂ. ഒരു അഖിലേന്ത്യാ അഭിപ്രായ സർവ്വേയിൽ ഇതുവളരെ ചെറിയൊരു സാമ്പിളാണ്. സാമ്പിളിംഗ് രീതികളെക്കുറിച്ച് ഒരു പരാമർശവുമില്ല. അതുകൊണ്ട് സ്വകാര്യവൽക്കരണത്തെക്കുറിച്ചുള്ള അഭിപ്രായ സർവ്വേ ഫലത്തിനു വിശ്വാസ്യത തീരെയില്ല. മാത്രമല്ല, എൽഐസി/ജിഐസി ഏജന്റുമാർ എന്തിന് തങ്ങളുടെ കുത്തക തൊഴിലിൽ മത്സരം കൊണ്ടുവരാൻ താൽപ്പര്യപ്പെടുന്നുവെന്നതിന് ഒരു വിശദീകരണവുമില്ല. മൽഹോത്ര കമ്മീഷൻ അവരുടെ സുപ്രധാന ശുപാർശയ്ക്ക് അടിസ്ഥാനമാക്കുന്ന ഒരു പ്രധാന അന്വേഷണത്തിന്റെ നില എത്ര ദുർബലമാണെന്നു നോക്കൂ.

പട്ടിക 4.2
ഇൻഷ്വറൻസിൽ സ്വകാര്യപങ്കാളിത്തം സംബന്ധിച്ച
വിവിധ വിഭാഗങ്ങളുടെ അഭിപ്രായം

വിഭാഗം	*പൊതു മേഖല മാത്രം*	*സ്വകാര്യ മേഖല മാത്രം*	*പൊതു മേഖലയും സ്വകാര്യ മേഖലയും*	*അഭിപ്രായ മില്ല*
എൽഐസി കോർപ്പറേറ്റ് പോളിസി ഉടമകൾ	9	29	60	2
ജിഐസി കോർപ്പറേറ്റ് പോളിസി ഉടമകൾ	15	23	61	1
എൽഐസി ഏജന്റുമാർ	42	12	42	4
ജിഐസി ഏജന്റുമാർ	17	30	51	3
ജിഐസി സർവ്വേയർമാർ	14	20	64	2

സ്വകാര്യവൽക്കരണ ശുപാർശ

മേൽപ്പറഞ്ഞ വിശകലനത്തിന്റെ അടിസ്ഥാനത്തിലാണ് കമ്മീഷൻ റിപ്പോർട്ടിന്റെ 12–ാം അധ്യായത്തിൽ സ്വകാര്യവൽക്കരണം സംബന്ധിച്ച ശുപാർശകളിൽ എത്തിച്ചേർന്നത്. മുമ്പുള്ള 12 അധ്യായങ്ങൾ എൽഐസിയുടെ പ്രായോഗിക പ്രവർത്തനങ്ങളും ഏജന്റുമാർ, സർവ്വേയർമാർ എന്നിവരുടെ പ്രവർത്തനങ്ങളും മെച്ചപ്പെടുത്തുന്നതിനെക്കുറിച്ചു പല നല്ല നിർദ്ദേശങ്ങളും മുന്നോട്ടുവയ്ക്കുകയുണ്ടായി എന്ന കാര്യം മറക്കുന്നില്ല. പക്ഷേ, അവിടെ നിന്ന് സ്വകാര്യവൽക്കരണത്തിലേക്ക് ഒരു എടുത്തുചാട്ടമാണ്.

ഈ അധ്യായത്തിൽ പറയുന്ന കാര്യങ്ങൾ ഇവയാണ്: എൽഐസിയിലെ പോളിസികളുടെ എണ്ണം 5.7 കോടിയായിരുന്നു. അത് അതിവേഗത്തിൽ വളർന്നുകൊണ്ടിരിക്കുകയായിരുന്നു. ഇതു കൈകാര്യം ചെയ്യുന്നത് ബ്രാഞ്ച് ഓഫീസുകളാണ്. കേന്ദ്ര ഓഫീസുകളുടെ അധികാരം നല്ലൊരു പങ്ക് സോണൽ ഓഫീസുകൾക്കു മാറുകയും കൂടുതൽ സ്വതന്ത്രമായി അവർക്കു പ്രവർത്തിക്കാനുള്ള അന്തരീക്ഷം നൽകുകയും വേണം. കമ്പ്യൂട്ടറൈസേഷൻ കൂടുതൽ ശക്തിപ്പെടുത്തേണ്ടത് അത്യന്താപേക്ഷിതമാണ്. ഇത്തരത്തിൽ 12 ശുപാർശകൾ പറഞ്ഞശേഷം 13–ാമത്തെ ശുപാർശയിൽ ഒരു മുന്നറിയിപ്പുമില്ലാതെ സ്വകാര്യവൽക്കരണത്തിലേക്കു കടക്കുകയാണ്.

“XIII. പൊതുമേഖലാ സ്ഥാപനമെന്ന നിലയിൽ മാറിക്കൊണ്ടിരിക്കുന്ന സാഹചര്യങ്ങളോടു ഫലപ്രദമായി പ്രതികരിക്കാനുള്ള എൽഐസിയുടെ ഓപ്പറേഷണൽ ഫ്ളെക്സിബിലിറ്റി പരിമിതപ്പെട്ടിരിക്കുന്നു. ഇതിൽ പല പരിമിതികളും പൊതുമേഖലയെന്ന നിർവ്വചനത്തിൽപ്പെടുന്നതുകൊണ്ട് സൃഷ്ടിക്കപ്പെടുന്നതാണ്. അതുകൊണ്ട് കമ്മിറ്റിയുടെ അഭിപ്രായത്തിൽ എൽഐസിയുടെ ഉടമസ്ഥ സ്വഭാവം പൊതുമേഖലയുടെ നിർവ്വചനത്തിൽ നിന്ന് പുറത്തുകൊണ്ടു പോകുന്നതരത്തിൽ മാറ്റണം. സർക്കാരിന്റെ ഓഹരി വിഹിതം 50 ശതമാനമായി കുറയ്ക്കുന്നതിന്റെ ഫലമായി ഈ ലക്ഷ്യം നേടാനാവും. ഇപ്പോൾത്തന്നെ പല പൊതുമേഖലാ സ്ഥാപനങ്ങളിലും സർക്കാരിന്റെ ഓഹരി ഉടമസ്ഥത 49 ശതമാനമായി കുറച്ചുകഴിഞ്ഞിട്ടുണ്ട്. ഇത്തരമൊരു കുറിപ്പടി എൽഐസിക്കും ബാധമാക്കുകയാണെങ്കിൽ വലിയൊരു പരിധിവരെ എൽഐസിയുടെ ഓഹരി ഉടമസ്ഥത വിപുലീകരിക്കുന്നതിനും ബോർഡിന്റെ ഘടനയിൽ മാറ്റം വരുത്തുന്നതിനും കഴിയും. ഈ ഖണ്ഡികയിലെ ശുപാർശ എൽഐസി ഇന്നു നേരിടുന്ന വസ്തുനിഷ്ഠമായ ചില പ്രശ്നങ്ങൾക്കു പരിഹാരം കാണാനുള്ള പരിശ്രമത്തിന്റെ ഭാഗമാണ്. ഈ നിർദ്ദേശം നടപ്പാക്കുന്നതിനുവേണ്ടി കമ്പനി ആക്ടിനു കീഴിൽ രജിസ്റ്റർ ചെയ്ത ഒരു കമ്പനിയായി എൽഐസിയെ പരിവർത്തനം ചെയ്യണം. ഈ ആവശ്യത്തിനായി സർക്കാർ ആവശ്യമായ നിയമ നടപടികളും മറ്റു നടപടികളും സ്വീകരിക്കണം. വേണ്ടിവന്നാൽ എൽഐസി നിയമം തന്നെ പിൻവലിക്കണം.”

ഈ ഖണ്ഡികയിൽ പറയുന്നതിനപ്പുറം ഒരു യുക്തിയും സ്വകാര്യവൽക്കരണത്തിനായി മൽഹോത്ര മുന്നോട്ടുവയ്ക്കുന്നില്ല. ഏതെങ്കിലുമൊരു വിദഗ്ദ്ധനോ കോർപ്പറേറ്റ് വക്താക്കളോ ഇങ്ങനെ ആവശ്യപ്പെട്ടതായി റിപ്പോർട്ടിൽ കാണുന്നുമില്ല. റിപ്പോർട്ടിൽ രേഖപ്പെടുത്തിയിരിക്കുന്നതുപ്രകാരം അവർ പറഞ്ഞത് എൽഐസിയെ സ്വകാര്യവൽക്കരിക്കണം എന്നല്ല, കമ്പോള മത്സരം ശക്തിപ്പെടുത്തുന്നതിനുവേണ്ടി സ്വകാര്യ കമ്പനിക്കളെക്കൂടി ഇൻഷ്വറൻസ് മേഖലയിൽ പ്രവർത്തിക്കാൻ അനുവദിക്കണം എന്നതാണ്.

ഇതാണ് 'ഇൻഷ്വറൻസ് വ്യവസായത്തിന്റെ ഉദാരവൽക്കരണം' എന്ന തലക്കെട്ടിൽ 13–ാം അധ്യായത്തിൽ പരിഗണിക്കുന്നത്. ആമുഖമായി എൽഐസിയുടെ നേട്ടത്തെ കമ്മീഷൻ പ്രകീർത്തിക്കുന്നതു നോക്കുക:

"ദേശസാൽകൃത ഇൻഷ്വറൻസ് കമ്പനികൾ തങ്ങളുടെ സാന്നിദ്ധ്യവും സേവനങ്ങളും രാജ്യമാസകലം വ്യാപിപ്പിക്കുന്നതിലും അഭിനന്ദനാർഹമായ നേട്ടം കൈവരിച്ചിട്ടുണ്ട്. വലിയതോതിലുള്ള ബിസിനസ്, ഇൻഷ്വറൻസ് ആഗ്രഹമുള്ള പൊതുജനങ്ങൾക്കു നൽകുന്ന ഉൽപ്പന്ന വൈവിധ്യവും സേവനങ്ങളും വിലകളും അഭിനന്ദനാർഹമാണ്. എന്നാൽ മത്സരം ഉണ്ടാകുമ്പോൾ അവരുടെ കസ്റ്റമർ സർവ്വീസ് മെച്ചപ്പെടുകയും കസ്റ്റമർ സർവ്വീസും ഉൽപ്പന്ന വൈവിധ്യവും അവയുടെ വിലയും കൂടുതൽ മെച്ചപ്പെടുത്താനുമാകും."

ട്രേഡ് യൂണിയനുകളും ഏജന്റുമാരുടെ സംഘടനകളും ഈ ആശയത്തിനെതിരായി ശക്തമായി കമ്മിറ്റിക്കു മുന്നിൽ വാദിച്ചുവെന്നും, കോർപ്പറേറ്റ് വക്താക്കൾ അനുകൂലിച്ചു എന്നും റിപ്പോർട്ട് പറയുന്നു. അതേസമയം, വ്യക്തികളായ പോളിസി ഉടമകൾ മാർഗ്ഗിന്റെ സർവ്വേയിൽ രണ്ടുതുല്യ ചേരികളായി നിൽക്കുകയായിരുന്നുവെന്നാണ് റിപ്പോർട്ട് പറയുന്നത്.

ഇൻഷ്വറൻസ് വളർച്ചയുടെ പ്രാരംഭഘട്ടത്തിലാണ് ഇന്നും ഇന്ത്യ. അതുകൊണ്ട് സ്വകാര്യ കമ്പനികളടക്കം പ്രവർത്തിക്കുന്നതിനുള്ള ഇടം ഇന്നും ഇന്ത്യയിലുണ്ട്. അവയുടെ സാന്നിദ്ധ്യം ഇന്ത്യയിലെ ഇൻഷ്വറൻസ് വളർച്ചയുടെ വേഗതകൂട്ടുകയേയുള്ളൂവെന്നതായിരുന്നു കമ്മിറ്റിയുടെ പൊതു നിഗമനം. ബാങ്കിംഗ് മേഖലയിൽ ഇത്തരം മത്സരം നിലവിലുണ്ട്. എന്തുകൊണ്ട് ഇൻഷ്വറൻസിലും ആയിക്കൂടാ എന്നായിരുന്നു അവരുടെ ചോദ്യം.

അതുകൊണ്ട് കമ്മിറ്റിയുടെ ശുപാർശകൾ ഇവയായിരുന്നു: ഇൻഷ്വറൻസിൽ സ്വകാര്യ കമ്പനികൾക്കും അനുവാദം നൽകും. പക്ഷേ, ഒരേ കമ്പനി ലൈഫ് ഇൻഷ്വറൻസും ജനറൽ ഇൻഷ്വറൻസും ഒരേ സമയം നടത്താൻ പാടില്ല. 100 കോടി രൂപയെങ്കിലും അടച്ചുതീർത്ത മൂലധനം ഉണ്ടാവണം. പ്രൊമോട്ടർമാരുടെ ഓഹരി 40 ശതമാനത്തിൽ കൂടാൻ പാടില്ല. 26 ശതമാനത്തിൽ കുറയാനും പാടില്ല. പ്രൊമോട്ടർമാർ

അല്ലാത്ത മറ്റു നിക്ഷേപകരുടെ പരമാവധി ഓഹരി ഒരു ശതമാനത്തിലേറെ പാടില്ല. വിദേശമൂലധന നിക്ഷേപത്തിനും തടസ്സങ്ങൾ ഉണ്ടാവരുത്. ഇത് എപ്പോൾ വേണമെന്ന് സർക്കാരിനു തീരുമാനമെടുക്കാവുന്നതാണ്.

ഈ പുതിയ സാഹചര്യത്തിൽ നിലവിൽ സർക്കാരിനുകീഴിലുള്ള ഇൻഷ്വറൻസ് കൺട്രോളർ ഓഫീസിനെ ഒരു സ്വതന്ത്ര റെഗുലേറ്ററി അതോറിറ്റിയാക്കി മാറ്റണം. എൽഐസിയുടെ പ്രവർത്തനവും അതോറിറ്റിയുടെ കീഴിലായിരിക്കണം. ഇതിനു വിഘാതമായി എൽഐസി നിയമത്തിലുള്ള വകുപ്പുകൾ നീക്കം ചെയ്യണം. എൽഐസിയുടെ കുത്തക അവസാനിപ്പിക്കണം.

ആർ എൻ മൽഹോത്രയുടെ മാപ്പ് അർഹിക്കാത്ത കുറ്റം എൽഐസിയുടെ യഥാർത്ഥ ഉടമകളായ പോളിസി ഉടമകളുമായി എൽഐസി വിൽപ്പനയോ പ്രവർത്തനമോ ചർച്ച ചെയ്യാൻ തയ്യാറായില്ല എന്നുള്ളതാണ്. കേന്ദ്രസർക്കാർ മുടക്കിയ 5 കോടി രൂപ സ്വകാര്യ ഇൻഷ്വറൻസ് കമ്പനികൾക്കു നഷ്ടപരിഹാരം നൽകാൻപോലും തികയുമായിരുന്നില്ല എന്നു മുൻ അദ്ധ്യായത്തിൽ നാം കണ്ടുവല്ലോ? പോളിസി ഉടമകളുടെ വിശ്വാസത്തിന്റെയും പ്രീമിയത്തിന്റെയും പുറത്താണ് എൽഐസി വളർന്നത്. 2-ാം അധ്യായത്തിൽ കണ്ടതുപോലെ എൽഐസിക്ക് പഴയ മ്യൂചൽ ഫണ്ട് സൊസൈറ്റികളോടാണു കൂടുതൽ സാധർമ്യം. പോളിസി ഉടമകളുടെ ഒരു ട്രസ്റ്റായിട്ടാണ് എൽഐസി പ്രവർ

ത്തിച്ചുവന്നത്. എന്നാൽ ട്രസ്റ്റിയെ മാറ്റുമ്പോൾ അതിലെ അംഗങ്ങളോട് ചർച്ച ചെയ്യേണ്ടതുണ്ട് ഈ സാമാന്യമര്യാദപോലും കമ്മീഷൻ കാണിച്ചില്ല.

കമ്മീഷന്റെ റിപ്പോർട്ടിൽ പലതവണ പരാമർശിക്കപ്പെടുന്നതുപോലെ ഇൻഷ്വറൻസിന്റെ സന്ദേശം രാജ്യത്തിന്റെ നാനാകോണുകളിലുള്ള ജനങ്ങളിലേക്ക് എത്തിക്കുന്നതിന് എൽഐസിക്കു കഴിഞ്ഞു. ഇതിന്റെ ഫലമായിട്ട് 1980-കളിൽ എൽഐസിയുടെ വളർച്ചയുടെ ഗതിവേഗം കുത്തനെ ഉയർന്നു. ഈയൊരു ഘട്ടത്തിലാണ് വിളവു കൊയ്യാൻ സ്വകാര്യമേഖലയെ ക്ഷണിക്കുന്നത്.

ഈ വിളവെടുപ്പിനു കമ്പോളമത്സരം അനിവാര്യമാണെന്ന വാദം ദുർബലമാണ്. കൊളോണിയൽ കാലഘട്ടത്തിൽ ഒച്ചിഴയുന്ന വേഗതയിലാണ് ഇൻഷ്വറൻസ് പോളിസികളുടെ എണ്ണവും പ്രീമിയവും വർദ്ധിച്ചുകൊണ്ടിരുന്നത്. അക്കാലത്ത് കമ്പോളമത്സരത്തിന് ഒരു കുറവും ഉണ്ടായിരുന്നില്ല. മത്സരം കൂടിയതിന്റെ പ്രശ്നങ്ങളേ ഉണ്ടായിരുന്നുള്ളൂ. എന്നാൽ ഇൻഷ്വറൻസ് വളർന്നില്ല. ദേശസാൽക്കരണത്തെത്തുടർന്ന് കമ്പോളം എൽഐസിയുടെ കുത്തകയായി. തുടർന്നുള്ള മൂന്നു വർഷവും രണ്ടക്ക വേഗതയിലാണ് ഇൻഷ്വറൻസ് വളർന്നത്. 1980-കളിലെ പുന:സംഘടനയെത്തുടർന്ന് എൽഐസി വീണ്ടുമൊരു കുതിപ്പിലേക്കു നീങ്ങിക്കൊണ്ടിരുന്നപ്പോഴാണ് സ്വകാര്യവൽക്കരണവും ഉദാരവൽക്കരണവും വരുന്നത്.

മൽഹോത്ര കമ്മിറ്റിക്കെതിരെ ഓൾ ഇന്ത്യ ഇൻഷ്വറൻസ് എംപ്ലോയീസ് അസോസിയേഷനും, മറ്റു ട്രേഡ് യൂണിയനുകളും ഏജന്റുമാരുടെ സംഘടനകളും അതിശക്തമായ പ്രക്ഷോഭപ്രചാരണത്തിനു നേതൃത്വം നൽകി. അതുകൊണ്ട് വളരെ തിരക്കിട്ട് തീരുമാനമെടുപ്പിച്ചു റിപ്പോർട്ട് വാങ്ങിയെങ്കിലും ആ ദശാബ്ദത്തിന്റെ അവസാനം മാത്രമേ റിപ്പോർട്ട് നടപ്പാക്കാനായുള്ളൂ. റിപ്പോർട്ട് സമർപ്പിച്ച് ഏതാണ്ട് രണ്ടുദശാബ്ദം കഴിഞ്ഞ് ഇപ്പോഴാണ് സ്വകാര്യവൽക്കരണം നടപടി തുടങ്ങാൻ കഴിയുന്നത്. ഇതിനെക്കുറിച്ചു തുടർന്നു പരിശോധിക്കാം.

5

നിയോലിബറൽ കാലത്തെ എൽഐസി

ആയിരത്തിത്തൊള്ളായിരത്തി തൊണ്ണൂറ്റിയൊന്നിൽ രാജ്യവും അതോടൊപ്പം എൽഐസിയും പുതിയൊരു കാലഘട്ടത്തിലേക്കു പ്രവേശിച്ചു. രാജ്യത്തിന്റെ വികസന നയങ്ങളിൽ നിയോലിബറൽ പൊളിച്ചെഴുത്ത് ആ വർഷത്തെ മൻമോഹൻ സിംഗിന്റെ ബജറ്റോടെ ആരംഭിച്ചു. മൂന്നുപതിറ്റാണ്ടു കാലത്തെ നിയോലിബറൽ നയങ്ങളുടെ സാമ്പത്തിക പ്രത്യാഘാതങ്ങളെക്കുറിച്ച് ഒരു ഓട്ടപ്രദക്ഷിണം ഈ അധ്യായത്തിലുണ്ട്. ദേശീയവരുമാന വളർച്ചയും അതിന്റെ വിതരണ വുമാണ് ഇൻഷ്വറൻസിനെ ഏറ്റവും ഗാഢമായി സ്വാധീനിക്കുന്ന ഘട കമെന്നത് 3–ാം അധ്യായത്തിൽ നാം കണ്ടതാണല്ലോ.

ഡോ. മൻമോഹൻ സിംഗിന്റെ ആദ്യ ബജറ്റിൽത്തന്നെ എൽഐസി അടക്കമുള്ള സ്ഥാപനങ്ങളിലെ അനിവാര്യമായ നയമാറ്റത്തെക്കുറിച്ചു പരാമർശിക്കുകയുണ്ടായി. അപ്പോൾ മുതൽ തന്നെ ഇതിനെതിരെയുള്ള ചെറുത്തുനിൽപ്പും ആരംഭിച്ചു. ഓൾ ഇന്ത്യ ഇൻഷ്വറൻസ് എംപ്ലോയീസ് അസോസിയേഷന്റെ ആഭിമുഖ്യത്തിൽ നടന്ന ഐതിഹാസികമായ പോരാട്ടത്തിന്റെ നീണ്ടകഥയാണ് അടുത്തതായി വിവരിക്കുന്നത്. ഈ ചെറുത്തുനിൽപ്പിന്റെ ഫലമായി കാൽനൂറ്റാണ്ട് കഴിഞ്ഞ് ഇപ്പോൾ മാത്രമാണ് എൽഐസിയുടെ സ്വകാര്യവൽക്കരണം നടപ്പിലാക്കി തുട ങ്ങാൻ കേന്ദ്രസർക്കാരിനു കഴിഞ്ഞത്.

എന്നാൽ ഇൻഷ്വറൻസ് മേഖലയിൽ സ്വകാര്യ കമ്പനികൾക്ക് 1990 കളുടെ അവസാനം തന്നെ അനുവാദം നൽകിയിരുന്നു. മത്സരത്തിന്റെ ഫലമായി ഇൻഷ്വറൻസ് ബിസിനസിൽ കുതിപ്പുണ്ടാകുമെന്നാണല്ലോ പറഞ്ഞിരുന്നത്. എന്താണു സംഭവിച്ചത്? ഇതാണ് അവസാനം പരിശോ ധിക്കുന്നത്.

ചെറുത്തുനിൽപ്പിന്റെ ചരിത്രം

- 1989 – സൂപ്പർ 301: തുടക്കം കാർല ഹിൽസിന്റെ പ്രഖ്യാപനത്തിൽ നിന്നായിരുന്നുവല്ലോ. 1989 നവംബറിൽ ഓൾ ഇന്ത്യ ഇൻഷ്വറൻസ് എംപ്ലോയീസ് അസോസിയേഷന്റെയും മെഡിക്കൽ റെപ്രസെന്റേറ്റീവ്സ് ഫെഡറേഷന്റെയും ആഭിമുഖ്യത്തിൽ ഡൽഹി കൺവെൻഷൻ നടന്നു. അമേരിക്കൻ എംബസിക്കു മുന്നിൽ പ്രകടനം നടത്തി. ഇതു ട്രിംസിനും ട്രിപ്സിനും എതിരായ കാമ്പയിനായി വളർന്നുവന്നു.
- 1993 – മൽഹോത്ര കമ്മിറ്റി: കമ്മിറ്റിക്കു വിശദമായ മെമ്മോറാണ്ടങ്ങൾ ട്രേഡ് യൂണിയനുകൾ സമർപ്പിച്ചു. തെളിവുശേഖരണം തികച്ചും പക്ഷപാതമാണെന്ന വിമർശനം എംപ്ലോയീസ് അസോസിയേഷൻ ഉയർത്തി. മൽഹോത്ര കമ്മിറ്റി റിപ്പോർട്ട് സമർപ്പണത്തെത്തുടർന്ന് ഡൽഹിയിൽ ഐഎൻടിയുസി ഉൾപ്പെടെയുള്ള എല്ലാ ഇൻഷ്വറൻസ് ട്രേഡ് യൂണിയനുകളുടെയും കൺവെൻഷൻ നടത്തി. ശുപാർശകൾക്കെതിരായിട്ടുള്ള ബോധവൽക്കരണവും ക്യാമ്പയിനും ഏറ്റെടുത്തു.
- 1995 – അമേരിക്കൻ ഇൻഷ്വറൻസ് മേധാവികളുടെ സന്ദർശനം: ഫെബ്രുവരി ആദ്യവാരത്തിൽ മുപ്പതോളം അമേരിക്കൻ ഇൻഷ്വറൻസ് കമ്പനികളുടെ മേധാവികളും അന്തർദേശീയ ഇൻഷ്വറൻസ് കൗൺസിലിന്റെ ചെയർമാനായിരുന്ന അമേരിക്കൻ വാണിജ്യകാര്യ ഡെപ്യൂട്ടി സെക്രട്ടറിയും ഇന്ത്യ സന്ദർശിച്ചു. ഇന്ത്യാ സർക്കാർ ചുവപ്പു പരവതാനി വിരിച്ചു സ്വീകരണം നൽകി. ഇത് സ്വകാര്യവൽക്കരണവിരുദ്ധ ക്യാമ്പയിൻ കൂടുതൽ ശക്തിപ്പെടുത്താൻ ട്രേഡ് യൂണിയനുകൾക്കു പ്രേരണയായി. മൽഹോത്ര കമ്മിറ്റി ശുപാർശകൾ സംബന്ധിച്ച് അഭിപ്രായ സമന്വയം ഉണ്ടാക്കാനുള്ള നീക്കവും പൊളിഞ്ഞു.
- 1996 – ഇൻഷ്വറൻസ് റെഗുലേറ്ററി അതോറിറ്റി: പാർലമെന്റിൽ ഇൻഷ്വറൻസ് റെഗുലേറ്ററി അതോറിറ്റി നിയമം പാസ്സാക്കാൻ കഴിയില്ലെന്നു വ്യക്തമായിരുന്നു. അതുകൊണ്ട് നോൺ സ്റ്റാറ്റ്യൂട്ടറിയായ ഒരു അതോറിറ്റി സ്ഥാപിക്കപ്പെട്ടു. വിദേശതാൽപ്പര്യങ്ങളിൽ നിന്നുള്ള തുടർച്ചയായ സമ്മർദ്ദാവശ്യത്തോട് പ്രതികരിച്ചുവെന്ന ന്യായം സർക്കാരിനും പറയാനായി.

  എങ്കിലും ഡെമോക്ലീസിന്റെ വാളുപോലെ സ്വകാര്യവൽക്കരണം ഇൻഷ്വറൻസ് മേഖലയുടെമേൽ തൂങ്ങിക്കിടന്നിരുന്നതുകൊണ്ട് ശക്തമായ പ്രക്ഷോഭപ്രചാരണം തുടർന്നു. ഓൾ ഇന്ത്യ ഇൻഷ്വറൻസ് എംപ്ലോയീസ് അസോസിയേഷൻ മൽഹോത്ര കമ്മിറ്റിക്കെതിരായി 65 ലക്ഷം ഒപ്പുകൾ ശേഖരിച്ച് പ്രധാനമന്ത്രിക്ക് സമർപ്പിച്ചു. ഒട്ടനവധി അന്താരാഷ്ട്ര ഇൻഷ്വറൻസ് ബിസിനസ് നേതാക്കൾ

ഇന്ത്യ സന്ദർശിച്ചു. ഇവർക്കെല്ലാമെതിരായി ജീവനക്കാരുടെ പ്രകടനങ്ങൾ ഉണ്ടായി. ഇൻഷ്വറൻസ് സംഘടനകളുടെ നേതൃത്വത്തിൽ നടന്ന വമ്പിച്ച പ്രക്ഷോഭ പ്രചാരണം ഇൻഷ്വറൻസ് സ്വകാര്യവൽക്കരണത്തിനെതിരായ ഒരു പൊതുബോധം രാജ്യത്തു സൃഷ്ടിച്ചു. പാർലമെന്റിൽ അവതരിപ്പിച്ച കരട് ഐആർഎ നിയമം പാർലമെന്റിന്റെ സംയുക്ത സെലക്ഷൻ കമ്മിറ്റിക്കു വിടാൻ സർക്കാർ നിർബന്ധിതമായി. അവിടെ ഭൂരിപക്ഷം നേടാനായില്ല. 1997 ആഗസ്റ്റിൽ ലോക്സഭയിൽ അവതരിപ്പിച്ച നിയമം മൂന്നാം വായനയുടെ ഘട്ടത്തിൽ പിൻവലിക്കേണ്ടതായി വന്നു.

ഇങ്ങനെ നിരന്തരമായ സമ്മർദ്ദംമൂലം എച്ച് ഡി ദേവഗൗഡ, ഐ കെ ഗുജ്റാൾ സർക്കാരുകളുടെ കാലത്ത് മൽഹോത്ര കമ്മിറ്റി ശുപാർശകൾ നടപ്പിലാക്കുന്നതിന് മറ്റു നടപടികൾ ഉണ്ടായില്ല. 1995–ൽ മൽഹോത്ര കമ്മിറ്റി ശുപാർശകളുടെ മേലുള്ള നടപടികൾക്കു രൂപംനൽകാൻ നിയോഗിച്ച് മുഖർജി കമ്മിറ്റി 1997–ൽ റിപ്പോർട്ട് സമർപ്പിച്ചിരുന്നു. അതിന്റെ റിപ്പോർട്ട് നാളിതുവരെ വെളിച്ചം കണ്ടിട്ടില്ല. എന്നു മാത്രമല്ല, ഗുജ്റാൾ സർക്കാരിന്റെ കാലത്ത് ധനമന്ത്രിയായിരുന്ന പി ചിദംബരത്തിനു "സർക്കാരിന്റെ മുന്നിൽ സ്വകാര്യ മേഖലയ്ക്ക് ഇൻഷ്വറൻസ് മേഖല തുറന്നുകൊടുക്കുന്നതിനുള്ള നിർദ്ദേശമോ തീരുമാനമോ ഇല്ലാ"യെന്ന് അസന്നിഗ്ദമായി പ്രഖ്യാപിക്കേണ്ടതായും വന്നു.

ഈ കാലം മുഴുവൻ അതിശക്തമായ സമ്മർദ്ദം അമേരിക്കയിൽ നിന്നും ലോകവ്യാപാര സംഘടനയിൽ നിന്നുമുണ്ടായി. അമേരിക്കൻ പ്രസിഡന്റ് ബിൽ ക്ലിന്റൺ 1997 സെപ്തംബറിൽ ഇങ്ങനെ എഴുതി: "(ഇന്ത്യൻ ധനമന്ത്രി) താഴെപ്പറയുന്നവ സംബന്ധിച്ച് വ്യക്തമായ സൂചന നൽകി. ഇന്ത്യ ലോകവ്യാപാര സംഘടനയ്ക്കു നൽകിയിട്ടുള്ള ഉറപ്പുകൾ പാലിക്കും. അളവുപരമായ നിയന്ത്രണങ്ങൾ നീക്കം ചെയ്യും. ബൗദ്ധിക സ്വത്ത് അവകാശങ്ങൾ അംഗീകരിക്കും. ധനകാര്യമേഖല ഉദാരവൽക്കരിക്കും. ഇൻഷ്വറൻസിന് ഒരു സ്വതന്ത്ര റെഗുലേറ്ററി അതോറിറ്റി രൂപീകരിക്കും." ഇപ്രകാരം ബ്രിട്ടണും ലോകവ്യാപാര സംഘടനയ്ക്കുമെല്ലാം രഹസ്യമായ ഉറപ്പുകൾ നൽകിയിരുന്നുവെന്നതിനു തെളിവുകൾ ഏറെയാണ്. അമേരിക്കൻ വാണിജ്യ സെക്രട്ടറി ഐആർഎ ബില്ല് വീണ്ടും പാർലമെന്റിൽ അവതരിപ്പിക്കാൻ ആവശ്യപ്പെട്ടു. ഇത്തരത്തിലുള്ള സമ്മർദ്ദങ്ങൾക്കു മുന്നിൽ ഇന്ത്യ വഴങ്ങാതിരുന്നത് ഇൻഷ്വറൻസ് ട്രേഡ് യൂണിയനുകളും ഇടതുപക്ഷ പാർട്ടികളും എടുത്ത ശക്തമായ നിലപാടുകൾമൂലമാണ്.

- 1998 – ഇൻഷ്വറൻസ് റെഗുലേറ്ററി അതോറിറ്റി ബിൽ: ഗുജ്റാൾ സർക്കാർ തകർന്നതിനെ തുടർന്ന് അധികാരത്തിലേറിയ വാജ്പേയി

സർക്കാർ ഐആർഎ ബിൽ ലോക്സഭയിൽ അവതരിപ്പിച്ചു. ശക്തമായ എതിർപ്പുമൂലം അത് സ്റ്റാൻഡിംഗ് കമ്മിറ്റിയുടെ പരിഗണനയ്ക്കു വിടാൻ നിർബന്ധിതമായി. സ്റ്റാൻഡിംഗ് കമ്മിറ്റിയിൽ വിദേശ മൂലധന നിക്ഷേപം 40 ശതമാനത്തിൽനിന്നും 26 ശതമാനമാക്കി കുറയ്ക്കുന്നതടക്കം പല ഭേദഗതികളും സ്വീകരിച്ചിട്ടും ഏകകണ്ഠമായി അംഗീകരിക്കാനായില്ല. കമ്മിറ്റിയുടെ റിപ്പോർട്ട് തിരികെ ലോക്സഭയിൽ എത്തിയപ്പോഴേക്കും സഭയുടെ കാലാവധി തീരുകയും ചെയ്തു.

- 1999 – ഇൻഷ്വറൻസ് റെഗുലേറ്ററി ആൻഡ് ഡെവലപ്പ്മെന്റ് അതോറിറ്റി ഓഫ് ഇന്ത്യ (ഐആർഡിഎ): 1999–ലെ തിരഞ്ഞെടുപ്പിൽ വാജ്പേയി സർക്കാർ വീണ്ടും അധികാരത്തിൽവന്നു. പുതിയ ധനമന്ത്രി യശ്വന്ത് സിൻഹ പതിമൂന്നാം ലോക്സഭ ചേർന്നാൽ മൂന്നു ദിവസത്തിനുള്ളിൽ ഇൻഷ്വറൻസ് റെഗുലേറ്ററി അതോറിറ്റി ഡെവലപ്പ്മെന്റ് ബിൽ പാസ്സാക്കുമെന്നു വാഷിംഗ്ടണിൽവച്ചു പ്രസ്താവിച്ചു. ബിൽ ലോക്സഭയിൽ അവതരിപ്പിച്ച ഒക്ടോബർ 29–ന് എൽഐസിയിലെ മുഴുവൻ യൂണിയനുകളും പ്രതിഷേധിച്ചു പണിമുടക്കി.

പ്രചാരണ ജാഥകൾ, യോഗങ്ങൾ, കൺവെൻഷനുകൾ തുടങ്ങിയവ രാജ്യമാസകലം ഉയർന്നുവന്നു. ഓൾ ഇന്ത്യ ഇൻഷ്വറൻസ് എംപ്ലോയീസ് അസോസിയേഷൻ 1.5 കോടി ആളുകളുടെ ഒപ്പുശേഖരിച്ച് പതിമൂന്നാം ലോക്സഭയ്ക്കു പെറ്റീഷനായി നൽകാൻ തീരുമാനിച്ചു. ഐആർഡിഎ ബില്ലിനു മുമ്പ് ഈ പെറ്റീഷൻ ലോക്സഭയിൽ ചർച്ച ചെയ്യിക്കാനായിരുന്നു പരിശ്രമം. അത് ഒരുപരിധിവരെ നടന്നു. പെറ്റീഷൻ ഒൻപതാമത്തെ ഇനമായി ലിസ്റ്റ് ചെയ്യപ്പെട്ടപ്പോൾ നിയമം 13–ാമത്തെ ഇനമായി. എന്നാൽ സ്പീക്കർ പെറ്റീഷൻ കമ്മിറ്റി രൂപീകരിച്ചിട്ടില്ലായെന്നു പറഞ്ഞ് ആദ്യം നിയമം ചർച്ചയ്ക്കെടുത്തു. സ്റ്റാൻഡിംഗ് കമ്മിറ്റി പന്ത്രണ്ടാം ലോക്സഭയിൽ വിഷയം ചർച്ച ചെയ്ത് തീരുമാനമെടുത്തിട്ടുണ്ടെന്ന ന്യായം പറഞ്ഞ് ലോക്സഭയിൽ മറ്റു കമ്മിറ്റി ചർച്ചകൾ കൂടാതെ നിയമം പാസ്സാക്കുന്നതിന് കൂട്ടുനിൽക്കുകയും ചെയ്തു. മുൻകാലത്ത് ഐആർഎ ബില്ലിനെ എതിർത്ത ബിജെപി പുതിയ നിയമത്തിന്റെ വക്താക്കളായി. കോൺഗ്രസിന്റെ പിന്തുണകൂടി ലഭിച്ചതോടെ നിയമം പാസ്സായി. 2000 ആദ്യം പ്രസിഡന്റിന്റെ അംഗീകാരവും ലഭിച്ചു. ഐആർഡിഎ നിലവിൽവന്നു. നാഷണൽ പ്ലാറ്റ്ഫോം ഓഫ് മാസ് ഓർഗനൈസേഷന്റെ ആഭിമുഖ്യത്തിൽ 2000 മാർച്ച് 9–ന് ഭാരത്ബന്ദും പാർലമെന്റിലേക്കുള്ള മാർച്ചും നടന്നു.

ബില്ല് പാസ്സായതോടെ ഒരു പുതിയ കാലഘട്ടം തുറന്നു. 'ബില്ല്

പാസ്സായി. പോരാട്ടം തുടരും.' എന്നായിരുന്നു ഇൻഷ്വറൻസ് വർക്കറിന്റെ മുഖപ്രസംഗം. എൽഐസിയുടെ ഓഹരി വിൽപ്പന അജൻഡയിൽ ഇല്ലെന്ന് സർക്കാരും വ്യക്തമാക്കാൻ നിർബന്ധിതമായി. എന്നാൽ എൽഐസിയെ ദുർബലപ്പെടുത്താനുള്ള പുതിയ ഐആർഡിഎയുടെ നീക്കങ്ങൾക്കെതിരെ ജാഗ്രത പുലർത്തേണ്ടിയിരുന്നു. എൽഐസിയുടെ ദേശസാൽക്കരണ നിയമം റദ്ദാക്കപ്പെട്ടിരുന്നില്ല. അതിലെ വ്യവസ്ഥകൾക്കുവിരുദ്ധമായ ഐആർഡിഎയുടെ നീക്കങ്ങൾക്കെതിരെ തുടർച്ചയായ ചെറുത്തുനിൽപ്പ് വേണ്ടിയിരുന്നു. ജിഐസിയുടെ സബ്സിഡിയറി കമ്പനികളെ സ്വതന്ത്രമാക്കാനുള്ള നീക്കത്തിനെതിരെ 2001–ൽ രണ്ടു മണിക്കൂർ വാക്കൗട്ട് സമരം നടത്തി.

സ്വകാര്യ ഇൻഷ്വറൻസ് കമ്പനികളുടെ രംഗപ്രവേശനം

ഐആർഡിഎ നിയമപ്രകാരം ലൈഫ് ഇൻഷ്വറൻസിൽ 1956 ലെ ദേശസാൽകൃത നിയമം നൽകിയ കുത്തകാവകാശം അവസാനിച്ചു.

പട്ടിക 5.1
ഇന്ത്യയിലെ സ്വകാര്യ ലൈഫ് ഇൻഷ്വറൻസ് കമ്പനികൾ

നം.	കമ്പനിയുടെ പേര്	ഹെഡ് ക്വാർട്ടേഴ്സ്	രജിസ്റ്റർ ചെയ്ത വർഷം	ഓഹരി മൂലധനം 2021 മാർച്ച്	വിദേശ മൂലധന വിഹിതം (%)	പ്രീമിയം 2021	ബാങ്ക് ടൈ-അപ്പ് ഉണ്ടോ?
1	HDFC Standard Life Insurance Co. Ltd.	Mumbai	2000	2021	35	38583	
2	Max Life Insurance Co. Ltd.	Delhi	2000	1919	5	19017	Axis Bank
3	ICICI Prudential Life Insurance Co. Ltd.	Mumbai	2000	1436	39	35732	ICICI
4	Aditya Birla Sun Life Insurance Co. Ltd.	Mumbai	2000	1901	49	9775	
5	Kotak Mahindra Life Insurance Co. Ltd.	Mumbai	2001	510	0	11100	Kotak Mahindra Bank
6	TATA AIG Life Insurance Co. Ltd.	Mumbai	2001	1953	49	11105	Indian Bank
7	SBI Life Insurance Co. Ltd.	Mumbai	2001	1000	43	50254	SBI
8	Exide Life Insurance Co. Ltd.	Bangalore	2001	1850	0	3325	ING Vysya Bank
9	Bajaj Allianz Life Insurance Co. Ltd.	Pune	2001	151	26	12025	
10	PNB MetLife India Insurance Co. Ltd.	Mumbai	2001	2013	34	6033	PNB

11	Reliance Nippon Life Insurance Company	Mumbai	2001	1196	49	4736	
12	Aviva Life Insurance Company India Ltd.	Gurugram	2002	2005	49	1165	
13	Sahara India Life Insurance Co. Ltd.	Lucknow	2004	232	0	73	
14	Shriram Life Insurance Co. Ltd.	Hyderabad	2005	179	42	2019	
15	Future Generali India Life Insurance Co. Ltd.	Mumbai	2007	1966	26	1322	UCO Bank, etc.
16	Bharti AXA Life Insurance Co. Ltd.	Mumbai	2008	3086	49	2281	
17	Ageas Federal Life Insurance Co. Ltd.	Mumbai	2008	800	49	1959	IDBI
18	Canara HSBC Oriental Bank of Commerce Life Insurance Co. Ltd.	Gurugram	2008	950	26	5116	Canara Bank, etc.
19	Aegon Life Insurance Co. Ltd.	Mumbai	2008	1468	49	526	
20	Pramerica Life Insurance Co. Ltd.	Mumbai	2008	374	49	994	
21	Star Union Dai-Ichi Life Insurance Co. Ltd.	Mumbai	2008	259	46	2999	Union Bank of India
22	India First Life Insurance Co. Ltd.	Mumbai	2009	663	26	4056	Bank of Baroda, etc.
23	Edelweiss Tokio Life Insurance Co. Ltd.	Mumbai	2011	313	49	1249	

ഐആർഡിഎ ആക്ട് പ്രകാരം താഴെപ്പറയുന്ന നിബന്ധനകൾ പാലിക്കുന്ന സ്വകാര്യ കമ്പനികൾക്കു ഇൻഷ്വറൻസ് മേഖലയിൽ പ്രവേശനം അനുവദിച്ചു.

- 1956 ലെ ഇന്ത്യൻ കമ്പനീസ് ആക്ട് പ്രകാരം രജിസ്റ്റർ ചെയ്തിരിക്കണം. വിദേശമൂലധനം 26 ശതമാനത്തിൽ അധികരിക്കാൻ പാടില്ല.
- ഇൻഷ്വറൻസ് മാത്രമേ ബിസിനസായി പാടുള്ളൂ അതിന് ഐആർഡിഎയുടെ രജിസ്ട്രേഷൻ ഉണ്ടായിരിക്കണം. ലൈഫ് ഇൻഷ്വറൻസോ ജനറൽ ഇൻഷ്വറൻസോ ഏതെങ്കിലും ഒന്നേ ഒരു കമ്പനിക്കു പാടുള്ളൂ.
- 100 കോടി രൂപ അടച്ചുതീർത്ത മൂലധനം ഉണ്ടാവണം.
- ബാങ്കുകൾക്ക് ഇൻഷ്വറൻസ് ബിസിനസിൽ ഏർപ്പെടാനുള്ള മാർഗ്ഗനിർദ്ദേശങ്ങൾ റിസർവ്വ് ബാങ്ക് പുറത്തിറക്കി.

പട്ടിക 5.1–ൽ ഇന്ത്യയിൽ ഇന്നു പ്രവർത്തിക്കുന്ന 23 സ്വകാര്യ ലൈഫ് ഇൻഷ്വറൻസ് കമ്പനികളുടെ ലിസ്റ്റും ചില വിശദാംശങ്ങളും നൽകിയിട്ടുണ്ട്. 4 കമ്പനികൾ ഇൻഷ്വറൻസ് മേഖല തുറന്നുകൊടുത്ത 2000–ത്തിൽ തന്നെ രജിസ്റ്റർ ചെയ്തു. 2001–ൽ 7–ഉം. അതിനുശേഷം പ്രതിവർഷം ഏറിയാൽ ഒന്നുവീതം. 2008–ൽ 6 കമ്പനികൾ രജിസ്റ്റർ ചെയ്തു. ആ വർഷമാണ് വിദേശ ഓഹരി ഉടമസ്ഥതയുടെ പരിധി 26 ശതമാനത്തിൽ നിന്നു 49 ശതമാനമായി ഉയർത്തിയത്.

1938–ലെ നിയമ പ്രകാരം 'ഇന്ത്യൻ ഇൻഷ്വറൻസ് കമ്പനി'യിൽ 26 ശതമാനം വിദേശ ഓഹരി മൂലധനമേ അനുവദിച്ചിരുന്നുള്ളൂ. ഈ പരിധി വിദേശ ഇൻഷ്വറൻസ് കമ്പനികൾക്കു സ്വീകാര്യമായിരുന്നില്ല. അത് 49 ശതമാനമെങ്കിലുമായി ഉയർത്തണമെന്നതായിരുന്നു അവരുടെ ആവശ്യം. ഇതിനുള്ള നിയമം 2008–ൽ പാർലമെന്റിൽ അവതരിപ്പിച്ചു. എന്നാൽ രാജ്യസഭയിലെ ശക്തമായ എതിർപ്പുമൂലം നിയമം പാർലമെന്ററി സ്റ്റാൻഡിംഗ് കമ്മിറ്റിയുടെ പരിഗണനയ്ക്കു വിടേണ്ടി വന്നു. സ്റ്റാൻഡിംഗ് കമ്മിറ്റിയാവട്ടെ, എതിർത്തുകൊണ്ടുള്ള റിപ്പോർട്ടാണ് തയ്യാറാക്കിയത്. അവസാനം 2015–ൽ മാത്രമേ ഇത്തരമൊരു നിയമം പാസ്സാക്കി എടുക്കുന്നതിന് കഴിഞ്ഞുള്ളൂ.

23 കമ്പനികളുടെ മൊത്തം ഓഹരി മൂലധനം 28245 കോടി രൂപയാണ്. ഇതിന്റെ 36 ശതമാനം ഇന്നു വിദേശമൂലധനമാണ്. 9 കമ്പനികളിൽ 49 ശതമാനം വിദേശനിക്ഷേപം ഇപ്പോഴുണ്ട്. 2021 മെയ് മാസത്തിൽ വിദേശനിക്ഷേപത്തിന്റെ അനുവദനീയ പരിധി 74 ശതമാനമായി വീണ്ടും ഉയർത്തിയിട്ടുണ്ട്. താമസംവിന വിദേശനിയന്ത്രണം വീണ്ടും ഉയരുമെന്നതു തീർച്ചയാണ്. ഏറ്റവും വലിയ ഓഹരി മൂലധനം 3086 കോടി രൂപയുള്ള Bharti AXA Life Insurance Co. Ltd. ആണ്. 2000 കോടി രൂപയ്ക്കുമേൽ ഓഹരി മൂലധനമുള്ള മൂന്ന് കമ്പനികളാണുള്ളത്. 1000 രൂപയ്ക്കുമേൽ ഓഹരി മൂലധനമുള്ള ഒൻപത് കമ്പനികളുമുണ്ട്.

2021 ലെ പ്രീമിയം എടുത്താൽ ഏറ്റവും ഉയർന്ന ടേണോവർ 50254 കോടി രൂപയുള്ള SBI Life Insurance Co. Ltd.-ന്റേതാണ്. HDFC Standard Life Insurance Co. Ltd.-ന് രണ്ടാമത്തേത് 38583 കോടി രൂപയും, ICICI Prudential Life Insurance Co. Ltd.-ന് 35732 കോടി രൂപയും ടേണോവറുണ്ട്. മൊത്തം വാർഷിക പ്രീമിയത്തിന്റെ 55 ശതമാനം ഈ മൂന്നു കമ്പനികൾക്കാണ്.

ഭൂരിപക്ഷം ഇൻഷ്വറൻസ് കമ്പനികളും ഏതെങ്കിലും ബാങ്കുമായി ബന്ധപ്പെട്ടാണു ഇൻഷ്വറൻസ് പോളിസികൾ വിൽക്കുന്നത്. ഇതിനെയാണ് ബാങ്കാഷ്വറൻസ് (ബാങ്ക് + അഷ്വറൻസ്) എന്നു വിളിക്കുന്നത്. ഇന്ത്യയിലെ എല്ലാ പ്രമുഖ പൊതുമേഖലാ ബാങ്കുകളും ഇത്തരത്തിൽ വിദേശ ഇൻഷ്വറൻസ് കമ്പനികളുമായി സംയുക്ത സംരംഭങ്ങൾ ആരംഭിച്ചിട്ടുണ്ട്. പ്രത്യക്ഷ ബാങ്ക് ബന്ധം ഇല്ലാത്ത ഇൻഷ്വറൻസ് കമ്പനികൾ ബാങ്കേതര ധനകാര്യ സ്ഥാപനങ്ങളുമായിട്ട് ബന്ധപ്പെട്ടാണു പ്രവർത്തിക്കുന്നത്. കോട്ടക് മഹീന്ദ്ര, സഹാറ എന്നിവയൊഴികെ മറ്റെല്ലാ കമ്പനികളും വിദേശ കമ്പനികളുമായുള്ള സംയുക്ത സംരംഭങ്ങളാണ്.

30 നിയോലിബറൽ വർഷങ്ങൾ

രണ്ടുപതിറ്റാണ്ടുകൊണ്ട് ലൈഫ് ഇൻഷ്വറൻസ് മേഖലയിൽ ഉണ്ടായ സ്വകാര്യ നിക്ഷേപത്തിന്റെ ഒരു പൊതുചിത്രമാണ് മുകളിൽ കൊടുത്തിട്ടുള്ളത്. ഈ കാലയളവിൽ സമ്പദ്ഘടനയുടെ സമസ്ത മേഖലകളിലും കഴിഞ്ഞ അധ്യായത്തിൽ സൂചിപ്പിച്ചതുപോലെ നയമാറ്റങ്ങൾ ഉണ്ടായി. ചുരുക്കം ചില മേഖലകൾ ഒഴികെ ബാക്കിയെല്ലാ മേഖലകളും സ്വകാര്യ നിക്ഷേപത്തിനു തുറന്നുകൊടുക്കപ്പെട്ടു. വിദേശമൂലധനത്തിനു ഭൂരിപക്ഷം മേഖലകളിലും ഓട്ടോമാറ്റിക് റൂട്ടിൽ നിക്ഷേപം സാധ്യമാണ്. ലാഭത്തിലുള്ളതാവട്ടെ, നഷ്ടത്തിലുള്ളതാവട്ടെ, പൊതുമേഖല മുഴുവൻ സ്വകാര്യവൽക്കരിക്കുകയെന്നുള്ളത് നയമായി മാറി. എന്നാൽ ഇൻഷ്വറൻസ് മേഖലയിലെന്നപോലെതന്നെ പല മേഖലകളിലും ശക്തമായ പ്രതിരോധം തൊഴിലാളികളും ജീവനക്കാരും ഉയർത്തുകയുണ്ടായി.

കേന്ദ്ര-സംസ്ഥാന സർക്കാരുകളുടെ ചെലവുകളുടെമേൽ ധന ഉത്തരവാദിത്വ നിയമങ്ങൾ ശക്തമായ കടിഞ്ഞാണിട്ടു. പൊതുവിൽ പറഞ്ഞാൽ സർക്കാർ ബജറ്റ് കമ്മി കുറഞ്ഞുവരാൻ തുടങ്ങി. ഉദാരവൽക്കരണ നയങ്ങൾമൂലം ഇന്ത്യയിലേക്കുള്ള വിദേശമൂലധന ഒഴുക്ക് വളരെയേറെ ശക്തിപ്പെട്ടു. ഇതിന്റെ നല്ലൊരു സൂചികയാണ് വിദേശവ്യാപാര കമ്മി ഗണ്യമായി വർദ്ധിച്ചിട്ടും രാജ്യത്തിന്റെ വിദേശവിനിമയ ശേഖരം റെക്കോർഡ് നിലവാരത്തിലേക്ക് ഉയർന്നത്.

ഇതിന്റെയൊക്കെ ഫലമായി രാജ്യത്തിന്റെ ജിഡിപിയുടെ ഗതിവേഗം എത്ര ഉയർന്നുവെന്നതാണ് വിലയിരുത്താനുള്ളത്. കാരണം

ഇൻഷ്വറൻസിന്റെ വ്യാപനവും സാമ്പത്തിക വളർച്ചയും പരസ്പരം ബന്ധപ്പെട്ടിരിക്കുന്നുവെന്നു നാം കണ്ടതാണല്ലോ.

സാമ്പത്തിക വളർച്ച: കൊളോണിയൽ കാലഘട്ടത്തിൽ കേവലം ഒരു ശതമാനം വച്ചു വളർന്നിരുന്ന ദേശീയ സമ്പദ്ഘടന സ്വാതന്ത്ര്യാനന്തര കാലത്ത് 3.5 ശതമാനം വേഗതയിൽ വളർന്നുവല്ലോ. ആഭ്യന്തര കമ്പോളത്തിന്റെ മുരടിപ്പ് മറികടക്കുന്നതിന് 1980–കളിൽ ഉദാരവൽക്കരണനയം സ്വീകരിക്കാൻ തുടങ്ങിയതു വളർച്ചയുടെ വേഗത ഏതാണ്ട് 5.6 ശതമാനത്തിലേക്ക് ഉയർത്തി. എന്നാൽ ഇതിനു സ്വീകരിച്ച ഇറക്കുമതി ഉദാരവൽക്കരണം 1991–ൽ വലിയ വിദേശവിനിമയ പ്രതിസന്ധി സൃഷ്ടിച്ചു. ഈ പ്രതിസന്ധിയുടെ കുരുക്കിൽപ്പെട്ട ഇന്ത്യയുടെ മുന്നിൽ കൂടുതൽ ഉദാരവൽക്കരണ നയം സ്വീകരിക്കുകയല്ലാതെ മറ്റു പരിഹാരമില്ലായെന്ന സ്ഥിതിവിശേഷം സൃഷ്ടിക്കുന്നതിൽ ഇന്ത്യയിലെ ഭരണവർഗ്ഗങ്ങളും വിദേശശക്തികളും വിജയിച്ചു. അങ്ങനെയാണ് 1991–ൽ മൻമോഹൻ സിംഗ് നവഉദാരവൽക്കരണ സാമ്പത്തിക അഴിച്ചുപണിക്ക് തുടക്കം കുറിച്ചത്. ഇതെല്ലാം മുൻ അധ്യായങ്ങളിൽ സൂചിപ്പിച്ചു കഴിഞ്ഞതാണ്.

പുതിയ നയങ്ങളുടെ ഫലമായി കഴിഞ്ഞ മൂന്നുപതിറ്റാണ്ടു കാലത്ത് (കോവിഡുകാലം മാറ്റി നിർത്തിയാൽ) ജിഡിപി ഏതാണ്ട് 7.6 ശതമാനംവച്ച് വർഷംതോറും വളർന്നു. ഇതാണ് പെരുമ്പറയടിച്ച് പരിഷ്കാരത്തിന്റെ നേട്ടമായി ആഘോഷിക്കുന്നത്. എന്നാൽ കൊളോണിയൽ കാലഘട്ടത്തിലെ ഒരു ശതമാനത്തിൽ നിന്നും 3.5 ശതമാനത്തിലേക്കുള്ള കുതിപ്പും ഐഎംഎഫ് കുറിപ്പടി നടപ്പാക്കുംമുമ്പ് 1980 കളിൽ വളർച്ചാനിരക്ക് വീണ്ടും 5.6 ശതമാനമായി ഉയർന്നതും ഇപ്പോൾ ഉണ്ടായിട്ടുള്ള ഗതിവേഗത്തിന്റെ വർദ്ധനയെ യാഥാർത്ഥ്യബോധത്തോടെ വിലയിരുത്താൻ സഹായിക്കും.

ഇതോടൊപ്പം ഒരുകാര്യവുംകൂടി മനസ്സിൽവയ്ക്കേണ്ടതുണ്ട്. മൂന്നാം ദശകം പ്രത്യേകിച്ച് മോദി അധികാരത്തിലേറിയകാലം മുതൽ സാമ്പത്തിക വളർച്ചയുടെ ഗതിവേഗം തുടർച്ചയായി കുറഞ്ഞുവന്ന് കോവിഡിനു തൊട്ടുമുമ്പുള്ള മൂന്നുമാസത്തിൽ 3.5 ശതമാനമായി താഴ്ന്നു. നോട്ടുനിരോധനമെന്ന ഹിമാലയൻ മണ്ടത്തരവും അവധാനതയില്ലാതെ ജിഎസ്ടി നടപ്പാക്കിയതുമാണു വളർച്ച മുരടിക്കാൻ മുഖ്യകാരണം. അതോടൊപ്പം 2008 ലെ സാമ്പത്തിക പ്രതിസന്ധിയുടെ പശ്ചാത്തലത്തിൽ സ്വീകരിച്ച സാമ്പത്തിക ഉത്തേജക ധനനയം ഉപേക്ഷിച്ച് കൂടുതൽ യാഥാസ്ഥിതികമായ നയം സ്വീകരിച്ചതും തിരിച്ചടിക്കു കാരണമായിട്ടുണ്ട്.

തൊഴിൽമുരടിപ്പ്: ഈ വളർച്ചയിൽ നിന്നു ജനങ്ങൾക്ക് എന്തു ലഭിച്ചുവെന്നുള്ളതാണ് ഇനി പരിശോധിക്കാനുള്ളത്. സാധാരണക്കാരനെ സംബന്ധിച്ചിടത്തോളം ദേശീയസാമ്പത്തിക വളർച്ചയിൽ അവരുടെ വിഹിതം നിർണ്ണയിക്കപ്പെടുക തൊഴിലവസര വർധനവിലൂടെയാണ്.

റിസർവ് ബാങ്ക് തന്നെ പ്രസിദ്ധീകരിക്കുന്ന കണക്കുകളുടെ അടിസ്ഥാനത്തിൽ നോക്കിയാൽ 1980–81 മുതൽ 1990–91 വരെയുള്ള പരിഷ്കാരങ്ങൾ നടപ്പാക്കുന്നതിന് മുമ്പുള്ള പതിറ്റാണ്ടിൽ തൊഴിലവസരങ്ങൾ പ്രതിവർഷം 2.02 ശതമാനം വീതം വളർന്നു. ഇത് ഏതാണ്ട് ജനസംഖ്യാ വർധനവിന് ഒപ്പം വരും.

എന്നാൽ പരിഷ്കാരത്തിന്റെ ആദ്യ പതിറ്റാണ്ടായ 1991–92/1999–00 കാലത്ത് തൊഴിലവസര വർധനവ് പ്രതിവർഷം 1.54 ശതമാനമായി ചുരുങ്ങി. അടുത്ത പതിറ്റാണ്ടാണ് സാമ്പത്തിക വളർച്ചയുടെ വേഗത ഉച്ചസ്ഥായിയിലെത്തിയത്. പക്ഷേ, 1999–00/2009–10 കാലയളവിൽ തൊഴിലവസര വർധന 1.47 ശതമാനമായി വീണ്ടും കുറഞ്ഞു. 2009–10 മുതൽ 2017–18 വരെയുള്ള കാലമെടുത്താൽ ദേശീയ തൊഴിലവസര വർധനവ് നാമമാത്രമായിരുന്നു – പ്രതിവർഷം 0.03 ശതമാനം വീതം മാത്രം. അങ്ങനെ നിയോലിബറൽ നയങ്ങൾ എത്തിച്ചേർന്നിരിക്കുന്നതു തൊഴിൽരഹിത വളർച്ചയുടെ ഘട്ടത്തിലാണ്.

ഇതിന്റെ ഫലമായി ഔദ്യോഗിക കണക്കുകൾ പ്രകാരം തൊഴിലില്ലായ്മ പെരുകിക്കൊണ്ടിരിക്കുകയാണ്. 1973–74 ൽ അഖിലേന്ത്യാ തൊഴിലില്ലായ്മ നിരക്ക് 1.25 ശതമാനമായിരുന്നു. പരിഷ്കാരങ്ങൾ ആരംഭിക്കുമ്പോൾ തൊഴിലില്ലായ്മ നിരക്ക് 2.85 ശതമാനമായി ഉയർന്നു. പിന്നീട് മോദി സർക്കാർ അധികാരത്തിൽ വരുന്നതുവരെ ഏതാണ്ട് ഈ നിലയിൽ തൊഴിലില്ലായ്മ നിരക്ക് തത്തിക്കളിച്ചു നിന്നു. എന്നാൽ 2017–18 ൽ തൊഴിലില്ലായ്മ നിരക്ക് 6.55 ശതമാനമായി ഉയർന്നു.

തുടർച്ചയായി തൊഴിലില്ലായ്മ വർദ്ധിച്ചപ്പോൾ പലരും തൊഴിൽ നേടാനുള്ള പരിശ്രമത്തിൽ നിന്നുതന്നെ പിന്മാറി. ഇതിന്റെ ഫലമായി ഇന്ത്യയുടെ തൊഴിൽപങ്കാളിത്ത നിരക്ക് ആഗോളവൽക്കരണ കാലഘട്ടത്തിൽ ഇടിയാൻ തുടങ്ങി. തൊഴിൽപങ്കാളിത്ത നിരക്ക് എന്നു പറഞ്ഞാൽ തൊഴിലെടുക്കുന്നവരുടെയും തൊഴിലന്വേഷിക്കുന്നവരുടെയും മൊത്തം സംഖ്യയെ തൊഴിൽപ്രായത്തിലുള്ളവരുടെ എണ്ണംകൊണ്ട് ഹരിക്കുമ്പോൾ ലഭിക്കുന്ന ശതമാനമാണ്. 1990–ൽ ലോകബാങ്കിന്റെ കണക്കു പ്രകാരം ഇന്ത്യയിലെ തൊഴിൽപങ്കാളിത്ത നിരക്ക് 58.4 ശതമാനം ആയിരുന്നു. 2018–ൽ ഇത് 49.8 ശതമാനമായി താഴ്ന്നു.

വളർച്ചാ നിരക്ക് കൂടിയെങ്കിലും തൊഴിലവസരങ്ങൾ കുറഞ്ഞു. തൊഴിൽപങ്കാളിത്തം തന്നെ ഇടിഞ്ഞു. ഇതാണ് തൊഴിൽമേഖലയിലെ നീക്കിബാക്കി. അപ്പോൾ ജനങ്ങളുടെ വരുമാനവിഹിതത്തിന് എന്തു സംഭവിച്ചുകാണുമെന്ന് ഊഹിക്കാൻ കഴിയുമല്ലോ.

വർദ്ധിക്കുന്ന അസമത്വം: ഇന്ത്യയിലെ ഏറ്റവും സമ്പന്നരായ ഒരു ശതമാനത്തിന്റെ സ്വത്തുവിഹിതം 1961–നും 1981–നും ഇടയ്ക്ക് ഏതാണ്ട് 12 ശതമാനമായി വലിയ മാറ്റമില്ലാതെ തുടരുകയായിരുന്നു. എന്നാൽ തുടർന്നുള്ള കാലഘട്ടത്തിൽ അത് അനുക്രമമായി വർദ്ധിച്ചു. 2020 ആയപ്പോഴേയ്ക്കും 42.5 ശതമാനമായി. ഇതുപോലെ തന്നെ ഏറ്റവും

മുകളിൽ തട്ടിലുള്ള 10 ശതമാനം കുടുംബങ്ങളുടെ സ്വത്തുവിഹിതമെടുത്താൽ 1961 നും 1981 നും ഇടയ്ക്ക് ഏതാണ്ട് 43–45 ശതമാനമായിരുന്നത് പിന്നീടുള്ള കാലയളവിൽ അനുക്രമമായി വർദ്ധിച്ച് 74.3 ശതമാനമായി ഉയർന്നു.

ഇതിന്റെ നേർവിപരീതമാണ് ഏറ്റവും താഴേക്കിടയിലുള്ള 50 ശതമാനം കുടുംബങ്ങളുടെ സ്വത്തുവിഹിതം. 1961–ൽ 12.3 ശതമാനം ഉണ്ടായിരുന്നത് പതുക്കെ കുറഞ്ഞ് 1981–ൽ 10.9 ശതമാനമായി. പിന്നെ ഇടിവിന്റെ വേഗതകൂടി. 2020–ൽ 2.8 ശതമാനമായി കുറഞ്ഞു. ഇടത്തരം കുടുംബങ്ങളുടെയും സ്വത്തുവിഹിതത്തിന്റെ ഗതി വ്യത്യസ്തമല്ല. ഏതാണ്ട് 45 ശതമാനം ഉണ്ടായിരുന്ന ഇവരുടെ സ്വത്തുവിഹിതം ഇപ്പോൾ 22.9 ശതമാനം മാത്രമാണ്.

വരുമാനത്തിന്റെ വിഹിതമെടുത്താലും ഏതാണ്ട് ഇതേ ചിത്രമാണ് തെളിയുന്നത്. 1961–1981 കാലത്ത് ഏറ്റവും പണക്കാരായ ഒരു ശതമാനം കുടുംബങ്ങളുടെ വരുമാന വിഹിതം 13 ശതമാനത്തിൽ നിന്ന് 6.9 ശതമാനമായി താഴ്ന്നു. എന്നാൽ പിന്നീട് തുടർച്ചയായ വർദ്ധനയാണ് കാണുന്നത്. 2020–ൽ അത് 21.7 ശതമാനമായി. ഏറ്റവും പണക്കാരായ 10 ശതമാനം കുടുംബങ്ങളെടുത്താൽ 1961–1981 കാലയളവിൽ അവരുടെ വിഹിതം 37.2 എന്നത് 30.7 ആയി കുറഞ്ഞെങ്കിൽ തുടർന്നുള്ള കാലയളവിൽ വർദ്ധിച്ച് 2020–ൽ 56.1 ശതമാനമായി.

അതേസമയം ഏറ്റവും പാവപ്പെട്ട 50 ശതമാനം കുടുംബങ്ങളുടെ വരുമാന വിഹിതമാവട്ടെ 1961–1981 കാലത്ത് 21.2 ശതമാനത്തിൽ നിന്ന് 23.5 ശതമാനമായി ഉയർന്നെങ്കിൽ തുടർന്നുള്ള കാലയളവിൽ തുടർച്ചയായി കുറഞ്ഞ് 2020–ൽ 14.7 ശതമാനമായി. ഇടത്തരം കുടുംബങ്ങളുടെ വിഹിതം ആഗോളവൽക്കരണത്തിനുമുമ്പ് വർദ്ധിച്ചുവെങ്കിൽ, 1981–2020 നും ഇടയിൽ 47.1 ശതമാനത്തിൽനിന്നും 29.7 ശതമാനമായി കുറഞ്ഞു.

പെരുകുന്ന ദാരിദ്ര്യം: കാര്യങ്ങൾ ഇങ്ങനെ കിടക്കുമ്പോഴാണ് 2017–18 ലെ ഉപഭോഗ സർവ്വേ കണക്കുകൾ പുറത്തുവന്നത്. സർക്കാർ പുറത്തുവിട്ടതല്ല, ഇപ്പോഴും ഈ സർവ്വേയുടെ എല്ലാ വിവരങ്ങളും രഹസ്യമായി സൂക്ഷിച്ചിരിക്കുകയാണ്. കണക്ക് വിശ്വസനീയമല്ലെന്നാണ് സർക്കാരിന്റെ വാദം. അപ്പോഴാണ് ചില ഉദ്യോഗസ്ഥർ രഹസ്യ കണക്കുകൾ പുറത്തുവിട്ടത്. നഗരമേഖലയിൽ 5 വർഷത്തിനുള്ളിൽ ഉപഭോഗം 3 ശതമാനമേ കൂടിയുള്ളൂ. ഗ്രാമീണ മേഖലയിൽ 8 ശതമാനം കുറഞ്ഞു. ദാരിദ്ര്യം കണക്കാക്കുന്നതിന് സ്വാതന്ത്ര്യം കിട്ടിയതു മുതൽ ആധാരമാക്കിയിരുന്നത് 5 വർഷത്തിലൊരിക്കൽ നടത്തുന്ന ഈ ഉപഭോഗ സർവ്വേയാണ്. ഈ സർവ്വേയുടെ ചരിത്രത്തിൽ ആദ്യമായാണ് ജനങ്ങളുടെ ഉപഭോഗം കേവലമായി തന്നെ കുറഞ്ഞത്. എന്നാൽ ദാരിദ്ര്യം വർദ്ധിച്ചു എന്നതു സമ്മതിക്കാൻ മോദിക്ക് ആവില്ലല്ലോ. അതുകൊണ്ട് ഈ സർവ്വേ കണക്കുതന്നെ കേന്ദ്രസർക്കാർ തമസ്കരിച്ചു.

ദരിദ്രരുടെ എണ്ണത്തെക്കുറിച്ചു വലിയ തർക്കങ്ങളുണ്ട്. ദാരിദ്ര്യം കുറഞ്ഞുവെന്നാണു സർക്കാരിന്റെ അവകാശവാദം. ഇത് നിർവ്വചനത്തിൽവരുത്തിയ മാറ്റത്തിന്റെ ഫലമാണെന്നാണ് വിമർശകർ ചൂണ്ടിക്കാണിക്കുന്നത്. ആ തർക്കം അവിടെ നിൽക്കട്ടെ. നിയോലിബറലുകാരുടെ വാദം പരിഷ്കാരങ്ങളുടെ നേട്ടം ജനങ്ങളിലേക്കും കിനിഞ്ഞിറങ്ങിയെന്നാണ് ആഗോളവൽക്കരണ വക്താക്കൾ വാദിക്കുക. പക്ഷേ, ഈ പരിഷ്കാരങ്ങൾ ലോകത്തെ എല്ലാ രാജ്യങ്ങളിലും ഏറിയും കുറഞ്ഞും നടപ്പാകുന്നുണ്ടല്ലോ. മറ്റു രാജ്യങ്ങളിലെ ജനങ്ങൾക്ക് ഉണ്ടാകുന്ന നേട്ടങ്ങൾ പോലും ഇന്ത്യയിലെ ജനങ്ങൾക്കു ലഭിക്കുന്നില്ലായെന്നുള്ളതാണ് ഐക്യരാഷ്ട്രസഭയുടെ കണക്കുകൾ സൂചിപ്പിക്കുന്നത്.

വികസനസൂചികകൾ: യുഎൻഡിപി വർഷംതോറും പ്രസിദ്ധീകരിക്കുന്ന മാനവവിഭവ വികസന സൂചികയാണ് ഇവയിൽ ഏറ്റവും പ്രസിദ്ധം. 1990–ൽ ഇന്ത്യയുടെ റാങ്ക് 114–ാമത്തേതായിരുന്നു. 2019–ൽ ഇന്ത്യയുടെ റാങ്ക് 131–ാമത്തേതായി. ഇന്ത്യയുടെ സ്കോർ ശ്രദ്ധേയമായി ഉയർന്നുവെന്നുള്ളതു ശരിയാണ്. പക്ഷേ, ഇതരരാജ്യങ്ങളിലെ ജനങ്ങൾക്കുണ്ടായ പുരോഗതി ഇന്ത്യയിൽ ഉണ്ടായില്ല. ഇതാണ് ലോകറാങ്കിംഗിൽ ഉണ്ടായ ഇടിവു സൂചിപ്പിക്കുന്നത്.

മറ്റൊന്ന്, ലോക പട്ടിണി സൂചികയാണ് (Hunger Index). 1990–ൽ ഇന്ത്യയുടെ റാങ്ക് 55 ആയിരുന്നു. 2017 ൽ അത് 100 ആയി താഴ്ന്നു. പട്ടിണിക്കു കുപ്രസിദ്ധിയാർജ്ജിച്ച പല ആഫ്രിക്കൻ രാജ്യങ്ങളുടെയും നില ഇന്ത്യയേക്കാൾ മെച്ചമാണ്. നമ്മുടെ അയൽപക്ക രാജ്യങ്ങളിൽ പാകിസ്ഥാനും അഫ്ഗാനിസ്ഥാനുമാണ് നമ്മുടെ പിന്നിൽ. പട്ടിണിയുടെ പര്യായമായിരുന്ന ബംഗ്ലാദേശ് ഇപ്പോൾ നമുക്കു മുന്നിലാണ്.

അതുകൊണ്ട് ദേശീയവരുമാന വളർച്ചയും ശരാശരി പ്രതിശീർഷ വരുമാനവും എല്ലാംവച്ച് ആഗോളവൽക്കരണത്തെ മഹത്വവൽക്കരിക്കാൻ ശ്രമിക്കുന്നവരോട് നമുക്കു പറയാനുള്ളത് രാജ്യത്തെ ജനങ്ങളുടെ പരിതാപകരമായ അവസ്ഥയെക്കുറിച്ചാണ്. ആഗോളവൽക്കരണം ജനങ്ങളുടെ ചെലവിൽ പ്രതിസന്ധിയെ മറികടന്നു മുന്നോട്ടു പോകാനുള്ള തന്ത്രമാണ്. ഈ പശ്ചാത്തലത്തിൽ ഇൻഷ്വറൻസ് മേഖലയുടെ വളർച്ചയുടെ ഗതിവേഗം പരിശോധിക്കാനാണ് നാം തുനിയുന്നത്.

എൽഐസി ഉദാരവൽക്കരണത്തിനുശേഷം

കഴിഞ്ഞ അധ്യായത്തിൽ മൽഹോത്ര കമ്മിറ്റി റിപ്പോർട്ടിനു മുമ്പുള്ള കാലത്തെ ഇൻഷ്വറൻസ് വ്യവസായത്തിന്റെ വളർച്ചയെയാണ് നമ്മൾ പരിശോധിച്ചത്. 1980 കളിൽ വളർച്ചയുടെ ഗതിവേഗം ഗണ്യമായി ഉയർന്നുവെന്നു നാം കാണുകയുണ്ടായി. ഇതിനെ ശരിവയ്ക്കുന്നതാണ് പട്ടിക 5.2–ലെ കണക്കുകൾ.

പട്ടിക 5.2

എൽഐസിയുടെ വളർച്ച 1981–82 മുതൽ 2020–21 വരെ

വർഷം	പുതിയ വ്യക്തിഗത പോളിസികൾ (ലക്ഷം)	ശതമാന വർദ്ധനവ്	പുതിയ പോളിസികളിൽ അഷ്വർ ചെയ്ത തുക (കോടി)	ശതമാന വർദ്ധനവ്	മൊത്തം പോളിസികൾ (ലക്ഷം)	ശതമാന വർദ്ധനവ്	മൊത്തം അഷ്വർ ചെയ്ത തുക (കോടി)	ശതമാന വർദ്ധനവ്
1981–82	21.00		0.03		236.00		0.24	
1985–86	32.90	57	0.07	103	279.90	19	0.40	68
1990–91	86.50	163	0.28	299	455.10	63	1.19	195
1995–96	110.20	27	0.52	84	708.80	56	2.94	147
2000–01	196.60	78	1.25	141	1130.20	59	6.43	119
2005–06	315.86	61	2.89	131	1935.00	71	12.96	102
2010–11	370.03	17	0.74	−74	2861.00	48	25.28	95
2015–16	205.30	−45	4.60	421	2993.85	5	38.07	51
2020–21	209.87	2	6.06	32	2866.12	−4	51.28	35

സ്രോതസ്സ്: എൽഐസി വാർഷിക റിപ്പോർട്ടുകൾ

1981–82 ൽ 21 ലക്ഷം പുതിയ വ്യക്തിഗത പോളിസികളാണ് ചേർത്തതെങ്കിൽ 1990–91 ആയപ്പോൾ അത് 86.50 ലക്ഷവും 2000–01 ആയപ്പോൾ 196.60 ലക്ഷവുമായി ഉയർന്നു. എന്നാൽ 2005–06–നുശേഷം വർദ്ധനയുടെ തോത് ഗണ്യമായി കുറഞ്ഞുവരുന്നതായി കാണാം. മൊത്തം അഷ്വർ ചെയ്ത പുതിയ പോളിസികളുടെ തുകയുടെ കാര്യത്തിലും ഇതിനു സമാനമായ ഒരു ചിത്രമാണ് കാണാൻ കഴിയുക. 2010–11 ൽ അഷ്വർ ചെയ്ത തുക കുത്തനെ കുറയുന്നതായി കാണാം. എന്നാൽ മൊത്തം പോളിസികളുടെ എണ്ണം 2010–11–ൽ 370 ലക്ഷം ആയിരുന്നത് 205 ലക്ഷമായി കുറഞ്ഞപ്പോൾ അഷ്വർ ചെയ്ത തുക 0.74 കോടിയിൽ നിന്ന് 4.60 കോടിയായി ഉയരുകയാണുണ്ടായത്. കൂടുതൽ ഉയർന്ന പ്രീമിയമുള്ള പോളിസികൾ വിൽക്കുന്നതുകൊണ്ടാണ് ഈ വർദ്ധന നേടാൻ കഴിഞ്ഞിട്ടുള്ളത്.

എൽഐസിയുടെ ഇൻ ഫോഴ്സായുള്ള (in force) അഥവാ നിലവിലുള്ള പോളിസികൾ അടക്കമുള്ള മൊത്തം പോളിസികളുടെ എണ്ണവും അവയുടെ മൊത്തം അഷ്വർ ചെയ്ത തുകയും പട്ടിക 5.2–ൽ കാണാം. പൊതുവിൽ തെളിയുന്ന ചിത്രം നേരത്തെ പറഞ്ഞതു തന്നെയാണ്. 1981–82 ൽ മൊത്തം പോളിസികളുടെ എണ്ണം 236 ലക്ഷം ആയിരുന്നു. ഇതു ക്രമാനുഗതമായി വർദ്ധിച്ച് 2005–06 ൽ 1935 ലക്ഷമായി ഉയർന്നു. എന്നാൽ പിന്നീട് വളർച്ചയുടെ വേഗത കുറയുന്നു. 2015–16 ൽ 2993 ലക്ഷമായിരുന്ന പോളിസികളുടെ എണ്ണം 2020–21 ൽ 2866 ലക്ഷമായി 4 ശതമാനം കണ്ടു കുറഞ്ഞു. മൊത്തം അഷ്വർ ചെയ്ത തുകയുടെ പ്രവണതയും ഏതാണ്ട് ഇതുപോലെ തന്നെയാണ്. മൊത്തം അഷ്വർ

ചെയ്ത തുകയിൽ കേവലമായ കുറവ് ഉണ്ടായിട്ടില്ലെങ്കിലും വർദ്ധനയിൽ ക്രമാനുഗതമായ കുറവ് പുതിയ നൂറ്റാണ്ടിൽ കാണാൻ കഴിയും.

എൽഐസിയുടെ വളർച്ച മന്ദഗതിയിലായതിനു പിന്നിൽ മൂന്നു കാരണങ്ങളുണ്ട്. ഒന്ന്) സ്വകാര്യമേഖലയുടെ വിഹിതത്തിലുണ്ടായ വളർച്ച. രണ്ട്) പൊതുമേഖലയോടുള്ള വിവേചനം. മൂന്ന്) ഉദാരവൽക്കരണത്തിനുശേഷം പുതിയ നൂറ്റാണ്ടിന്റെ രണ്ടാമത്തെ പതിറ്റാണ്ടിൽ മൊത്തം ഇൻഷ്വറൻസ് വ്യവസായത്തിന്റെ വളർച്ച മുരടിച്ചത്. മത്സരമുണ്ടായാൽ ഇൻഷ്വറൻസ് വ്യാപനം ദ്രുതഗതിയിലാകുമെന്നാണല്ലോ സ്വകാര്യവൽക്കരണവാദക്കാർ വാദിച്ചുകൊണ്ടിരുന്നത്. എന്നാൽ അങ്ങനെയല്ല, കഴിഞ്ഞ ഒരുപതിറ്റാണ്ടിനിടയിൽ സംഭവിച്ചത്.

ഇൻഷ്വറൻസ് മേഖലയുടെ വളർച്ചയും മുരടിപ്പും

ആദ്യപതിറ്റാണ്ടുകൊണ്ടുതന്നെ സ്വകാര്യ മേഖല ഏതാണ്ട് 30 ശതമാനം ബിസിനസ് വിഹിതം കയ്യടക്കി. 2009–10–ൽ പുതിയ ബിസിനസിൽ എൽഐസിയുടെ വിഹിതം 65 ശതമാനവും, മൊത്തം ബിസിനസിൽ 70 ശതമാനവുമായിരുന്നു. 2016–17 വരെ ഏതാണ്ട് ഈ നില തുടരുന്നതായി കാണാം. എന്നാൽ അതിനുശേഷമുള്ള വർഷങ്ങളിൽ എൽഐസിയുടെ കമ്പോളവിഹിതം കുറഞ്ഞു. 1920–21–ൽ പുതിയ പ്രീമിയത്തിന്റെ 66 ശതമാനവും മൊത്തം പ്രീമിയത്തിന്റെ 64 ശതമാനവുമായി എൽഐസിയുടെ വിഹിതം കുറഞ്ഞു.

പട്ടിക 5.3

മൊത്തം ഇൻഷ്വറൻസ് ബിസിനസിൽ എൽഐസിയുടെ വിഹിതം

വർഷം	ആദ്യവർഷ പ്രീമിയം				മൊത്തം പ്രീമിയം			
	എൽഐസി	സ്വകാര്യം	മൊത്തം	എൽഐസിയുടെ ശതമാനം	എൽഐസി	സ്വകാര്യം	മൊത്തം	എൽഐസിയുടെ ശതമാനം
2009–10	71522	38372	109894	65.08	186077	79370	265447	70.10
2010–11	80012	39386	119398	67.01	203473	88165	291638	69.77
2011–12	81862	32079	113941	71.85	202889	84183	287072	70.68
2012–13	76612	30750	107362	71.36	208804	78399	287203	72.70
2013–14	90809	29511	120320	75.47	236942	77340	314282	75.39
2014–15	78508	34820	113328	69.28	239668	88433	328101	73.05
2015–16	97892	40971	138863	70.50	266444	100499	366943	72.61
2016–17	124583	50619	175202	71.11	300487	117989	418476	71.81
2017–18	134672	59482	194154	69.36	318223	140586	458809	69.36
2018–19	142336	72667	215003	66.20	337505	170627	508132	66.42
2019–20	178276	80986	259262	68.76	379390	193520	572910	66.22
2020–21	184430	94270	278700	66.18	403286	225448	628734	64.14

സ്രോതസ്സ്: എൽഐസി വാർഷിക റിപ്പോർട്ടുകൾ

എന്തായിരുന്നു സ്വകാര്യ കമ്പനികളുടെ മത്സരശേഷിയുടെ അടിസ്ഥാനം? ഇതിലേറ്റവും പ്രധാനപ്പെട്ട ഘടകം ഇന്ത്യൻ പൊതുമേഖലാ ബാങ്കുകളും വിദേശമൂലധനവും തമ്മിൽ സംയുക്ത സംരംഭങ്ങൾ അനുവദിച്ചതാണ്. എൽഐസിയുടെ മത്സരശേഷിയുടെ ഒരു അടിസ്ഥാനം 5000 ത്തോളം വരുന്ന ഓഫീസുകളും 15 ലക്ഷത്തോളം വരുന്ന ഏജന്റ് ശൃംഖലയുമാണ്. ഇതിനെ മറികടക്കുന്നതിന് ബാങ്കുകളുമായുള്ള സംയോജനം സഹായിച്ചു.

ഉദാഹരണത്തിന് BNP Paribas Cardif എന്ന ഫ്രഞ്ച് ഇൻഷ്വറൻസ് ഭീമൻ എസ്ബിഐയുമായി സംയോജിച്ച് എസ്ബിഐ ലൈഫ് ഇൻഷ്വറൻസ് എന്ന കമ്പനിയായി പ്രവർത്തിക്കുന്നു. മാർക്കറ്റിംഗിന്റെ സിംഹഭാഗവും എസ്ബിഐയുടെ ദേശവ്യാപകമായ ഓഫീസുകൾ വഴിയാണ്. ബാങ്കാഷ്വറൻസ് (അതായത് ബാങ്കും ഇൻഷ്വറൻസും) എന്നാണ് ഇത്തരം മാർക്കറ്റിംഗ് സമ്പ്രദായങ്ങളെ വിളിക്കുന്നത്. ഈ സംയോജനം വഴി 50000 കോടി രൂപയുടെ മാർക്കറ്റിംഗ് വിഹിതം എസ്ബിഐ ലൈഫിനുണ്ട്. മൊത്തം സ്വകാര്യ മേഖലയുടെ ബിസിനസ് ടേണോവറിൽ 22 ശതമാനം ഇവർക്കാണ്.

ചുരുക്കത്തിൽ പൊതുമേഖലാ സ്ഥാപനമായ എൽഐസിയോടു മത്സരിക്കുന്നതിനു വിദേശകുത്തകകൾക്കു താവളമാക്കി ഇന്ത്യൻ പൊതുമേഖലാ ബാങ്കുകളെ ഉപയോഗപ്പെടുത്തുകയാണ്. ഇനി ബാങ്കുകൾ അല്ലെങ്കിൽ ബാങ്കേതര ധനകാര്യ സ്ഥാപനങ്ങളും ഇത്തരത്തിൽ പുത്തൻകൂറ്റ് ഇൻഷ്വറൻസ് കമ്പനികൾക്കു തുണയായിട്ടു മാറുന്നു. അതേസമയം ലെവൽ പ്ലേയിംഗ് ഗ്രൗണ്ട് അഥവാ എല്ലാവർക്കും ഒരേ കളിനിയമം തന്നെ പാലിക്കണമെന്നു പറഞ്ഞ് എൽഐസിയുടെ മേൽ ഐആർഡിഎ പലവിധ നിയന്ത്രണങ്ങളും ഏർപ്പെടുത്തുന്നതിന് തുനിയുകയും ചെയ്തു. ഇതിലേറ്റവും കുപ്രസിദ്ധം തങ്ങളുടെ മാനദണ്ഡങ്ങൾക്കനുസൃതമല്ലായെന്നു പറഞ്ഞ് എൽഐസിയുടെ ജനപ്രിയങ്ങളായ ഒട്ടേറെ പോളിസികൾ നിർത്തലാക്കിച്ചതാണ്. ഇതിന്റെ ഫലമായി ഒരു ഘട്ടത്തിൽ എൽഐസിക്ക് മാർക്കറ്റ് ചെയ്യുന്നതിന് പോളിസികൾ തന്നെ ഇല്ലാത്ത അവസ്ഥ സംജാതമാവുകപോലുമുണ്ടായി.

മൊത്തം ബിസിനസ് വളരുന്ന ഘട്ടത്തിൽ എൽഐസിയുടെ വിഹിതം കുറഞ്ഞാലും അതു ടേണോവറിനെ വളരെ ഗൗരവമായി ബാധിക്കണമെന്നില്ല. എന്നാൽ 2010 കളിൽ പ്രകടമായ സുപ്രധാന പ്രവണത ലൈഫ് ഇൻഷ്വറൻസ് ബിസിനസ് മൊത്തത്തിൽ മുരടിക്കാൻ തുടങ്ങിയെന്നുള്ളതാണ്. താഴെക്കൊടുത്തിരിക്കുന്ന ഗ്രാഫുകൾ രണ്ടും ഐആർഡിഎയുടെ റിപ്പോർട്ടുകളിൽനിന്നുതന്നെ എടുത്തിട്ടുള്ളവയാണ്. ചിത്രം 5.1–ൽ ഇന്ത്യയിലെ ഇൻഷ്വറൻസിന്റെ പെനട്രേഷന്റെ രേഖാചിത്രമാണു നൽകിയിട്ടുള്ളത്. അതായത് വാർഷിക പ്രീമിയം തുകയും ജിഡിപിയുമായുള്ള അനുപാതമാണ് പെനട്രേഷൻ. അന്തർദേശീയ നിലവാര

ത്തേക്കാൾ വളരെ താഴെയാണ് ഇന്ത്യയുടെ സ്ഥിതിയെന്നും നാം കണ്ടു. എന്നാൽ 1980-കൾ മുതൽ ഈ തോത് കൂടുതൽ വേഗതയിൽ ഉയരാൻ തുടങ്ങി.

ചിത്രം 5.1

ഇന്ത്യയുടെ ഇൻഷുറൻസ് പെനട്രേഷൻ 2001-02 മുതൽ 2020-21 വരെ

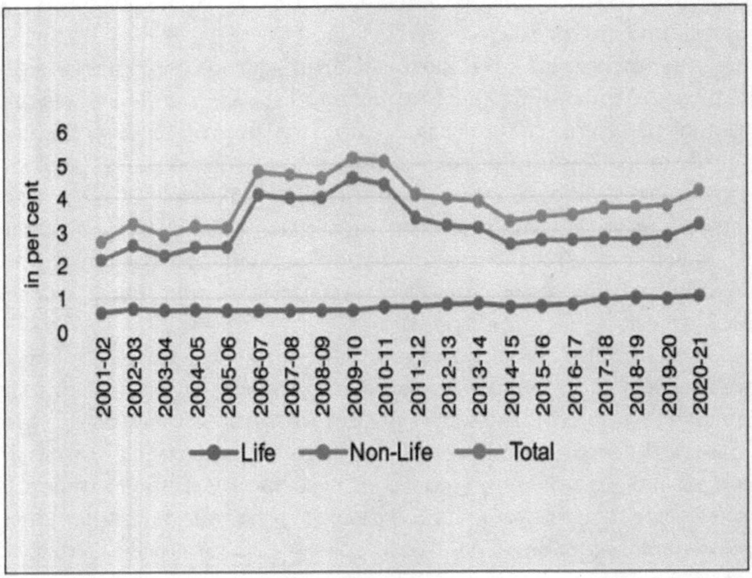

Source: Swiss Re, Sigma, Various issues

2001 ൽ പെനട്രേഷൻ സൂചിക 2.15 ആയിരുന്നു. ഇതു ക്രമാനുഗതമായി വളർന്ന് 2009-10-ൽ 4.6 ആയി. ഉദാരവൽക്കരണത്തിന്റെ ഭാഗമായി ഉണ്ടായ കമ്പോള മത്സരത്തിന്റെ ഫലമാണ് ഈ നേട്ടമെന്ന് പ്രകീർത്തിക്കപ്പെട്ടു. എന്നാൽ പിന്നീടുള്ള വർഷങ്ങളിൽ പെനട്രേഷൻ സൂചിക വർദ്ധിക്കുന്നതിനു പകരം കുറയാൻ തുടങ്ങി. 2016-17-ൽ 2.7 ആയി ചുരുങ്ങി. പിന്നീട് കുറച്ചു മെച്ചപ്പെട്ടെങ്കിലും ഇപ്പോഴും 2009-10-നേക്കാൾ താഴെയാണ്. ഈ മുരടിപ്പ് ലൈഫ് ഇൻഷുറൻസിലും ജനറൽ ഇൻഷുറൻസിലും പ്രകടമാണ്.

ചിത്രം 5.2-ൽ ഇൻഷുറൻസ് ഡെൻസിറ്റി സൂചിക നൽകിയിരിക്കുകയാണ്. ഇത് ആളോഹരി പ്രീമിയം തുകയാണ്. ഇന്ത്യയുടെ ആളോഹരി പ്രീമിയം തുക വളരെ താഴ്ന്നതായിരുന്നു. എന്നാൽ 1980 കളിൽ ഇതു വർദ്ധിക്കാൻ തുടങ്ങി. 2001 ൽ പ്രതിശീർഷ ലൈഫ് ഇൻഷുറൻസ് പ്രീമിയം 9.1 ഡോളർ ആയിരുന്നു. ഇതു പടിപടിയായി ഉയർന്ന് 2010 ൽ 55.7 ഡോളറിലെത്തി. എന്നാൽ പിന്നീടുള്ള വർഷങ്ങളിൽ ഇത്

ഇടിഞ്ഞു. 2013–14 ൽ ഇത് 41 ഡോളറായി. ഇപ്പോൾ വീണ്ടും പതുക്കെ ഉയർന്നുകൊണ്ടിരിക്കുകയാണ്.

ചിത്രം 5.2

ഇന്ത്യയിലെ ഇൻഷ്വറൻസ് ഡെൻസിറ്റി സൂചിക 2001–02 മുതൽ 2020–21 വരെ

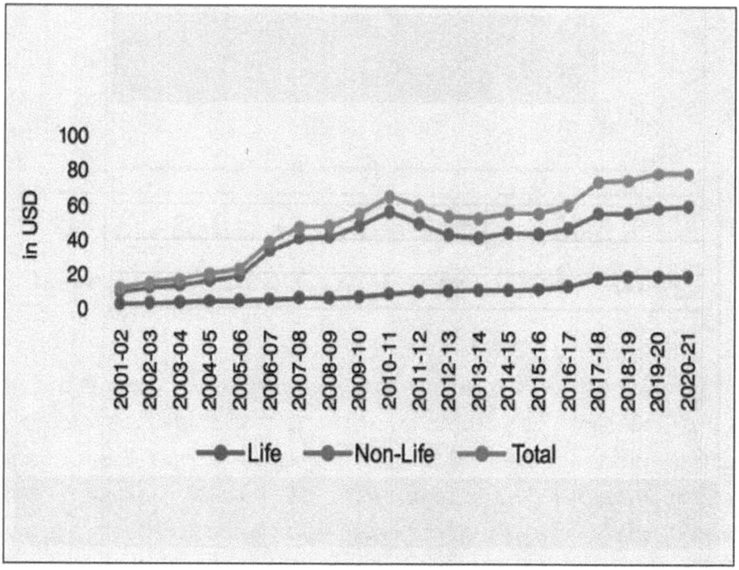

Source: Swiss Re, Sigma, Various issues

എന്തുകൊണ്ട് ഉദാരവൽക്കരണത്തിനുശേഷവും ഇന്ത്യയിലെ ഇൻഷ്വറൻസ് ബിസിനസ് 2010 കളിൽ മുരടിച്ചുവെന്നതിനു കൃത്യമായ ഉത്തരം ആരും നൽകിയിട്ടില്ല. ഉദാരവൽക്കരണവാദികൾക്കെല്ലാം ഇതു ചർച്ച ചെയ്യാൻ ചമ്മലാണ്. ഈ പ്രതിഭാസം ഇന്ത്യയുടെ പൊതു സാമ്പത്തിക വളർച്ചയുമായി ബന്ധപ്പെട്ട് കിടക്കുന്നുവെന്നാണ് ഞങ്ങളുടെ അഭിപ്രായം. ഏതാനും പേജുകൾക്കു മുമ്പ് നിയോലിബറൽ കാലഘട്ടത്തിലെ സാമ്പത്തിക വളർച്ചയുടെ ഗതിവിഗതികൾ വിശകലനം ചെയ്തുകൊണ്ട് ബിജെപി സർക്കാർ അധികാരത്തിൽ വന്നതിനുശേഷം സാമ്പത്തിക വളർച്ചയിൽ മുരടിപ്പുണ്ടായിയെന്നു സൂചിപ്പിച്ചുവല്ലോ. ഇത് ഇൻഷ്വറൻസിന്റെ വളർച്ചയ്ക്കും വിഘാതമായി എന്നുവേണം കരുതാൻ. എന്നുവച്ചാൽ ഇന്ത്യയിലെ ഇൻഷ്വറൻസ് മേഖലയുടെ വളർച്ചയ്ക്ക് തടസ്സം നിൽക്കുന്ന അടിസ്ഥാനഘടകം എൽഐസിയുടെ കാര്യക്ഷമതയില്ലായ്മയോ കമ്പോള മത്സരത്തിന്റെ അഭാവമോ അല്ല. ഇന്ത്യയിലെ താഴ്ന്ന സാമ്പത്തികനിലയും വളർച്ചയുമാണെന്ന നിഗമനത്തിൽ നമുക്ക് എത്തിച്ചേരേണ്ടിവരും.

6

എൽഐസി ഓഹരി വിൽപ്പന ഇന്ത്യയിലെ ഏറ്റവും വലിയ ഐപിഒ

ഇൻഷ്വറൻസ് മേഖലയുടെ സ്വകാര്യവൽക്കരണത്തെ മൂന്നു ഘട്ടങ്ങളായി തിരിക്കാം. ആദ്യത്തേത്, മൽഹോത്ര കമ്മിറ്റിയുടെ റിപ്പോർട്ടും അതിന്റെ അടിസ്ഥാനത്തിൽ ഐആർഡിഎയുടെ രൂപീകരണവുമാണ്. സ്വകാര്യ കമ്പനികൾക്ക് ഇൻഷ്വറൻസ് മേഖലയിൽ പ്രവേശനം അനുവദിക്കുന്നതിന് ഒരു പതിറ്റാണ്ടുകൂടി കാത്തിരിക്കേണ്ടിവന്നു. ഇതാണ് കഴിഞ്ഞ അധ്യായത്തിൽ നാം പരിശോധിച്ചഘട്ടം. മൂന്നാമത്തെ ഘട്ടം എൽഐസിയുടെതന്നെ സ്വകാര്യവൽക്കരണമാണ്.

2021–22–ൽ നിർമ്മലാ സീതാരാമന്റെ ബജറ്റ് പ്രസംഗം ഈ പുതിയ ഘട്ടത്തിനു തുടക്കംകുറിച്ചു. രാജ്യം കോവിഡിന്റെ ദുരിതത്തിലും അതിനെതിരെയുള്ള പ്രതിരോധത്തിലും ആണ്ടുകിടക്കുന്ന സമയമാണ് ഈ നിർണ്ണായകനീക്കത്തിന് സന്ദർഭമായി അവർ കണ്ടത്. ഓഹരി വിൽപ്പന 2022 മെയ് മാസത്തിലാണു നടക്കുന്നതെങ്കിലും അതിനുള്ള തയ്യാറെടുപ്പുകൾ 2021 ൽ തന്നെ ആരംഭിച്ചു കഴിഞ്ഞിരുന്നു. കാരണം എൽഐസി സർക്കാരിന് ഇഷ്ടംപോലെ ഉടമസ്ഥ ഓഹരികൾ വിൽക്കാൻ കഴിയുന്ന ഒരു സ്ഥാപനമായിരുന്നില്ല. സർക്കാരാകെ മുടക്കിയിട്ടുള്ളത് 5 കോടി രൂപയാണ്. 95 ശതമാനം മിച്ചവും പോളിസി ഉടമകൾക്കു പോകും. അപ്പോൾപ്പിന്നെ എങ്ങനെയാണു സ്വകാര്യവൽക്കരണം സാധ്യമാവുക? എൽഐസിയെ സാധാരണഗതിയിലുള്ള ഒരു ജോയിന്റ് സ്റ്റോക്ക് കമ്പനിയായി രൂപാന്തരപ്പെടുത്തിക്കൊണ്ടു മാത്രമേ വിൽപ്പന സാധ്യമാകൂ. അതിനു സ്വീകരിച്ച നടപടികളെക്കുറിച്ച് ആദ്യം വിവരിക്കാം.

സ്വകാര്യവൽക്കരണത്തിനുള്ള പ്രാരംഭ തയ്യാറെടുപ്പുകൾ

മൽഹോത്ര കമ്മിറ്റിയുടെ ശുപാർശകൾ നടപ്പിലാക്കുന്നതിനെതിരെ പാർലമെന്റിനകത്തും പുറത്തും ഉണ്ടായ എതിർപ്പുകൾമൂലം തുടർനടപടികൾ വളരെ മന്ദഗതിയിലാക്കേണ്ടിവന്നു. ഇൻഷ്വറൻസ് മേഖല സ്വകാര്യ കമ്പനികൾക്കു തുറന്നുകൊടുത്തതുതന്നെ എൽഐസിയുടെ സ്വഭാവത്തിൽ ഒരു മാറ്റവും വരുത്തില്ലായെന്ന് പാർലമെന്റിൽ വീണ്ടും വീണ്ടും ഉറപ്പു നൽകിക്കൊണ്ടായിരുന്നു.

2004 – ഡെലോയിറ്റ് കമ്പനി പഠനം: 2003 ൽ ധനകാര്യ സഹമന്ത്രി ആനന്ദറാവു എൽഐസിയുടെ സാമ്പത്തിക ഭദ്രതയെക്കുറിച്ചും നടത്തിപ്പിലെ പ്രയാസങ്ങളെക്കുറിച്ചും പരസ്യപ്രസ്താവന നടത്തി. പിറ്റേവർഷം എൻഡിഎ സർക്കാർ എൽഐസിയുടെ സാമ്പത്തികഭദ്രതയെക്കുറിച്ചു പഠിക്കാൻ ഡെലോയിറ്റ് എന്ന കൺസൾട്ടിംഗ് സ്ഥാപനത്തെ ചുമതലപ്പെടുത്തി. എൽഐസിയെ ഒരു കോർപ്പറേറ്റ് കമ്പനിയാക്കി മാറ്റുകയും, മൂലധന സമാഹരണത്തിന് ഓഹരികൾ സ്വകാര്യമേഖലയ്ക്കു വിൽക്കുകയും പോളിസികൾക്കുള്ള സർക്കാർ ഗ്യാരണ്ടി ദുർബലപ്പെടുത്തുകയും വേണമെന്നതിന് ഒരു സമയബന്ധിത പരിപാടി സമർപ്പിച്ചു.

2009 – എൽഐസി ഭേദഗതി ബിൽ: മേൽപ്പറഞ്ഞവയൊക്കെ ഉൾപ്പെടുത്തിക്കൊണ്ട് നിയമഭേദഗതി പാർലമെന്റിൽ അവതരിപ്പിച്ചത് രണ്ടാം മൻമോഹൻ സിംഗ് സർക്കാർ ആയിരുന്നു. ഇതിനെതിരെ വീണ്ടും ഓൾ ഇന്ത്യ ഇൻഷ്വറൻസ് എംപ്ലോയീസ് അസോസിയേഷന്റെ നേതൃത്വത്തിൽ ദേശവ്യാപകമായ കാമ്പയിൻ സംഘടിപ്പിക്കപ്പെട്ടു. ഇടതുപക്ഷം മുൻകൈയെടുത്ത് പാർലമെന്റിലും ശക്തമായ എതിർപ്പിനു രൂപംകൊടുത്തു. നിയമം പാർലമെന്ററി സ്റ്റാൻഡിംഗ് കമ്മിറ്റിക്കു വിടുന്നതിനു സർക്കാർ നിർബന്ധിതമായി. സ്റ്റാൻഡിംഗ് കമ്മിറ്റിയാകട്ടെ പുതിയ ഭേദഗതികളെയെല്ലാം നിരാകരിച്ചുകൊണ്ടുള്ള റിപ്പോർട്ടാണ് തയ്യാറാക്കിയത്. ഈയൊരു പശ്ചാത്തലത്തിൽ 2009–ലെ കർക്കശവ്യവസ്ഥകളിൽ വെള്ളം ചേർത്തുകൊണ്ട് നിയമം വീണ്ടും അവതരിപ്പിക്കാൻ സർക്കാർ നിർബന്ധിതമായി.

2011 – എൽഐസി നിയമ ഭേദഗതി: എല്ലാ കമ്പനികൾക്കും ബാധകമായ 1938–ലെ നിയമവ്യവസ്ഥകളും ഐആർഡിഎ നിയമവും എൽഐസിക്കുംകൂടി ബാധകമാക്കുന്നതേയുള്ളൂവെന്ന നിർദോഷകരമായ രീതിയിലാണ് ഈ മാറ്റം അവതരിപ്പിച്ചത്. പാർലമെന്റ് പാസ്സാക്കിയ പുതിയ നിയമ ഭേദഗതികളുടെ രത്നച്ചുരുക്കം ഇവയായിരുന്നു:

ഒന്ന്) 5 കോടി രൂപയായിരുന്നല്ലോ എൽഐസിയുടെ "ഒറിജിനൽ മൂലധനം" (original capital). ഇതിനെ 'അടച്ചുതീർത്ത മൂലധനം' (paid-up equity capital) എന്നു പുനർനാമകരണം ചെയ്ത് 100 കോടി രൂപയായി വർദ്ധിപ്പിച്ചു. 2009 ൽ എക്സിക്യൂട്ടീവ് ഉത്തരവ് പ്രകാരം മൂലധനം വർദ്ധിപ്പിക്കാൻ അവകാശം നൽകിയത് വേണ്ടെന്നുവയ്ക്കാൻ സർക്കാർ നിർബന്ധിതമായി. ഓഹരി മൂലധനം വർദ്ധിപ്പിക്കണമെങ്കിൽ വീണ്ടും പാർലമെന്റിൽ നിയമം പാസ്സാക്കണമെന്നായി.

രണ്ട്) എൽഐസിയുടെ മിച്ചത്തിൽ 95 ശതമാനം പോളിസി ഉടമകൾക്കും 5 ശതമാനം സർക്കാരിനുമായിട്ടായിരുന്നു വ്യവസ്ഥ ചെയ്തിരുന്നത്. ഈ 95:5 എന്ന തോത് 90:10 ആയി ഭേദഗതി ചെയ്തു. ഇങ്ങനെ പോളിസി ഉടമകളുടെ വിഹിതം കുറച്ചു. ഇതിനെതിരായുള്ള ഇടതുപക്ഷത്തിന്റെ ഭേദഗതി വോട്ടിനിട്ടു തള്ളി.

മൂന്ന്) സർക്കാരിന്റെ വിഹിതം ഒരു പ്രത്യേക അക്കൗണ്ടായി സൂക്ഷിക്കുന്നതിനും അതിൽ നിന്നു സർക്കാരിന്റെ നിശ്ചയപ്രകാരം വാർഷിക ഡിവിഡന്റ് ലഭ്യമാക്കുന്നതിനും വ്യവസ്ഥ ചെയ്തു.

നാല്) എൽഐസിയുടെ എല്ലാ പോളിസികൾക്കും സർക്കാരിന്റെ പരമാധികാര ഗ്യാരണ്ടി നിലവിലുള്ള നിയമത്തിൽ വ്യവസ്ഥ ചെയ്തിരുന്നു. എന്നാൽ പൂർണ്ണ ഗ്യാരണ്ടി 'കേന്ദ്ര സർക്കാർ നിർണ്ണയിക്കുന്ന അത്രയും' ആയിരിക്കുമെന്നാണു പുതിയ വ്യവസ്ഥ. നിലവിലുള്ള ഗ്യാരണ്ടിയുടെ തോതിൽ ഒരു മാറ്റവും വരുത്താൻ ഉദ്ദേശിക്കുന്നില്ലായെന്നു പറഞ്ഞുകൊണ്ടാണ് പുതിയ വ്യവസ്ഥ തിരുകി കയറ്റിയത്.

2021–ലെ എൽഐസി നിയമഭേദഗതി: എൽഐസി നിയമം ഭേദഗതി ചെയ്യുന്നതിനുള്ള പരിശ്രമങ്ങൾ പാർലമെന്റ് കടമ്പ കടക്കുന്നതിന് നേരിടേണ്ടിവന്ന പ്രതിബന്ധങ്ങൾ കഴിഞ്ഞ അധ്യായത്തിലെയും ഈ അധ്യായത്തിലെയും പ്രതിപാദനത്തിൽനിന്നു വ്യക്തമാകുന്നുണ്ടല്ലോ. എൻഡിഎ സർക്കാർ 2018 ൽ മൂന്നിൽരണ്ടു ഭൂരിപക്ഷത്തോടെ അധികാരത്തിൽ വന്നെങ്കിലും രാജ്യസഭയിൽ വ്യക്തമായ ഭൂരിപക്ഷം ഉണ്ടായിരുന്നില്ല. അതുകൊണ്ട് ഓഹരി വിൽപ്പന സുഗമമാക്കാനുള്ള നിയമഭേദഗതി നിയമം രാജ്യസഭയിൽ കൊണ്ടുപോകാതെ പാസ്സാക്കുന്നതിനായി ഗൂഢനീക്കം. 2021–22 ലെ ബജറ്റ് പ്രസംഗത്തിൽ എൽഐസി ഓഹരികൾ വിൽക്കുന്നതിനുള്ള തീരുമാനം പ്രഖ്യാപിച്ചു. ബജറ്റിലെ പ്രഖ്യാപനമെന്നു പറഞ്ഞ് 2021–ലെ ഫിനാൻസ് ആക്ടിൽ എൽഐസി നിയമഭേദഗതികൂടി ഉൾക്കൊള്ളിച്ചു. ഫിനാൻസ് ആക്ട് രാജ്യസഭ ചർച്ച ചെയ്തു പാസ്സാക്കേണ്ടതില്ല. അങ്ങനെ രാജ്യസഭയിലെ ചർച്ചതന്നെ ഒഴിവാക്കി.

സാധാരണഗതിയിൽ രണ്ടുതരം ധനകാര്യ ബില്ലുകളാണുള്ളത്. ഒന്ന്) സാധാരണ ധനസംബന്ധിയായ നിയമങ്ങൾ അഥവാ ഫിനാൻഷ്യൽ ബില്ലുകൾ. രണ്ട്) നികുതി സംബന്ധമായിട്ടുള്ള മണി ബില്ല്. ബജറ്റിനോടൊപ്പം പാസ്സാക്കുന്ന ഫിനാൻസ് ആക്ടിൽ മണി ബില്ലുകളേ ഉണ്ടാവൂ. ആധാർ നിയമമാക്കാൻ അരുൺ ജെയ്റ്റ്ലി അതിനെ മണി ബില്ലിന്റെ ഭാഗമാക്കിയതാണ് ആദ്യത്തെ സംഭവം. നിർമ്മല സീതാരാമൻ ഈ അടവുതന്നെ എൽഐസി നിയമഭേദഗതിക്കും സ്വീകരിച്ചു. ഇതിന്റെ ഫലമായി ലോക്സഭയിൽപ്പോലും ഇൻഷ്വറൻസ് ഭേദഗതി വിശദമായ ചർച്ചയ്ക്കു പാത്രീഭവിച്ചില്ല. കാരണം ഫിനാൻസ് ആക്ട് ചർച്ചാവേളയിൽ കൂടുതൽ ശ്രദ്ധ ലഭിക്കുക നികുതി നിർദ്ദേശങ്ങൾക്കാണല്ലോ.

അങ്ങനെ വേണ്ടത്ര വിശദമായ ചർച്ച നടത്താതെ നിയമം പാസ്സാക്കിയത് ഭരണഘടനാ വിരുദ്ധമാണെന്നു ശക്തമായ വാദമുണ്ട്. ബോംബെ ഹൈക്കോടതിയും മദിരാശി ഹൈക്കോടതിയും ഈ വാദം തള്ളിക്കളഞ്ഞു. പീപ്പിൾസ് കമ്മീഷൻ ഓൺ പബ്ലിക് സെക്ടർ ആൻഡ് പബ്ലിക് സർവ്വീസസ് ഇതിന്റെ കൂടുതൽ നിയമവശങ്ങൾ ഉന്നയിച്ചു കൊണ്ട് സുപ്രീംകോടതിയിൽ കേസ് കൊടുക്കുന്നതിനുള്ള തയ്യാറെടുപ്പിലാണ്. നിയമം പാസ്സാക്കിയ രീതി മാത്രമല്ല, നിയമത്തിന്റെ ഉള്ളടക്കം തന്നെ ഇവർ ചോദ്യം ചെയ്യുന്നുണ്ട്.

1921 ലെ എൽഐസി നിയമഭേദഗതി വരുത്തിയ പ്രധാനപ്പെട്ട മാറ്റങ്ങൾ ചുവടെ പറയുന്നു:

ഒന്ന്) കമ്പനിയുടെ അടച്ചുതീർത്ത മൂലധനം 100 കോടി രൂപയാണല്ലോ. 25000 കോടി രൂപയായി വർദ്ധിപ്പിക്കുന്നതിനു കേന്ദ്ര സർക്കാരിന് അധികാരം നൽകി. അംഗീകൃത മൂലധനം അങ്ങനെ 10 രൂപ വിലയുള്ള 2500 കോടി ഓഹരികൾ സൃഷ്ടിക്കാനുള്ള അവകാശം കേന്ദ്രസർക്കാരിനു ലഭിച്ചു.

രണ്ട്) ഇങ്ങനെ സൃഷ്ടിക്കുന്ന ഓഹരികൾ സ്വതന്ത്രമായി കൈമാറ്റം ചെയ്യുന്നതിനുള്ള അവകാശം നൽകി. നേരത്തെ ഇത്തരം കൈമാറ്റത്തിന്റെ പ്രശ്നം ഉദിക്കുന്നുണ്ടായിരുന്നില്ല.

മൂന്ന്) ഓഹരി ഉടമകൾക്ക് എൽഐസിയുടെ ഭരണനിർവ്വഹണത്തിൽ പങ്കാളിത്തം നൽകുന്നു. എൽഐസിയുടെ ബോർഡിൽ സ്വകാര്യ ഉടമകൾക്കും സ്ഥാനം നൽകുന്നതിന് ഇനിമേൽ തടസ്സമില്ല.

നാല്) എൽഐസിയിൽ ഇതുവരെ ഒറ്റ ലൈഫ് ഫണ്ടേ ഉണ്ടായിരുന്നുള്ളു. ഇനിമേൽ 2 ലൈഫ് ഫണ്ട് ഉണ്ടാവും. ഒന്ന്, പാർട്ടിസിപ്പേറ്റിംഗ് പോളിസികളിൽ നിന്നുള്ള ലൈഫ് ഫണ്ട്. രണ്ട്, നോൺ പാർട്ടിസിപ്പേറ്റിംഗ് പോളിസികളിൽ നിന്നുള്ള ലൈഫ് ഫണ്ട്. പോളിസി ഉടമകൾക്ക് ആദ്യത്തെ ലൈഫ് ഫണ്ടിൽ നിന്നുള്ള മിച്ചത്തിന്മേൽ മാത്രമേ അവകാശമുള്ളൂ. രണ്ടാമത്തെ ലൈഫ് ഫണ്ടിൽ നിന്നുള്ള മിച്ചം ഓഹരി ഉടമകൾക്കുള്ളതാണ്.

മേൽപ്പറഞ്ഞ നാല് മാറ്റങ്ങളും ഒരുമിച്ചു വായിക്കുമ്പോൾ എൽഐസിയുടെ സ്വഭാവത്തിൽ വരുത്തിയ ഭാവമാറ്റം വളരെ വ്യക്തമാണ്. പോളിസി ഉടമകൾക്കുവേണ്ടി സർക്കാർ ട്രസ്റ്റിയായി നടത്തുന്ന ഒരു സ്ഥാപനമെന്ന നിലയിൽ നിന്ന് ലാഭം പരമാവധിയാക്കാൻ ശ്രമിക്കുന്ന ഓഹരി ഉടമകളുടെ ഒരു ജോയിന്റ് സ്റ്റോക്ക് കമ്പനിയായി എൽഐസി മാറുന്നു.

എൽഐസിയുടെ മൂല്യം എത്ര?

എൽഐസിയുടെ ഓഹരി വിൽക്കണമെന്നുണ്ടെങ്കിൽ ആദ്യം കമ്പനിയുടെ മൂല്യം എത്രയെന്നു തിട്ടപ്പെടുത്തണം. അതിന് ആരും ഇന്നുവരെ ശ്രമിച്ചിട്ടില്ല. എൽഐസിയുടെ ബാലൻസ് ഷീറ്റിൽ എല്ലാ

ആസ്തികളും വാങ്ങിയപ്പോഴുള്ള വിലയേ കണക്കിലെടുത്തിട്ടുള്ളൂ. ഇപ്പോൾ അവയ്ക്ക് എന്തുവില വരും? ഇതു കണക്കുകൂട്ടിയെടുക്കുക ശ്രമകരമായ ഒരു ജോലിയാണ്. അതോടൊപ്പം എൽഐസിയിൽ നിന്നുള്ള ഭാവി വരുമാന സാധ്യതകൂടി കണക്കിലെടുക്കേണ്ടതുണ്ട്. ഭാവി വരുമാനത്തെ പലിശകൊണ്ട് ഡിസ്കൗണ്ട് ചെയ്യുകയാണെങ്കിൽ ഇന്നത്തെ അതിന്റെ മൂല്യം എന്തായിരിക്കും? ഇതല്ലേ ഇന്ന് എൽഐസി ഓഹരി വാങ്ങുന്ന നിക്ഷേപകരിൽ നിന്ന് ഇടാക്കാനാവൂ.

ഇൻഷ്വറൻസ് മേഖലയിൽ ഇത്തരം കണക്കു കൂട്ടലുകൾ അപൂർവ്വമായേ നടന്നിട്ടുള്ളൂ. സത്യം പറഞ്ഞാൽ 2008–ലെ ആഗോള സാമ്പത്തിക കുഴപ്പത്തിന്റെ ഭാഗമായി ഒട്ടേറെ ഇൻഷ്വറൻസ് കമ്പനികൾ പൊളിയുകയും, പല കമ്പനികളും സംയോജിക്കുകയോ മറ്റു നിക്ഷേപകർക്കു വിൽക്കുകയോ ചെയ്തപ്പോഴുമാണ് ഇത്തരമൊരു കണക്കെടുപ്പ് അടിയന്തര പ്രാധാന്യം അർഹിക്കുന്ന ഒന്നായി മാറിയത്. അങ്ങനെയാണ് ഇന്നു നമ്മൾ എൽഐസി വിൽപ്പനയുമായി ബന്ധപ്പെട്ട് ഏറെ കേൾക്കുന്ന എംബഡഡ് വാല്യു (embedded value) സമ്പ്രദായം ആവിഷ്കരിക്കപ്പെട്ടത്. വളരെ ലളിതമായി പറഞ്ഞാൽ നിക്ഷേപകന്റെ വീക്ഷണ കോണിൽ നിന്നുകൊണ്ട് ഇൻഷ്വറൻസ് കമ്പനിയുടെ മൂല്യം വിലയിരുത്താനുള്ള ഒരു പദ്ധതിയാണിത്. നിക്ഷേപകനു നേരത്തെ സൂചിപ്പിച്ചതുപോലെ രണ്ടു കാര്യങ്ങളിലാണു താൽപ്പര്യം. തനിക്ക് ഭാവിയിൽ എന്തു വരുമാനം കിട്ടും? ഇതിന്റെ ഇന്നത്തെ അസൽമൂല്യവും (net present value) കമ്പനിയുടെ അസൽ ആസ്തിമൂല്യവും (net asset value) ചേരുന്നതാണ് എംബഡഡ് വാല്യു.

കമ്പനിയുടെ ഭാവി വിപുലീകരണവും അതിൽ നിന്നുണ്ടാകുന്ന അധിക വരുമാനവും കണക്കിലെടുക്കുന്നില്ല. ആസ്തികൾ എടുക്കുമ്പോൾ കമ്പനിയുടെ ബ്രാൻഡിനും ഗുഡ് വില്ലിനും വിലയിടാൻ ശാസ്ത്രീയമായ രീതികളൊന്നുമില്ല. സമീപകാലത്ത് ഒരു ബ്രിട്ടീഷ് കൺസൾട്ടിംഗ് കമ്പനി (Brand Finance) എൽഐസിയെ 65000 കോടി രൂപ വിലമതിക്കുന്ന ഇന്ത്യയിലെ ഏറ്റവും പ്രധാനപ്പെട്ട ബ്രാൻഡായിട്ടാണു കണക്കാക്കിയത്.

അതുപോലെതന്നെ ഏതു കാലത്തെയാണ് കണക്കുകൾക്ക് ആധാരമാക്കുന്നതെന്നതും പ്രധാനമാണ്. ഉദാഹരണത്തിന് കോവിഡു കാലത്ത് എൽഐസിയുടെ പോളിസികളും പ്രീമിയവും കുറഞ്ഞുവെന്ന് നാം കണ്ടു. കാരണം എൽഐസിയുടെ ഏജന്റുമാർക്ക് കസ്റ്റമേഴ്സിനെ നേരിട്ടുകണ്ട് ബിസിനസ് കാൻവാസ് ചെയ്യാൻ കഴിഞ്ഞില്ല. അതേസമയം, സ്വകാര്യ ഇൻഷ്വറൻസ് കമ്പനികൾ കൂടുതൽ ബാങ്കുകളെയും ഓഫീസുകളെയും ഓൺലൈൻ രീതികളെയുമാണ് ആശ്രയിക്കുന്നത്. എന്നു മാത്രമല്ല, എൽഐസിയുടെ പോളിസി ഉടമകൾ താരതമ്യേന സാധാരണക്കാരും പാവപ്പെട്ടവരുമാണ്. കോവിഡ് അവർക്കു വളരെ വലിയ തിരിച്ചടിയായി. ഇത്തരമൊരു കാലഘട്ടത്തെ ആസ്പദമാക്കി

എൽഐസിയുടെ ഭാവിവരുമാനത്തെ കണക്കാക്കുന്നത് അബദ്ധമായിരിക്കും.

അതുപോലെ ഭാവി പലിശനിരക്ക്, വിലക്കയറ്റം തുടങ്ങിയവ സംബന്ധിച്ച് അനുമാനങ്ങളും കാലത്തിനനുസരിച്ചു മാറാം. ഉദാഹരണത്തിന് കഴിഞ്ഞ ഏതാനും വർഷങ്ങളായി പലിശ നിരക്ക് അനുക്രമമായി കുറയുകയായിരുന്നെങ്കിൽ അമേരിക്കൻ റിസർവ്വ് ബാങ്കിന്റെ ധന നടപടികൾമൂലം ഇപ്പോൾ പലിശ നിരക്ക് ഉയർന്നുകൊണ്ടിരിക്കുകയാണ്. ആഗോളമായി വിലക്കയറ്റത്തിന്റെ ഒരു പുതിയ ഘട്ടവും ഇപ്പോൾ തുറന്നിരിക്കുകയാണ്.

ചുരുക്കത്തിൽ എംബഡഡ് വാല്യുവെന്നു പറയുന്നത് വളരെയേറെ കരുതലോടെ സ്വീകരിക്കേണ്ടുന്ന ഒരു കണക്കാണ്. ഇന്നത്തെ സാഹചര്യത്തിൽ എംബഡഡ് വാല്യു കണക്കാക്കുമ്പോൾ അത് കുറഞ്ഞിരിക്കാനാണു സാധ്യത.

ഇതോടൊപ്പം അടിസ്ഥാനപരമായ മറ്റു ചോദ്യങ്ങളുണ്ട്. എന്തിന് നിക്ഷേപകരുടെ വീക്ഷണകോണിൽ നിന്നുകൊണ്ട് മൂല്യം കണക്കാക്കണം? പോളിസി ഉടമകളുടെ വീക്ഷണകോണിൽ നിന്നുകൊണ്ട് മൂല്യം കണക്കാക്കുന്നതല്ലേ കൂടുതൽ ഉചിതം? കാരണം സർക്കാർ ഇതുവരെ 5 കോടി രൂപയേ മുതൽമുടക്കിയിട്ടുള്ളൂ. ഇന്നുള്ള ആസ്തികളെല്ലാം പോളിസി ഉടമകളുടെ സമ്പാദ്യത്തെ ആസ്പദമാക്കി നേടിയിട്ടുള്ളവയാണ്. അതുമല്ലെങ്കിൽ, മൊത്തം സമൂഹത്തിന്റെ നേട്ടങ്ങളുടെ കാഴ്ചപ്പാടിൽ നിന്നുകൊണ്ട് എൽഐസിയെ വിലയിരുത്താമല്ലോ. ഇത്തരത്തിൽ നേട്ടങ്ങളെയും കോട്ടങ്ങളെയും സംബന്ധിച്ചു സാമൂഹ്യമായ ഒരു വിശകലനം നടത്തിയാൽ എൽഐസിയെ ഓഹരി മൂല്യത്തിന്റെ അടിസ്ഥാനത്തിൽ സ്വകാര്യവൽക്കരിക്കുന്നതിന് ഒരു ന്യായവും കാണാനാവില്ല.

ഇന്ത്യാ സർക്കാർ എൽഐസിയുടെ മൂല്യം കണക്കാക്കാൻ അമേരിക്കയിലെ സിയാറ്റിൽ ആസ്ഥാനമാക്കിയുള്ള മിൽമാൻ ആൻഡ് റോബർട്ട്സെൻ എന്ന അന്തർദേശീയ ആക്ചേറിയൽ കൺസൾട്ടിംഗ് കമ്പനിയുടെ ഇന്ത്യയിലെ സബ്സിഡിയറിയെയാണ് ഏൽപ്പിച്ചത്. ഇന്ത്യയിലെ ഐസിഐസിഐ പ്രൂഡൻഷ്യൽ ലൈഫ് ഇൻഷുറൻസിന്റെയും എച്ച്ഡിഎഫ്സി ലൈഫ് ഇൻഷുറൻസിന്റെയും മൂല്യം കണക്കാക്കിയവരും ഇവരായിരുന്നു.

അവർ എങ്ങനെയാണു കണക്കു കൂട്ടിയെന്നത് ഇപ്പോഴും രഹസ്യമാണ്. ഒരു രേഖയും സർക്കാർ പുറത്തു വിട്ടിട്ടില്ല. 2021 സെപ്തംബർ മാസത്തിൽ അവർ എംബഡഡ് മൂല്യമാക്കി കണക്കാക്കിയത് 1.01 ലക്ഷം കോടി രൂപയായിരുന്നു. എന്നാൽ 2022-ൽ എംബഡഡ് മൂല്യത്തെ 5.40 ലക്ഷം കോടി രൂപയായി പുതുക്കി നിശ്ചയിച്ചു. ഈ കാലയളവിനുള്ളിൽ അടിസ്ഥാനപരമായ ഒരു മാറ്റവും എൽഐസിയിൽ ഉണ്ടായില്ല. എൽഐസി നിയമഭേദതി പാർമെന്റ് പാസ്സാക്കിയതാണ് ഉണ്ടായ ഏക

മാറ്റം. നാം നേരത്തെ കണ്ടതുപോലെ എൽഐസിയുടെ ലൈഫ് ഫണ്ടിന്റെ ഏതാണ്ട് മുന്നിലൊന്നു വരുന്ന നോൺ–പാർട്ടിസിപ്പേറ്റിംഗ് പോളിസികൾ പ്രത്യേകമൊരു ഫണ്ടാക്കി. ഇതിൽ നിന്നുള്ള ലാഭം ഓഹരി ഉടമകൾക്കു റിസർവ്വ് ചെയ്തിട്ടുണ്ട്. ഇതൊന്നു മാത്രം എബഡഡ് മൂല്യത്തെ അഞ്ചുമടങ്ങ് വർദ്ധിപ്പിച്ചു.

5.40 ലക്ഷം കോടി രൂപയും വളരെ താഴ്ന്ന മതിപ്പു കണക്കായിട്ടാണ് കരുതപ്പെടുന്നത്. റെയിൽവേ കഴിഞ്ഞാൽ ഇന്ത്യയിൽ ഏറ്റവും കൂടുതൽ റിയൽ എസ്റ്റേറ്റുള്ള സ്ഥാപനങ്ങളിൽ ഒന്നാണ് എൽഐസി. ഇവയുടെയൊക്കെ വില ഏതു രീതിയിലാണ് കണക്കാക്കിയിട്ടുള്ളതെന്നു നമുക്കറിയില്ല. പക്ഷേ, ഒരുകാര്യം നമുക്കറിയാം. ഇന്ത്യയിൽ ഇതുവരെ സ്വകാര്യവൽക്കരിച്ച പൊതുമേഖല മുഴുവൻ തീവെട്ടിക്കാള്ളകളായിരുന്നു. 8–ാമത്തെ അധ്യായത്തിൽ ഇതിനെക്കുറിച്ചു സവിസ്തരം പ്രതിപാദിക്കുന്നുണ്ട്.

എംബഡഡ് വാല്യു എപ്പോഴും ഇങ്ങനെ കുറഞ്ഞിരിക്കുക പതിവാണ്. അതുകൊണ്ട് എംബഡഡ് വാല്യുവിനെ പൊതുവിലുള്ള സാഹചര്യങ്ങൾ വിലയിരുത്തി ഒരു ഗുണകഘടകംകൊണ്ട് ഗുണിച്ചാണ് വിൽപ്പനയ്ക്കുള്ള വിപണിമൂല്യം തീരുമാനിക്കുക. ഇന്ത്യയിലെ പ്രമുഖ സ്വകാര്യ ഇൻഷ്വറൻസ് കമ്പനികളായ ഐസിഐസിഐ പ്രൂഡൻഷ്യൽ ഗുണകഘടകമായി 2.49 ആണ് സ്വീകരിച്ചത്. എസ്ബിഐ ലൈഫ് അവരുടെ എംബഡഡ് വാല്യുവിനെ 3.2 കൊണ്ടാണ് ഗുണിച്ചത്. എച്ച്ഡിഎഫ്സി ലൈഫ് 3.96 കൊണ്ടും. ഇവരേക്കാൾ എത്രയോ കൂടുതൽ സാധ്യതയും ആസ്തിയുമുള്ള എൽഐസിയെ സംബന്ധിച്ചിടത്തോളം വിപണി മൂല്യം എംബഡഡ് മൂല്യത്തിന്റെ നാലോ അഞ്ചോ മടങ്ങുവരുമെന്നാണ് പ്രതീക്ഷിച്ചിരുന്നത്. എന്നാൽ സംഭവിച്ചത് നേരെ മറിച്ചും.

ഓഹരി വിൽപ്പനയിലേക്ക്

എംബഡഡ് വാല്യു കണക്കാക്കുന്നതുപോലെ ആദ്യ ഓഹരി വിൽപ്പനയ്ക്ക് സുപ്രധാനമായ ഒരു നടപടിയാണ് പ്രോസ്പക്റ്റസ് തയ്യാറാക്കുക എന്നത്. ഈ പ്രോസ്പെക്റ്റസിൽ കമ്പനിയെക്കുറിച്ചുള്ള ഏതാണ്ട് എല്ലാ വാണിജ്യ വിവരങ്ങളും സവിസ്തരം പ്രതിപാദിക്കണം. ആസ്തികൾ, ബാധ്യതകൾ, വരുമാനം, ചെലവ്, നിക്ഷേപം, അനുബന്ധ സ്ഥാപനങ്ങൾ, ഡയറക്ടർമാരുടെ വിശദാംശങ്ങൾ, ഭാവിയെക്കുറിച്ചുള്ള കാഴ്ചപ്പാട്, അവയുടെ സാക്ഷാത്കാരത്തിനു തടസ്സമാകാവുന്ന സംഭവവികാസങ്ങളുടെ സാധ്യതകൾ തുടങ്ങിയവയെല്ലാം ഈ റിപ്പോർട്ടിൽ ഉണ്ടാവും. എൽഐസിയെക്കുറിച്ചു തയ്യാറാക്കിയിരിക്കുന്ന റിപ്പോർട്ടിനെ 600–ൽപ്പരം പേജുണ്ട്.

ഈ റിപ്പോർട്ടിനെ റെഡ് ഹെറിംഗ് റിപ്പോർട്ട് എന്നാണ് വിളിക്കുന്നത്. ഈ വിളിപ്പേരിന്റെ തുടക്കം ദുരൂഹമാണ്. ഹെറിംഗ് അറ്റ്ലാന്റിക് സമുദ്രത്തിൽ കാണുന്ന മത്തിയെപ്പോലുള്ള ഒരിനം മീനാണ്. കൂട്ടമായിട്ടാണ്

അവ കാണപ്പെടുക. വെള്ളി നിറമാണെങ്കിലും നന്നായി ഉപ്പിട്ട് ഉണക്കി അടുപ്പിന്റെ പുകയടുപ്പിച്ചാൽ ദശ ചുവന്നുവരും. രൂക്ഷമായ ഗന്ധവു മായിരിക്കും. പണ്ട് പട്ടികളെയും മറ്റും മണം പിടിക്കാൻ പരിശീലി പ്പിക്കുന്നതിനു റെഡ് ഹെറിംഗ് ഉപയോഗിക്കുമായിരുന്നത്രേ. അതിന്റെ ചുവടുപിടിച്ചാണ് പ്രോസ്പെക്റ്റസിന് റെഡ് ഹെറിംഗ് റിപ്പോർട്ട് എന്നു ചിലർ പറയുന്നത്. കരട് റെഡ് ഹെറിംഗ് റിപ്പോർട്ടുകളുടെ കവർ പേജിൽ വളരെ വലുതായി ചുവന്ന അക്ഷരത്തിൽ ഇവ കരട് മാത്രമാണെന്നും മാറ്റമുണ്ടാകാമെന്നും മറ്റും എഴുതുന്നതിൽ നിന്നാണ് പേര് വീണതെന്നു പറയുന്നവരുമുണ്ട്.

ഏതായാലും ആദ്യം ഇറങ്ങുക ഡ്രാഫ്റ്റ് റെഡ് ഹെറിംഗ് റിപ്പോർട്ടാണ്. അതിൽ മൊത്തം വിൽക്കാൻ പോകുന്ന ഷെയറുകളോ അവയുടെ വിലയെക്കുറിച്ചോ ഒന്നും പ്രതിപാദിക്കില്ല. അവയെല്ലാം ബ്ലാങ്ക് ആയിട്ടാണ് ഇടുക. ഓഹരി വിൽപ്പന തുടങ്ങുന്നതിന് ഏതാനും ദിവസം മുമ്പു മാത്രമാണ് അവസാന റിപ്പോർട്ട് അഥവാ പ്രോസ്പെക്റ്റസ് ഓഹരി വിൽപ്പന കമ്മീഷനു സമർപ്പിക്കുന്നത്. കരട് റിപ്പോർട്ട് വിവിധ റെഗുലേറ്ററി അതോറിറ്റികൾ പരിശോധിച്ച് അംഗീകരിക്കേണ്ടതുണ്ട്.

കേന്ദ്ര കാബിനറ്റ്: ഓഹരി വിൽക്കുന്നതിന് കേന്ദ്ര കാബിനറ്റ് ബജറ്റിൽ തീരുമാനിച്ചതാണ്. അതുകൊണ്ട് പ്രത്യേക തീരുമാനം വേറെ ആവശ്യമില്ല. എന്നാൽ വിദേശനിക്ഷേപം അനുവദിക്കുന്നതിനു പ്രത്യേക തീരുമാനം എടുക്കേണ്ടതുണ്ട്. 1956 ലെ നിയമത്തിൽ വിദേശനിക്ഷേ പത്തെക്കുറിച്ച് ഒന്നും പറയുന്നില്ല. അതുകൊണ്ട് ഇക്കാര്യത്തിൽ നിയമഭേദഗതിയൊന്നും ആവശ്യമില്ല. എൽഐസിയുടെ ഓഹരിയിൽ വിദേശനിക്ഷേപം നടത്താനുള്ള അനുവാദം കേന്ദ്ര കാബിനറ്റ് നൽകി.

ഐആർഡിഎ: റെഡ് ഹെറിംഗ് റിപ്പോർട്ടും എംബഡഡ് വാല്യു സംബന്ധിച്ച വിലയിരുത്തലും ഇൻഷുറൻസ് റെഗുലേറ്ററായ ഐആർഡി എ അംഗീകരിക്കണം. വളരെ സമയമെടുത്തു പരിശോധിക്കേണ്ട കാര്യമാണെങ്കിലും വളരെ ചുരുങ്ങിയ സമയംകൊണ്ട് ഐആർഡിഎ അംഗീകാരം കൊടുത്തു. ഐആർഡിഎ ചെയർമാന്റെ ഒഴിവ് നികത്താ തിരുന്നത് ഈയൊരു സൗകര്യത്തിനു വേണ്ടിയാണെന്നുള്ള ആക്ഷേപ വുമുണ്ട്.

സെബി (Securities and Exchange Board of India): ഇവരാണ് ഓഹരി കമ്പോളത്തിന്റെ റെഗുലേറ്റർ. എത്രയും പെട്ടെന്ന് ഓഹരി വിൽ പ്പനയ്ക്ക് അനുവാദം നൽകണമെന്ന് കേന്ദ്രസർക്കാർ പരസ്യമായി ആവ ശ്യപ്പെട്ടു. ഇത് റെഗുലേറ്ററുടെ സ്വാതന്ത്ര്യത്തിന്മേലുള്ള കടന്നുകയറ്റമാ ണെന്നുള്ള വിമർശനവുമുണ്ടായി.

റോഡ് ഷോകളും പ്രചാരണവും: നിക്ഷേപകരെ രണ്ടായി തിരിക്കാം. ചെറിയ എണ്ണം ഓഹരികൾ വാങ്ങുന്ന റീട്ടെയിൽ ഇൻവെസ്റ്റർമാരും വലിയ തോതിൽ ഓഹരികൾ വാങ്ങുന്ന മ്യൂചൽ ഫണ്ട് വിദേശനിക്ഷേപക സ്ഥാപനങ്ങൾ തുടങ്ങിയ ആങ്കർ ഇൻവെസ്റ്റേ

ഴ്സും. റീട്ടെയിൽ വിൽപ്പന ആരംഭിക്കുന്നതിനുമുമ്പ് ആങ്കർ ഇൻവെസ്റ്റർമാരുമായി നേരിട്ടു ചർച്ച ചെയ്ത് അവർക്കുള്ള ഓഹരി ഉറപ്പിക്കും. ഒരു നിശ്ചിതകാലം കഴിഞ്ഞേ ഇതു വീണ്ടും കമ്പോളത്തിൽ വിൽക്കാൻ പാടുള്ളൂവെന്ന നിബന്ധനയും ഉണ്ടാവും. റീട്ടെയിൽ ഇൻവെസ്റ്റർമാരെ ലക്ഷ്യമിട്ട് പരസ്യങ്ങളിലൂടെയുള്ള പ്രചാരണമാണ് നടത്തുക. അതേസമയം ആങ്കർ ഇൻവെസ്റ്റർമാരെ നേരിൽക്കണ്ട് സംസാരിക്കുന്നതിനു വിദേശ രാജ്യങ്ങളിലും പ്രമുഖ പട്ടണങ്ങളിലും യോഗങ്ങൾ അഥവാ റോഡ് ഷോകളും നടത്തും.

എൽഐസിയുടെ ഓഹരി വിൽപ്പന 2021-22 ധനകാര്യ വർഷത്തിൽത്തന്നെ നടത്തണമെന്ന വാശിയിലായിരുന്നു കേന്ദ്രസർക്കാരെങ്കിലും കോവിഡിന്റെ മൂന്നാംതരംഗവും അതിനുശേഷം ഉണ്ടായ യുക്രെയ്ൻ യുദ്ധവുംമൂലം ഓഹരി കമ്പോളത്തിൽ വലിയ ഏറ്റക്കുറച്ചിലുകൾ ഉണ്ടായി. ഈയൊരു അന്തരീക്ഷത്തിൽ ഓഹരി വിൽപ്പന മാർച്ച് മാസത്തിൽ നിന്ന് ഇപ്പോൾ മെയ് മാസത്തിലേക്ക് പലവട്ടം മാറ്റിവയ്ക്കേണ്ടിവന്നു.

ഓഹരി വിൽപ്പനയുടെ തീയതി മാത്രമല്ല മാറ്റേണ്ടി വന്നത്. എത്ര ഓഹരി വിൽക്കുമെന്നതും പടിപടിയായി കുറച്ചുകൊണ്ടുവരേണ്ടിവന്നു. യുക്രെയ്ൻ യുദ്ധം സൃഷ്ടിച്ച അരക്ഷിതാവസ്ഥയുടെ പശ്ചാത്തലത്തിൽ വിദേശനിക്ഷേപക സ്ഥാപനങ്ങൾ ഇന്ത്യയുടെ ഓഹരി കമ്പോളത്തിൽ നിന്നും പിൻവാങ്ങുന്നതായാണു പ്രവണതകൾ കാണിക്കുന്നത്. അതുകൊണ്ട് ആദ്യം പ്രതീക്ഷിച്ചിരുന്ന താൽപ്പര്യം അവർ പ്രകടിപ്പിക്കാതായി. ഈ പശ്ചാത്തലത്തിൽ ഓഹരി വിൽപ്പനയ്ക്കു വച്ചിട്ട് വാങ്ങാൻ ആളില്ലാതെ വന്നാൽ അതു വലിയ നാണക്കേട് ആകുമല്ലോയെന്നു കരുതി 10 ശതമാനം ഓഹരി വിൽപ്പനയെന്നു പറഞ്ഞത് 5 ശതമാനമായി കുറച്ചു. അത് ഒടുവിൽ 3.5 ശതമാനമായി വീണ്ടും കുറച്ചിരിക്കുകയാണ്.

ഓഹരി വിൽപ്പന വലിയൊരു തട്ടിപ്പ്

ഇനി അവസാനമായി തീരുമാനിക്കേണ്ട കാര്യം ഓഹരിയുടെ വിലയാണ്. ഓഹരിയുടെ വില തീരുമാനിക്കുക എംബഡഡ് വാല്യുവിനെ ഗുണകഘടകംകൊണ്ട് ഗുണിച്ച് വിപണിമൂല്യം കണ്ടെത്തിക്കൊണ്ടാണ്. എംബഡഡ് വാല്യു 5.40 ലക്ഷം കോടി രൂപയാണെന്നു പറഞ്ഞല്ലോ. ഇതിനെ 4 കൊണ്ട് ഗുണിച്ച് 20 ലക്ഷം കോടി രൂപയുടെ വില എൽഐസിക്ക് എത്തിച്ചേരും എന്നെല്ലാമാണ് ആദ്യം പറഞ്ഞിരുന്നത്. പിന്നീട് കരക്കമ്പി ഗുണകഘടകം 2.5 ആയി കുറയ്ക്കുമെന്നായി. സ്വകാര്യ ഇൻഷ്വറൻസ് കമ്പനികൾ ഓഹരികൾ വിറ്റപ്പോൾ ഉപയോഗിച്ച താഴ്ന്ന ഗുണകഘടകം 2.5 ആയിരുന്നുവല്ലോ. അതെങ്കിലും എൽഐസിയുടെ മൂല്യം കണക്കാക്കാൻ ഉപയോഗപ്പെടുത്തുമെന്നാണു കരുതിയിരുന്നത്. എന്നാൽ അവസാനം പ്രോസ്പെക്റ്റസ് വന്നപ്പോൾ ഗുണകഘടകം വെറും 1.1 മാത്രമാണ്. എന്നുവച്ചാൽ ഓഹരി വിൽക്കുന്നത് ഏറ്റവും

യാഥാസ്ഥിതികമായ എംബഡഡ് മൂല്യത്തിനാണ്. 0.1 ശതമാനം മാത്രമാണ് മൂല്യം ഉയർത്തുന്നത്.

ഇൻഷ്വറൻസ് മേഖലയിൽ ഉദാരവൽക്കരണത്തിന് തുടക്കമിട്ട് കാൽനൂറ്റാണ്ട് പിന്നിടുമ്പോഴും മൊത്തം പോളിസികളിൽ 73 ശതമാനവും ആദ്യവർഷ പോളിസികളിൽ 61 ശതമാനവും എൽഐസിയാണ് കയ്യാളുന്നത്. ലോകത്തെ ഏറ്റവും വിപണിമൂല്യമുള്ള ഇൻഷ്വറൻസ് സ്ഥാപനമാണിത്. 38 ലക്ഷം കോടി രൂപ മൊത്തം ആസ്തിയുള്ള സ്ഥാപനത്തിൽ ഒരുലക്ഷത്തിൽപ്പരം ജീവനക്കാരുണ്ട്, 14 ലക്ഷം ഏജന്റുമാരും. ആറ് പതിറ്റാണ്ടായി നിസ്തുലമായ പ്രവർത്തനം കാഴ്ചവയ്ക്കുന്ന സ്ഥാപനത്തിന്റെ മൂല്യം കഴുകൻകണ്ണുകളോടെ എത്തുന്ന രാജ്യാന്തരനിക്ഷേപകരുടെ താൽപര്യത്തിനു വഴങ്ങി ഇടിച്ചുകാണിക്കുന്നത് തികച്ചും അധാർമികവും ധനകാര്യക്രമക്കേടുമാണ്.

3.5 ശതമാനം ഓഹരികൾ എന്നുവച്ചാൽ 22.1375 കോടി ഓഹരികളാണ്. ഇത് ഷെയർ ഒന്നിന് 949 രൂപയ്ക്ക് വിറ്റാൽ പരമാവധി സർക്കാരിന് 21008 കോടി രൂപയേ ലഭിക്കൂ. അതേസമയം, 2.5 ഗുണകഘടകമായി എടുത്തിരുന്നെങ്കിൽ ഷെയർ ഒന്നിന് 2132 രൂപ വില വരുമായിരുന്നു. 47197 കോടി രൂപ കേന്ദ്രസർക്കാരിനു ലഭിച്ചേനെ. എന്നുവച്ചാൽ കേന്ദ്രസർക്കാരിന് 26189 കോടി രൂപ ഈ വിൽപ്പനയിൽ നിന്നു നഷ്ടം വരികയാണ്. നിക്ഷേപകർക്ക് എൽഐസിയെ കൊള്ളയടിക്കാൻ കേന്ദ്രസർക്കാർ കൂട്ടുനിൽക്കുകയാണ്.

കമ്പനികളുടെ ആദ്യ ഓഹരി വിൽപ്പന ചിലർക്കു മാത്രമായി കൈവശപ്പെടുത്താതിരിക്കാൻ നിക്ഷേപകരെ സെബി തന്നെ പ്രത്യേക വിഭാഗങ്ങളായി തിരിച്ചിട്ടുണ്ട്. ഐപിഒ രജിസ്റ്റർ ചെയ്യുന്ന ഘട്ടത്തിൽത്തന്നെ ഓരോ വിഭാഗത്തിനും ഓഹരികളുടെ എത്ര ശതമാനം സംവരണം ചെയ്യുന്നുവെന്നു വ്യക്തമാക്കേണ്ടതുണ്ട്. എൽഐസി ഐപിഒയുടെ പ്രത്യേകത ജീവനക്കാരെയും പോളിസി ഉടമകളെയും പോക്കറ്റിലാക്കാൻ അവർക്കും പ്രത്യേക സംവരണം ഏർപ്പെടുത്തിയിരിക്കുന്നു എന്നതുള്ളതാണ്. ജീവനക്കാർക്ക് വിൽപ്പനയ്ക്കു വച്ചിരിക്കുന്ന ഓഹരികളുടെ 0.72 ശതമാനവും പോളിസി ഉടമസ്ഥർക്ക് 10 ശതമാനവും സംവരണം ചെയ്തിരിക്കുന്നു. ഇരട്ടിപ്പ് ഒഴിവാക്കിയാൽ എൽഐസിക്ക് 30 കോടി പോളിസി ഉടമകൾ ഉണ്ടാവാം. അവർക്കായി 2.2 കോടി ഓഹരികൾ സംവരണം ചെയ്തിരിക്കുന്നു. ഇരുവിഭാഗങ്ങൾക്കും വിലയിൽ ചില ഡിസ്‌ക്കൗണ്ടും പ്രഖ്യാപിച്ചിട്ടുണ്ട്. എന്നാൽ ഓഹരി വാങ്ങണമെങ്കിൽ പാൻ ആധാറുമായി ലിങ്ക് ചെയ്യുകയും ഡി–മാറ്റ് അക്കൗണ്ട് തുറക്കുകയും വേണം. എൽഐസിയുടെ ബഹുഭൂരിപക്ഷം പോളിസി ഉടമകൾക്കും ഇവയെല്ലാം വളരെ ശ്രമകരമായിരിക്കും. മാത്രമല്ല, ഡിസ്‌ക്കൗണ്ട് തട്ടിയെടുക്കാനായി ബ്രോക്കർമാർ വലിയ തോതിൽ പോളിസി ഉടമകളുടെ പേരിൽ ഡി–മാറ്റ് അക്കൗണ്ട് തുറന്ന് ഓഹരി വാങ്ങുന്നതിനുള്ള ശ്രമങ്ങൾ നടത്തുന്നതായുള്ള വിവരങ്ങളും പുറത്തുവന്നിട്ടുണ്ട്.

പട്ടിക 6.1
എൽഐസി ഐപിഒ സംവരണം

വിഭാഗം	ഓഹരി എണ്ണം (കോടി)	ശതമാനം
ജീവനക്കാർ	0.16	0.72
പോളിസി ഉടമസ്ഥർ	2.21	9.99
ക്വാളിഫൈഡ് ഇൻസ്റ്റിറ്റ്യൂഷണൽ ഇൻവെസ്റ്റേഴ്സ് (QIB)	3.95	17.85
നോൺ ഇൻസ്റ്റിറ്റ്യൂഷണൽ ഇൻവെസ്റ്റേഴ്സ് (NII)	2.96	13.38
റീട്ടെയിൽ ഇൻവെസ്റ്റേഴ്സ്	6.92	31.27
ആങ്കർ ഇൻവെസ്റ്റേഴ്സ്	5.93	26.80
ആകെ	**22.13**	**100.00**

31 ശതമാനം റീട്ടെയിൽ ഇൻവെസ്റ്റേഴ്സിനാണ്. എന്നുവച്ചാൽ സെബിയിൽ രജിസ്റ്റർ ചെയ്യാത്ത രണ്ടുലക്ഷം രൂപയിൽ താഴെ ഓഹരി വാങ്ങുന്ന നിക്ഷേപകരാണ് ഇവർ. 13 ശതമാനം ഓഹരി നോൺ ഇൻസ്റ്റിറ്റ്യൂഷണൽ ഇൻവെസ്റ്റേഴ്സിനാണ്. എന്നുവച്ചാൽ സെബിയിൽ രജിസ്റ്റർ ചെയ്യാത്ത, എന്നാൽ രണ്ടുലക്ഷം രൂപയിലേറെ ഓഹരി വാങ്ങുന്നവരാണ് ഇവർ.

18 ശതമാനം ഓഹരി ക്വാളിഫൈഡ് ഇൻസ്റ്റിറ്റ്യൂഷണൽ ഇൻവെസ്റ്റേഴ്സിനാണ്. ഇവർ സെബിയിൽ രജിസ്റ്റർ ചെയ്തിരിക്കണം. ഓഹരി വിപണി പ്രവർത്തനങ്ങളെക്കുറിച്ച് പരിജ്ഞാനം ഉണ്ടാവണം. വാണിജ്യാടിസ്ഥാനത്തിൽ ഓഹരി വാങ്ങി വിപണനം നടത്തുന്നവരാണ് ഇവർ. എന്നാൽ ഏറ്റവും പ്രധാന വിഭാഗം ആങ്കർ ഇൻവെസ്റ്റേഴ്സാണ്. ഇവർ വലിയ നിക്ഷേപക ധനകാര്യ സ്ഥാപനങ്ങളാണ്. വലിയ തോതിൽ ഓഹരി വാങ്ങുകയും വിൽക്കുകയും ചെയ്യുന്ന ഇത്തരം സ്ഥാപനങ്ങളോടു പ്രത്യേകം ചർച്ച നടത്തി ഓഹരി വിൽപ്പന സംബന്ധിച്ച് ധാരണയിലെത്തുകയാണു പതിവ്. ഇവയിൽ വിദേശ കമ്പനികളും, രാജ്യത്തു രജിസ്റ്റർ ചെയ്തിട്ടുള്ള മ്യൂചൽ ഫണ്ടുകൾ പോലുള്ള കമ്പനികളുമുണ്ടാവാം.

നഷ്ടം വന്നാലും തങ്ങളുടെ ആദ്യത്തെ ഓഹരി വിൽപ്പന വിജയിപ്പിക്കാനുള്ള വാശിയിലാണു എൽഐസി ഓഹരി വില ഇത്രയും താഴ്ത്തി നിർത്തിയതെന്നു വ്യക്തം. നിക്ഷേപകരുമായുള്ള ചർച്ചയിൽ ഓഹരി വില താഴ്ത്തണമെന്ന് അവർ ആവശ്യപ്പെട്ടുവെന്ന് എൽഐസി മാനേജ്മെന്റ് തന്നെ വ്യക്തമാക്കിയിട്ടുണ്ട്. മെയ് 4–നാണ് ഔപചാരികമായി ചില്ലറ ഓഹരി വിൽപ്പന ആരംഭിക്കുന്നത്. എന്നാൽ അതിന് ഏതാനും ദിവസം മുമ്പുതന്നെ ആങ്കർ ഇൻവെസ്റ്റേഴ്സിന്റെ നിക്ഷേപം സ്വീകരിച്ചു തുടങ്ങിയിരുന്നു. ചില്ലറ വിൽപ്പന ആരംഭിക്കുമ്പോൾ മുഴുവൻ ഓഹരി

കളും വിറ്റുവെന്ന വലിയ ആരവം ഉണ്ടാക്കാൻ വേണ്ടിയാണ് ഇത്തരമൊരു സമീപനം കൈക്കൊണ്ടത്. എന്നാൽ ഇത് എഴുതുമ്പോൾ ലഭിക്കുന്ന റിപ്പോർട്ട് പ്രകാരം ഓഹരി വില ഇത്ര താഴ്ത്തിയിട്ടും ആങ്കർ നിക്ഷേപകർക്കു സംവരണം ചെയ്ത ഓഹരികളുടെ 71 ശതമാനമേ വിറ്റുപോയിട്ടുള്ളൂ.

ഇതു വലിയൊരു പൊതുമുതൽ കൊള്ളയാണ്. പോളിസി ഉടമകൾക്ക് ഭാവിയിൽ ബോണസായി കിട്ടേണ്ട വരുമാനത്തിന്റെ ഒരു ഭാഗമാണ് ഓഹരി ഉടമസ്ഥരുടെ ഭാവി വരുമാനമായി കാണിച്ചുകൊണ്ട് എൽഐസിയുടെ ഓഹരി വിൽപ്പന നടത്തുന്നത്.

എൽഐസി അധികൃതരുടെ വിശദീകരണം യുക്രെയ്ൻ യുദ്ധത്തിന്റെ ഇന്നത്തെ സാഹചര്യത്തിൽ ഈ വിലയേ കിട്ടൂവെന്നാണ്. യുദ്ധത്തിന്റെ പേരെല്ലാം പറഞ്ഞ് വൻകിട നിക്ഷേപകർ സർക്കാരിനുമേൽ ചെലുത്തിയ സമ്മർദ്ദത്തിന് സർക്കാർ കീഴടങ്ങിയിരിക്കുകയാണ്. വേറെ നിർവ്വാഹമില്ലായെന്ന വിശദീകരണക്കാരോട് നമ്മുടെ ലളിതമായ ചോദ്യം ഇതാണ് – എന്തുകൊണ്ട് ഇന്നത്തെ നിക്ഷേപാന്തരീക്ഷം മാറാൻവേണ്ടി ഏതാനും മാസങ്ങൾകൂടി കാത്തിരുന്നുകൂടാ? ഇതിനിടയിൽ രാജ്യത്തിന് എന്തെങ്കിലും അപരിഹാര്യമായ നഷ്ടമുണ്ടാകുമോ?

7

വിൽക്കുന്നത് ആരുടെ സ്വത്ത്? ഓഹരി ഉടമയുടെയോ, പോളിസി ഉടമകളുടെയോ?

എൽഐസി വിൽപ്പനകൊണ്ട് ഏറ്റവും വലിയ നഷ്ടമുണ്ടാകാൻ പോകുന്നത് 30 കോടിയിലേറെ വരുന്ന പോളിസി ഉടമസ്ഥർക്കാണ്. സത്യം പറയട്ടെ, ഇവരുടെ എണ്ണം സംബന്ധിച്ച് കൃത്യമായ കണക്കുകളില്ല. എൽഐസിക്ക് ഗ്രൂപ്പ് ഇൻഷ്വറൻസ് ഉൾപ്പെടെ ഏതാണ്ട് 40 കോടി പോളിസികളാണുള്ളത്. ഒരാൾക്കുതന്നെ രണ്ടുംമൂന്നും പോളിസികൾ ഉണ്ടാകുമല്ലോ. അതുകൊണ്ടാണ് പോളിസി ഉടമകളുടെ എണ്ണം കൃത്യമായി പറയാൻ കഴിയാത്തത്. എങ്കിലും ഇന്നു പൊതുവിൽ അംഗീകരിക്കപ്പെടുന്ന എണ്ണം 30 കോടി ആളുകൾക്ക് എൽഐസിയിൽ പോളിസി ഉണ്ടെന്നാണ്. ഇന്ത്യയിൽ ആകെയുള്ളത് 25 കോടി കുടുംബങ്ങളാണ്. എന്നുവച്ചാൽ വളരെ യാഥാസ്ഥിതികമായി കണക്കു കൂട്ടിയാൽപ്പോലും ഏതാണ്ട് 70 ശതമാനത്തോളം കുടുംബങ്ങൾക്ക് എൽഐസിയിൽ പോളിസി പങ്കാളിത്തം ഉണ്ട്. എൽഐസിയുടെ യഥാർത്ഥ ഉടമസ്ഥർ ഇവരാണ്. കേന്ദ്രസർക്കാർ അല്ല. ഇതാണ് ഈ ഗ്രന്ഥത്തിലെ മുഖ്യ വാദങ്ങളിലൊന്ന്.

എൽഐസി കേവലമൊരു കമ്പനിയല്ല

എൽഐസി സാധാരണരീതിയിലുള്ള ഒരു കമ്പനിയല്ല. അതുകൊണ്ടാണ് ലൈഫ് ഇൻഷ്വറൻസ് കോർപ്പറേഷൻ എന്ന പേരുതന്നെ നൽകിയത്. ബ്രിട്ടീഷ് ഭരണകാലത്ത് രണ്ടുതരം ഇൻഷ്വറൻസ് സ്ഥാപനങ്ങളാണ് ഉണ്ടായിരുന്നത്. ഇന്ത്യൻ ലൈഫ് ഇൻഷ്വറൻസ് കമ്പനീസ് ആക്ട് പ്രകാരമുള്ള ജോയിന്റ് സ്റ്റോക്ക് കമ്പനികളും, പ്രോവിഡന്റ് ഫണ്ട് ഇൻഷ്വറൻസ് സൊസൈറ്റീസ് ആക്ട് പ്രകാരം പ്രവർത്തിക്കുന്ന മ്യൂചൽ സൊസൈറ്റികളും. ആദ്യത്തേത് ഓഹരി ഉടമസ്ഥരുടെ ലാഭത്തിനു

വേണ്ടി പ്രവർത്തിക്കുമ്പോൾ രണ്ടാമത്തവ ഉണ്ടാകുന്ന ലാഭം അംഗങ്ങൾക്കിടയിൽ വിതരണം ചെയ്യുന്നു. നമ്മൾ രണ്ടാം അധ്യായത്തിൽ കണ്ടതുപോലെ ആദ്യത്തേതിൽ ഇൻഷ്വർ ചെയ്യുന്നവർ കമ്പനിയുടെ കസ്റ്റമേഴ്സാണ്. അതേസമയം, രണ്ടാമത്തേതിൽ ഇൻഷ്വർ ചെയ്യപ്പെടുന്നവർ മ്യൂച്വൽ സൊസൈറ്റി അംഗങ്ങളാണ്. എൽഐസിക്കു സാമ്യം മ്യൂച്വൽ ഇൻഷ്വറൻസ് സൊസൈറ്റികളോടാണ്.

ഇതിന് ഉപോൽബലകമായി നാലു വാദങ്ങൾ ചൂണ്ടിക്കാണിക്കാനാകും.

ഒന്ന്) എൽഐസിയുടെ ഉടമസ്ഥനെന്ന് അവകാശപ്പെടുന്ന കേന്ദ്ര സർക്കാരിന് എൽഐസിയിൽ ഫലത്തിൽ മുതൽമുടക്കൊന്നും ഉണ്ടായിരുന്നില്ല. 'ഒറിജിനൽ മൂലധന'മായി നൽകിയ 5 കോടി രൂപ ദേശസാൽക്കരിച്ച സ്വകാര്യ കമ്പനികൾക്കു നഷ്ടപരിഹാരത്തിനുപോലും തികഞ്ഞില്ല.

രണ്ട്) എൽഐസിയുടെ പോളിസികളുടെ പ്രത്യേകത അവയുടെ പാർട്ടിസിപ്പേറ്റിംഗ് സ്വഭാവമാണ്. നാം രണ്ടാം അധ്യായത്തിൽ കണ്ടതുപോലെ ഇൻഷ്വറൻസിനെ നൂതനമായ റിസ്ക് കവറേജ് നൽകുന്ന സമ്പാദ്യ ഉപാധിയായിട്ടാണ് ആസൂത്രകർ വീക്ഷിച്ചിരുന്നത്. ഈ സമ്പാദ്യമാണ് എൽഐസിയുടെ വളർച്ചയ്ക്കു അടിസ്ഥാനമായത്. അങ്ങനെ എൽഐസിയുടെ ആസ്തികൾ പൂർണ്ണമായും എൽഐസി പോളിസി ഉടമസ്ഥരുടെ സംഭാവനയായിരുന്നു.

മൂന്ന്) ഐആർഡിഎ സോൾവൻസി റേഷ്യോ എൽഐസിക്കും ബാധകമാക്കി. എൽഐസിയുടെ എല്ലാ പോളിസികൾക്കും സർക്കാരിന്റെ ഗ്യാരണ്ടി ഉണ്ടെങ്കിലും മറ്റു സ്വകാര്യ ഇൻഷ്വറൻസ് കമ്പനികൾ പോലെതന്നെ ഹ്രസ്വകാലത്തേക്കും ദീർഘകാലത്തേക്കുമുള്ള ബാധ്യതകൾ തിരിച്ചടയ്ക്കാൻ കഴിയുമെന്ന ഉറപ്പു നൽകുന്ന തോതിൽ കരുതൽ ശേഖരം സൂക്ഷിക്കണമെന്നതു നിർബന്ധമാക്കി. കമ്പനിയുടെ ഓഹരി ഉടമസ്ഥർക്കാണ് ഈ കരുതൽ ശേഖരത്തിന്റെ ഉത്തരവാദിത്വം. ഒരു കമ്പനിയിലും കേവലം കസ്റ്റമേഴ്സ് സോൾവൻസി കരുതൽ ഫണ്ടിന്റെ ഉത്തരവാദിത്വമില്ല. ഏതായാലും എൽഐസിയുടെ കേവലം കസ്റ്റമേഴ്സ് അല്ല പോളിസി ഉടമകളെന്നു വ്യക്തം.

നാല്) എൽഐസിയുടെ വാർഷികമിച്ചത്തിന്റെ 95 ശതമാനവും ബോണസായി പോളിസി ഉടമകൾക്കു വിതരണം ചെയ്യുന്നു. 5 ശതമാനമേ സർക്കാരിനുള്ളൂ. രണ്ടാം അധ്യായത്തിൽ ദേശസാൽക്കരണ സമയത്തെ കേന്ദ്രധനമന്ത്രി ദേശ്മുഖിനെ ഉദ്ധരിച്ചുകൊണ്ട് വ്യക്തമാക്കിയതുപോലെ ഭാവിയിൽ സർക്കാരിന്റെ ഈ 5 ശതമാനം വിഹിതം കുറവു ചെയ്യുന്നതിനും വേണ്ടെന്നുവയ്ക്കാൻപോലും ലക്ഷ്യമിട്ടിരുന്നു. പോളിസി ഉടമകളുടെ ഒരു മ്യൂച്വൽ സൊസൈറ്റിയായിട്ടാണ് മിച്ചവിതരണം വിഭാവനം ചെയ്തിരുന്നത്.

അഞ്ച്) എല്ലാ കമ്പനികളിലും പാർട്ടിസിപ്പേറ്റിംഗ് പോളിസികളിൽ നിന്നുണ്ടാകുന്ന മിച്ചത്തിൽ ഒരുഭാഗം പോളിസി ഉടമകൾക്കു നൽകുക

പതിവാണ്. പക്ഷേ, എൽഐസി പാർട്ടിസിപ്പേറ്റിംഗ് പോളിസികളിലെ നിക്ഷേപം മാത്രമല്ല, നോൺ പാർട്ടിസിപ്പേറ്റിംഗ് പോളിസികളിലെ നിക്ഷേപവും ലൈഫ് ഫണ്ടിന്റെ ഭാഗമാണ്. നോൺ പാർട്ടിസിപ്പേറ്റിംഗ് പോളിസികളിൽ നിന്നുള്ള മിച്ചവും പാർട്ടിസിപ്പേറ്റിംഗ് പോളിസി ഉടമകൾക്ക് അർഹതപ്പെട്ടതാണ്. നോൺ പാർട്ടിസിപ്പേറ്റിംഗ് പോളിസികളിൽ നിന്നു നഷ്ടം വന്നാൽ ആ നഷ്ടത്തിന്റെ ബാധ്യതയും അവർക്കു തന്നെ. ലാഭനഷ്ടത്തിന്റെ റിസ്ക് എടുക്കുന്നത് പോളിസി ഉടമകളാണ്. അവരെ എങ്ങനെ കേവലം കസ്റ്റമേഴ്സായി കരുതാനാവും?

പോളിസി ഉടമകളുടെ നഷ്ടം = ഓഹരി ഉടമകളുടെ ലാഭം

ആറാം അധ്യായത്തിൽ കണ്ടതുപോലെ സർക്കാർ ഉടമസ്ഥനായുള്ള ഒരു കമ്പനിയായും പോളിസി ഉടമകളെ കേവലം കസ്റ്റമേഴ്സായും മാറ്റുന്നതിനുള്ള നിയമഭേദഗതികളാണ് 2011-ലും 2021-ലും എൽഐസി നിയമത്തിൽ കൊണ്ടുവന്നത്. ഇതിനു കാരണം വളരെ വ്യക്തമാണ്. അങ്ങനെ ചെയ്താൽ മാത്രമേ എൽഐസിയുടെ ഓഹരികൾ കമ്പോളത്തിൽവിറ്റു കാശാക്കാനാകൂ.

എൽഐസിയുടെ ഷെയർ വാങ്ങൂ. നല്ല ലാഭം ഉറപ്പ് എന്നാണു ചെയർമാൻ നിക്ഷേപകരോടു പറയുന്നത്. കഴിഞ്ഞ വർഷം മൂന്നാം പാദത്തിൽ എൽഐസിയുടെ ലാഭം ഒരുകോടി രൂപപോലും വന്നില്ല. എന്നാൽ ഇത്തവണത്തെ മൂന്നാം പാദത്തിൽ അറ്റാദായം 235 കോടി രൂപയായിരുന്നു. ഇതാണ് പത്രസമ്മേളനം വിളിച്ചു ചെയർമാൻ പെരുമ്പറ കൊട്ടിയത്. എന്തുകൊണ്ട് കഴിഞ്ഞ വർഷം ലാഭം ഉണ്ടായില്ല? കോവിഡ് വന്നപ്പോൾ ക്ലെയിമുകൾ കൂടിയത് ഒരു കാരണം. മറ്റൊരടിസ്ഥാന കാരണം മിച്ചത്തിന്റെ 5 ശതമാനം ഒഴികെ മുഴുവൻ പോളിസി ഉടമകൾക്കു വിതരണം ചെയ്തുവെന്നതാണ്. ഇതിനുശേഷമുള്ള തുകയാണ് അറ്റാദായം.

എന്നാൽ 2021-ൽ മിച്ചത്തിലെ വലിയൊരുപങ്ക് പോളിസി ഉടമകൾക്കു വിതരണം ചെയ്യേണ്ടെന്നുവച്ചു. വിതരണം ചെയ്യുന്ന മിച്ചം 90 ശതമാനമായി കുറച്ചു. അതിനുപുറമേ എൽഐസിയുടെ 20% വരുന്ന നോൺ പാർട്ടിസിപ്പേറ്റിംഗ് പോളിസികളുടെ മിച്ചം പോളിസി ഉടമകളുടേതല്ല, മറിച്ച് ഓഹരി ഉടമകൾക്കു നൽകേണ്ടതാണെന്നും തീരുമാനിച്ചു. അങ്ങനെയാണ് 235 കോടി രൂപ അറ്റാദായമുണ്ടായത്. പോളിസി ഉടമകൾക്കുള്ള ബോണസ് കുറഞ്ഞപ്പോൾ അത് ഓഹരി ഉടമകളുടെ ലാഭമായി മാറി.

പോളിസി ഉടമകൾക്കു നഷ്ടപ്പെടുന്നതാണ് ഓഹരി ഉടമകൾക്കു ലാഭമായി കിട്ടുന്നത് എന്നതിനു നാടകീയമായ ഒരു തെളിവ് കഴിഞ്ഞ അധ്യായത്തിൽ വിവരിച്ചത് വീണ്ടും ഓർമ്മിപ്പിക്കട്ടെ. മിൽമാൻ കമ്പനി ആദ്യം ഓഹരി ഉടമകൾക്കു ഭാവിയിൽ കിട്ടാവുന്ന വരുമാനത്തിന്റെ അടിസ്ഥാനത്തിൽ എൽഐസിയുടെ എംബഡഡ് മൂല്യമായി കണക്കാ

ക്കിയത് 1.01 ലക്ഷം കോടി രൂപ മാത്രമാണ്. നിക്ഷേപകരെ സംബന്ധിച്ചിടത്തോളം ഭീമാകാരമായ എൽഐസിയുടെ വില ഇത്രയേയുള്ളൂ. എന്നാൽ 2021-ലെ നിയമഭേദഗതിയിലൂടെ കഴിഞ്ഞ ഖണ്ഡികയിൽ പറഞ്ഞ മാറ്റങ്ങൾ മിച്ചത്തിന്റെ വിതരണത്തിൽ വരുത്തി. എൽഐസിയുടെ എംബഡഡ് മൂല്യം 5.40 ലക്ഷം കോടി രൂപയായി വർദ്ധിച്ചു.

എൽഐസിയുടെ ബ്രാൻഡിനെ പ്രതികൂലമായി ബാധിക്കാമെന്നും പോളിസി ഉടമകളുടെ താൽപ്പര്യം കുറയാമെന്നും എൽഐസി തന്നെ സമ്മതിക്കുന്നുണ്ട്. ഐപിഒവിനു പ്രാരംഭമായി എൽഐസി മാനേജ്മെന്റ് തയ്യാറാക്കിയിട്ടുള്ള ഡ്രാഫ്റ്റ് റെഡ്ഹെറിംഗ് റിപ്പോർട്ടിൽ ഇതു തുറന്നു സമ്മതിക്കുന്നുണ്ട്. 600-ൽപ്പരം പേജു വരുന്ന ഈ റിപ്പോർട്ടിന്റെ തുടക്കത്തിൽത്തന്നെ എൽഐസിയുടെ ഭാവിയെ പ്രതികൂലമായി ബാധിക്കാവുന്ന ഘടകങ്ങളെക്കുറിച്ച് വിശദീകരിക്കുന്നുണ്ട്. അതിൽ ഏറ്റവും പ്രധാനപ്പെട്ട പ്രതികൂല ഘടകങ്ങളിൽ ഒന്നായി വിശദീകരിക്കുന്നത് എൽഐസിയുടെ ലൈഫ് ഫണ്ട് രണ്ടായി വിഭജിക്കുന്നതാണ്. നോൺ പാർട്ടിസിപ്പേറ്റിംഗ് പോളിസികളിൽ നിന്നുള്ള മിച്ചം ഇനിമേൽ പോളിസി ഉടമകൾക്കു ലഭിക്കില്ല. അത് ഓഹരി ഉടമകൾക്കായിരിക്കും. ഇത് എൽഐസിയുടെ ആകർഷകതയെ പ്രതികൂലമായി ബാധിക്കുമെന്ന് റെഡ് ഹെറിംഗ് റിപ്പോർട്ട് ഭയപ്പെടുന്നു. എൽഐസിയുടെ ബൃഹത് രേഖയിൽ നിന്നുതന്നെ പ്രസക്തമായ ചില ഖണ്ഡികകൾ ചുവടെ ചേർക്കുന്നു.

"Segregation of the single consolidated 'Life Fund' of our Corporation into two separate funds, viz., a participating policyholders' fund and a non-participating policyholders' fund, effective September 30, 2021 may adversely affect our business, financial condition, results of operations and cash flows....

Whilst prior to the segregation of the Life Fund, surplus as assessed by the Appointed Actuary for the Life Fund was distributed amongst our Corporation's policyholders and Shareholder in the ratio of 95:5, post segregation of the Life Fund, 100% of the surplus generated out of the non-participating business is available for distribution to all of the Shareholder(s) of the Corporation and the surplus from the participating business shall be distributed amongst our policyholders and Shareholder in the ratio of 95:5, which ratio is being modified as 90:10, in a phased manner. For details, see "- The changes in our Corporation's surplus distribution policy may reduce the attractiveness of our participating products, which could have an adverse effect on our business, financial condition, results of operations and cash flows" on page 37."

ഇരിക്കുന്ന കൊമ്പ് മുറിക്കരുതെന്ന് ഏജന്റുമാരെയും ജീവനക്കാരെയും ഉപദേശിക്കുന്ന മാനേജ്മെന്റ് എൽഐസിയുടെ കടയ്ക്കൽ കത്തിവയ്ക്കുകയാണ്. പോളിസി ഉടമകളുടെ ട്രസ്റ്റ് എന്നതിൽ നിന്നും എൽഐസിയുടെ സ്വഭാവം മാറി ഓഹരി ഉടമകളുടെ ലാഭം പരമാവധിയാക്കുന്നതിനുള്ള കമ്പനിയായി അതിനെ രൂപാന്തരപ്പെടുത്തുകയാണ്.

സ്വകാര്യവൽക്കരണംകൊണ്ടുള്ള നേട്ടങ്ങൾ

കോടിക്കണക്കിനു പോളിസി ഉടമകളെ കൊള്ളയടിക്കുന്നതിനെ അവരുടെ താൽപ്പര്യങ്ങൾ സംരക്ഷിക്കാനുള്ള ഇടപെടലായിട്ടാണ് കേന്ദ്രസർക്കാരും നിയോലിബറൽ വക്താക്കളും വിശദീകരിക്കുന്നത്. അവരുടെ ന്യായങ്ങൾ എത്രമാത്രം പൊള്ളയാണെന്ന് പ്രാഥമിക പരിശോധനതന്നെ വെളിപ്പെടുത്തുന്നു.

കാര്യക്ഷമത വർദ്ധന: പൊതുമേഖലയുടെ സ്വഭാവം കെടുകാര്യസ്ഥതയാണെന്നതാണ് അടിസ്ഥാനപരമായ നിയോലിബറൽ സമീപനം. ഇതുമൂലം ജനങ്ങൾക്കു ലഭിക്കേണ്ട സേവനങ്ങൾക്കു വലിയ കാലതാമസം ഉണ്ടാകും. സ്വകാര്യവൽക്കരണത്തിന്റെ ഫലമായി സേവനങ്ങൾ പോളിസി ഉടമകൾക്കു ചുവപ്പുനാടകളില്ലാതെ ലഭിക്കും. ഈ വാദം വസ്തുതകൾക്കു നിരക്കുന്നതല്ല. സേവനദാതാക്കളെന്ന നിലയിൽ സ്വകാര്യ ഇൻഷുറൻസ് കമ്പനികളും എൽഐസിയും തമ്മിൽ പട്ടിക 7.1–ൽ കൊടുത്തിരിക്കുന്ന താരതമ്യം വ്യക്തമാകും.

പട്ടിക 7.1
സേവനങ്ങളിലെ കാര്യക്ഷമത എൽഐസിയും
5 പ്രധാന സ്വകാര്യ ഇൻഷുറൻസ് കമ്പനികളും 2021

ഇനം	*എൽഐസി*	*5 പ്രധാന സ്വകാര്യ ഇൻഷുറൻസ് കമ്പനികൾ ശതമാനത്തിൽ*
ക്ലെയിം സെറ്റിൽമെന്റ് റേഷ്യോ	94.20	91.00
ക്രമവിരുദ്ധ വ്യാപാര രീതികളെക്കുറിച്ചുള്ള പോളിസി ഉടമകളുടെ പരാതികൾ	2.40	23.80
10000 പോളിസികൾക്കുണ്ടായ ശരാശരി പരാതികൾ	48.70	39.00
സറണ്ടർ തോത്	22.20	25.40

(അവലംബം: ഡ്രാഫ്റ്റ് റെഡ് ഹെറിംഗ് റിപ്പോർട്ട്)

പോളിസി ഉടമകളുടെ ക്ലെയിമുകൾ സെറ്റിൽ ചെയ്യുന്നതിൽ എൽഐസിയുടെ പ്രകടനം സ്വകാര്യ മേഖലയേക്കാൾ മെച്ചമാണ്. എൽഐസിയുടെ തോത് 94.2 ശതമാനമായിരിക്കുമ്പോൾ സ്വകാര്യമേഖ

ലയുടേത് 91 ശതമാനമാണ്. 10000 പോളിസികൾക്ക് എത്ര പരാതികൾ വീതം ഉണ്ടായിയെന്നതിന്റെ കണക്കുകൾ നോക്കുമ്പോൾ എൽഐസിയെ സംബന്ധിച്ചാണ് കൂടുതൽ പരാതികൾ ഉള്ളതെന്നു തോന്നാം. എന്നാൽ ഇവ ഗൗരവമായിട്ടുള്ളവയല്ല. ഗൗരവമായിട്ടുള്ള പരാതികൾ അതായത്, ക്രമരഹിതമായ വ്യാപാരരീതികൾ (unfair trade practices) പ്രത്യേകമായെടുത്താൽ എൽഐസിയുടെ തോത് 2.4 ശതമാനമായിരിക്കുമ്പോൾ സ്വകാര്യമേഖലയുടേത് 23.8 ശതമാനമാണ്. 2019–20–ൽ അൺഫെയർ ബിസിനസ് പ്രാക്ടീസസ് പരാതികൾ (ബിസിനസ് നടത്തിപ്പിലെ തട്ടിപ്പുകൾ) 43444 ആയിരുന്നു. അവയിൽ 90 ശതമാനവും സ്വകാര്യ കമ്പനികളുമായി ബന്ധപ്പെട്ടവയാണ്. മൊത്തം ഇൻഷുറൻസ് ഇടപാടുകളുടെ 34 ശതമാനമേ സ്വകാര്യ മേഖലയുടേതായിട്ടുള്ളൂവെന്നത് ഓർക്കണം.

ഇതോടൊപ്പം ചേർത്തു വായിക്കേണ്ട ഒന്നാണ് മൽഹോത്ര കമ്മിറ്റി എൽഐസിയുടെ ഇടപാടുകാർക്കിടയിൽ നടത്തിയ അഭിപ്രായ സർവ്വേ. മൂന്നാം അധ്യായത്തിൽ അതിന്റെ വിശദാംശങ്ങൾ കൊടുത്തിരുന്നുവല്ലോ. മഹാഭൂരിപക്ഷംപേരും എൽഐസിയിലെ ജീവനക്കാരുടെയും ഏജന്റുമാരുടെയും പെരുമാറ്റത്തിലും പ്രവർത്തനത്തിലും സംതൃപ്തിയാണു രേഖപ്പെടുത്തിയത്.

പ്രവർത്തനച്ചെലവ് കുറയും: ഇപ്പോൾ എൽഐസിയുടെ ബോർഡിലുള്ളവർ സർക്കാർ നോമിനികൾ മാത്രമാണ്. അവരോടൊപ്പം ഏതാനും സ്വകാര്യ ഓഹരി ഉടമ പ്രതിനിധികൾകൂടി വന്നുകഴിഞ്ഞാൽ ബോർഡിന്റെ പ്രവർത്തനം കൂടുതൽ കാര്യക്ഷമമാകും. ഇതിന്റെ ഫലമായി പ്രവർത്തനച്ചെലവ് കുറയുകയും പോളിസി ഉടമകളുടെ നേട്ടം വർദ്ധിക്കുകയും ചെയ്യും. എൽഐസിയിലെ ഉയർന്ന ചെലവിനൊരു പ്രധാന കാരണം ജീവനക്കാരുടെ ശമ്പളവും ഏജന്റുമാരുടെ കമ്മീഷനുമാണെന്നും ചിലർ വ്യാഖ്യാനിക്കുന്നു. എന്റെ ഒരു ഫെയ്സ്ബുക്ക് പോസ്റ്റിനു കീഴിൽ ഒരു വിദ്യാസമ്പന്നൻ ഗൗരവത്തിൽ എഴുതുകയാണ്. ''അവർക്കു കൊടുക്കുന്ന അതിഭയങ്കര കമ്മീഷൻ കഴിഞ്ഞുള്ള തുകയാണ് നിക്ഷേപിക്കുന്നത്, അതുകൊണ്ട് തന്നെ എൽഐസി പോളിസി ഉടമകൾക്ക് കൊടുക്കുന്ന ബോണസ് നാമമാത്രമാണ്."

എൽഐസിയുടെ ഏജന്റ് കമ്മീഷൻ ഇന്ന് സ്വകാര്യ കമ്പനികളേക്കാൾ കുറവാണെന്നാണ് അവരുടെ സംഘടനകൾ പറയുന്നത്. ഇനി 'അതിഭയങ്കര കമ്മീഷൻ' കണക്കിലെടുത്താലും 2020–21 ൽ ഓപ്പറേറ്റിംഗ് ചെലവുകൾ പ്രീമിയത്തിന്റെ 8.68 ശതമാനം മാത്രമേ വരൂ. സ്വകാര്യ കമ്പനികളുടേതാവട്ടെ ഈ തോത് 11.72 ശതമാനവുമാണ്. അങ്ങനെ എൽഐസി താരതമ്യേന ചുരുങ്ങിയ ചെലവിൽ കൂടുതൽ ആളുകൾക്ക് സേവനം നൽകുന്നു.

നിക്ഷേപ വരുമാനം ഉയരും: എൽഐസിയുടെ നിക്ഷേപ വരുമാനം താഴ്ന്നതാണെന്നും സ്വകാര്യവൽക്കരണം വഴി ഇതു

ഗണ്യമായി ഉയർത്താനാകുമെന്നുമാണ് നിയോലിബറലുകൾ വാദിക്കുന്നത്. എന്റെ ഫെയ്സ്ബുക്ക് പോസ്റ്റിനു അതേ വിദ്വാന്റെ മറ്റൊരു കമന്റ് വായിക്കൂ: “Inflation അനുസരിച്ച് നോക്കിയാൽ നഷ്ടക്കച്ചവടം. ലൈഫ് ഇൻഷുറസ് പോളിസി ഒരു നിക്ഷേപം അല്ല. അത് റിസ്ക് കവർ ചെയ്യാനുള്ള ഉപകരണമാണ്. എന്നാൽ ഒരിക്കലും ഒന്നും പറ്റില്ല എന്നു കരുതി ജീവിക്കുന്ന സാമ്പത്തിക അന്ധവിശ്വാസങ്ങളുള്ള ജനതയെ പ്രീമിയം അടച്ചാൽ അവസാനം എന്തെങ്കിലും കിട്ടുമെന്നു വിശ്വസിപ്പിച്ചു നടത്തുന്ന പരിപാടിയാണ് ഈ ബോണസ് കൊടുക്കൽ. കൂടാതെ സർക്കാരിന്റെ നിയന്ത്രണത്തിൽ എൽഐസി നടത്തുന്ന നിക്ഷേപങ്ങൾ പലതും സർക്കാരിന്റെ കയ്യിലിരിപ്പ് കൊണ്ടുണ്ടായ നഷ്ടത്തെ മറികടക്കുന്നതിനു വേണ്ടി ചിലവാക്കുന്നു. IDBI പോലെയുള്ള സ്ഥലങ്ങളിൽ ഓഹരി എടുപ്പിച്ചു എൽഐസിയുടെ ഓഹരി ഉടമകളുടെ ലാഭം നശിപ്പിക്കുന്നു. കഴിഞ്ഞ എത്രയോ കൊല്ലമായി മികച്ച ബോണസ് നൽകുന്ന പോളിസികൾ എൽഐസിയുടേതല്ല.”

എൽഐസി ഇതുവരെ ഏതാണ്ട് 6 ലക്ഷം കോടി രൂപയാണ് ബോണസായി നൽകിയിട്ടുള്ളത്. 28 വർഷമായി സ്വകാര്യ കമ്പനികൾക്ക് ഇൻഷ്വറൻസ് മേഖല തുറന്നുകൊടുത്തിട്ട്. ഇതിനിടയിൽ ലെവൽ പ്ലേയിംഗ് ഗ്രൗണ്ട് എന്നുപറഞ്ഞ് റെഗുലേറ്ററി അതോറിറ്റി പല ഇടങ്കോലുമിട്ടു. എന്നിട്ട് ഇപ്പോഴും മാർക്കറ്റിന്റെ 70 ശതമാനത്തോളം എൽഐസിയുടേതാണ്. നമ്മുടെ സുഹൃത്ത് പറയുന്ന ഈ ‘നിസ്സാര ബോണസ്’ കൊടുത്തിട്ടുപോലും ലെവൽ പ്ലേയിംഗ് ഗ്രൗണ്ട് ഉണ്ടാവില്ലെന്നാണു സ്വകാര്യ കമ്പനികൾ പറയുന്നത്. അതുകൊണ്ടാണ് ഈ ‘നിസ്സാര ബോണസ്’ നിർബന്ധപൂർവ്വം വെട്ടിക്കുറയ്ക്കാൻ ഐആർഡിഎ നടപടിയെടുത്തത്. ഇന്ത്യാ സർക്കാർ ഇതിനെ സഹായിക്കാൻ എൽഐസി നിയമവും ഭേദഗതി ചെയ്തു.

താഴെ ചേർത്തിട്ടുള്ള പട്ടിക 7.2 ൽ എൽഐസിയുടെയും ഏറ്റവും വലിയ 5 സ്വകാര്യ കമ്പനികളുടെയും ഇൻവെസ്റ്റ്മെന്റിനുമേലുള്ള 2021–ലെ ആദായത്തിന്റെ തോത് നൽകിയിരിക്കുന്നു. ലൈഫ് ഫണ്ടിൽ നിന്നുള്ള ആദായത്തിൽ സ്വകാര്യ ഇൻഷ്വറൻസ് കമ്പനികളുടെ ശരാശരി ആദായ നിരക്ക് 9.4 ശതമാനം ആയിരിക്കുമ്പോൾ എൽഐസിയുടേത് 8.3 ശതമാനമേയുള്ളൂ. പെൻഷൻ ആന്വിറ്റിയുടെയും ഗ്രൂപ്പ് ഫണ്ടിന്റെയും ആദായനിരക്കെടുത്താൽ എൽഐസിയുടേത് 7.9 ശതമാനവും മറ്റു കമ്പനികളുടേത് 8.5 ശതമാനവുമാണ്. എന്നാൽ ഓഹരികളിൽ നിക്ഷേപിക്കുന്ന ലൈഫ് ഫണ്ടിന്റെ കാര്യത്തിലാണു വളരെ പ്രകടമായ അന്തരം കാണുന്നത്. എൽഐസിയുടെ ആദായനിരക്ക് 10.6 ശതമാനം ആയിരിക്കുമ്പോൾ മറ്റു കമ്പനികളുടേത് 32.8 ശതമാനമാണ്. എന്നാൽ എൽഐസി താരതമ്യേന ചെറിയ തുക മാത്രമേ ഓഹരികളിൽ മുതൽമുടക്കുന്നുള്ളൂ. സർക്കാർ സെക്യൂരിറ്റികളിലും ഔദ്യോഗിക പ്രോജക്ടുകളിലുമാണ് എൽഐസി മുതൽമുടക്കുന്നത്.

പട്ടിക 7.2
എൽഐസിയുടെയും സ്വകാര്യ കമ്പനികളുടെയും ഇൻവെസ്റ്റ്മെന്റിനുമേലുള്ള ആദായ നിരക്ക് 2020–21

കമ്പനി	*ലൈഫ് ഫണ്ട്*	*പെൻഷൻ ആന്വിറ്റിയും ഗ്രൂപ്പ് ഫണ്ടും*	*ലിങ്ക്ഡ് ലൈഫ് ഫണ്ട്*
എൽഐസി	8.3	7.9	10.6
എസ്ബിഐ ലൈഫ്	8.6	8.4	24.8
എച്ച്ഡിഎഫ്സി ലൈഫ്	9.5	7.9	38.7
ഐസിഐസിഐ പ്രൂഡൻഷ്യൽ ലൈഫ്	9.8	9.5	34.6
മാക്സ് ലൈഫ്	9.3	8.8	31.5
ബജാജ് അലയൻസ് ലൈഫ്	9.9	7.9	34.3

(അവലംബം: ഡ്രാഫ്റ്റ് റെഡ് ഹെറിംഗ് റിപ്പോർട്ട്)

റിസ്ക് കവറേജിനുവേണ്ടി മാത്രമുള്ള ഉപകരണമായിരിക്കണം ഇൻഷ്വറൻസ് എന്ന് ഒരു സാമ്പത്തിക നിയമവും പറയുന്നില്ല. ഇന്ത്യയിലെ മൂർത്തമായ സാഹചര്യങ്ങളിൽ നമ്മൾ ബോധപൂർവ്വം തെരഞ്ഞെടുത്ത ഒന്നാണ് സമ്പാദ്യത്തിനും റിസ്കിനും വേണ്ടിയുള്ള ഒരു സങ്കര പോളിസിയുടെ രൂപം. വളരെ അഭിമാനാർഹമായ മികച്ച ഒരു പുതുമയാണിത്. ഇന്ത്യയിലെ മഹാഭൂരിപക്ഷം വരുന്ന പാവപ്പെട്ടവർക്ക് റിസ്കിനെതിരെ മാത്രം പോളിസി എടുക്കാൻ താൽപ്പര്യമുണ്ടാവില്ല. അവർക്കു കൂടുതൽ അഭികാമ്യമായിട്ടുള്ളത് സമ്പാദ്യവുമായി ബന്ധപ്പെടുത്തിയ പോളിസികളാണ്. ഇതാണ് മൽഹോത്ര കമ്മിറ്റി നടത്തിയ അഭിപ്രായ സർവ്വേയിൽ തെളിഞ്ഞത്. എൽഐസി പോളിസി എടുത്തതിൽ 67 ശതമാനം പേരുടെയും ഒന്നാമത്തെ കാരണം സമ്പാദ്യമായിരുന്നു.

അതുകൊണ്ട് പാശ്ചാത്യരാജ്യങ്ങളിലെ റിസ്ക് ഇൻസ്ട്രുമെന്റുമായി എൽഐസി പോളിസിയെ താരതമ്യപ്പെടുത്തേണ്ട. ഇന്ത്യയിലെ സാധാരണക്കാരായ ജനങ്ങൾക്ക് അവരുടെ സമ്പാദ്യത്തിന് സർക്കാരിന്റെ സമ്പൂർണ്ണ ഗ്യാരണ്ടി സുരക്ഷ നൽകുന്ന സമ്പാദ്യ ഉപകരണം കൂടിയാണ് എൽഐസി പോളിസി. ആ വിശ്വാസ്യത കൊണ്ടാണ് കേവലം 5 കോടി മാത്രം മുതൽമുടക്കിയ ഈ കമ്പനി 35 ലക്ഷം കോടിയുടെ ലൈഫ് ഫണ്ടുള്ള സ്ഥാപനമായി മാറിയത്. ഇതിനെയാണു നിയോലിബറലുകൾ മണ്ടന്മാരായ ജനങ്ങളുടെ അന്ധവിശ്വാസമെന്നു വിളിക്കുന്നത്.

എൽഐസിയുടെ നിക്ഷേപം 'ഐഡിബിഐ പോലുള്ള സ്ഥാപനങ്ങളിൽ ഓഹരി എടുപ്പിച്ച് എൽഐസിയുടെ ഓഹരി ഉടമകളുടെ ലാഭം നശിപ്പിക്കുന്നു.' ശരിയാണ് ബിജെപി സർക്കാർ എൽഐസി നിക്ഷേപം

ഇതുപോലെ ഒട്ടേറെ ദുരുപയോഗം ചെയ്യുന്നുണ്ട്. അതിനു പരിഹാരം ഇത്തരം അനധികൃത ഇടപെടലുകളിൽനിന്നും സർക്കാർ പിൻവാങ്ങുക എന്നതാണ്. സ്വകാര്യ ആങ്കർ ഇൻവെസ്റ്റർമാരെ കണ്ടെത്തി എൽഐസിയെ അവരെ ഏൽപ്പിച്ചു കൊടുക്കുകയല്ല വേണ്ടത്.

എന്തൊക്കെ പരിമിതിയുണ്ടെങ്കിലും 2020–21–ൽ എൽഐസിയും മറ്റ് സ്വകാര്യ കമ്പനികളും വിതരണം ചെയ്ത ബോണസിന്റെയും ലാഭത്തിന്റെയും താരതമ്യം പട്ടിക 7.3–ൽ കൊടുത്തിരിക്കുന്നതു കാണുക. എൽഐസിയുടെ ബിസിനസ് ടേണോവർ മറ്റുള്ളവരേക്കാൾ വളരെ വലുതായതുകൊണ്ട് ഇത്തരമൊരു താരതമ്യത്തിന് എന്താണു സാംഗത്യം എന്നു ചിന്തിക്കുന്നുണ്ടാവും. പക്ഷേ, ഓരോ സ്ഥാപനത്തിന്റെയും ബോണസ് അവരുടെ ലാഭത്തിന്റെ എത്ര മടങ്ങുവരുമെന്നത് കണക്കുകൂട്ടാൻ കഴിയുമല്ലോ. അതാണ് പട്ടിക 7.3–ന്റെ അവസാന നിരയിൽ കൊടുത്തിട്ടുള്ളത്. എൽഐസി ലാഭത്തിന്റെ 20.19 മടങ്ങ് തുക ബോണസായി നൽകുന്നു. എന്നാൽ മറ്റു പ്രമുഖ സ്വകാര്യ കമ്പനികൾ നൽകുന്ന ബോണസ് ലാഭത്തേക്കാൾ താഴ്ന്നതാണ്. തോത് 0.82 മാത്രം.

പട്ടിക 7.3

എൽഐസിയും പ്രധാന 5 സ്വകാര്യ കമ്പനികളും വിതരണം ചെയ്ത ബോണസും ലാഭവും – 2020–21

കമ്പനികൾ	ഇടക്കാല ബോണസും അന്തിമ ബോണസും	പോളിസി ഉടമകൾക്കുള്ള ബോണസ് അലോക്കേഷൻ	മൊത്തം ബോണസ്	ലാഭം	ബോണസ് ലാഭത്തിന്റെ എത്ര മടങ്ങ്?
		കോടി രൂപയിൽ			
എൽഐസി	2229	54891	57120	2829	20.19
എസ്ബിഐ ലൈഫ്	90	1395	1485	1807	0.82
എച്ച്ഡിഎഫ്സി ലൈഫ്	794	742	1536	1098	1.40
ഐസിഐസിഐ പ്രൂഡൻഷ്യൽ ലൈഫ്	116	608	724	2105	0.34
മാക്സ് ലൈഫ്	3	1297	1300	3368	0.39
ബജാജ് അലയൻസ് ലൈഫ്	149	569	718	633	1.13

(അവലംബം: ഡ്രാഫ്റ്റ് റെഡ് ഹെറിംഗ് റിപ്പോർട്ട്)

ഈ സ്ഥിതിവിശേഷം മാറ്റി എൽഐസിയെയും മറ്റു കമ്പനികളെപ്പോലെ ആക്കിത്തീർക്കുന്ന സ്വകാര്യവൽക്കരണം പോളിസി ഉടമകളുടെ താൽപ്പര്യങ്ങളെ എങ്ങനെയാണു സംരക്ഷിക്കുക?

പോളിസി ഉടമകൾക്ക് ഓഹരി ഉടമകളാകാം: മുമ്പ് ഉദ്ധരിച്ച നിയോലിബറലിന്റെ അടുത്ത വാദം ഇതാണ്: "പോളിസി ഉടമകൾക്ക് കമ്പനിയുടെ യഥാർത്ഥ ഉടമസ്ഥത നേടാൻ ഐപിഒ വഴി അവസരം ഉണ്ട്, അതുവഴി നോൺ പർട്ടിസിപ്പേറ്ററി പോളിസികൾ വഴി കിട്ടുന്ന ലാഭവിഹിതം നേടാം, എൽഐസി കാര്യക്ഷമത കൈവരിച്ചു മുന്നോട്ട് പോയാൽ ഷെയറിന് ഉണ്ടാകുന്ന മൂല്യവർദ്ധനയും നേടാം, അങ്ങനെ നിരവധി സാധ്യതകൾ ആണുള്ളത്." എത്ര മനോഹരമായ ചിത്രമാണു വരച്ചു കാണിക്കുന്നത്.

30 കോടിയിൽപ്പരം വരുന്ന പോളിസി ഉടമകൾക്കു 10 ശതമാനമാണ് ഓഹരി സംവരണം ചെയ്തിരിക്കുന്നത്. അതേസമയം സ്ഥാപന നിക്ഷേപകർക്കു 40 ശതമാനത്തിലേറെ സംവരണം ചെയ്തിരിക്കുന്നു. ഈ പോളിസി ഉടമകളിൽ എത്ര ശതമാനം പേർക്ക് ഓഹരി ഉടമസ്ഥരാകാൻ കഴിയും? ഇന്നത്തെ ഓഹരി ഉടമസ്ഥരിൽ ഒരു വരേണ്യ വിഭാഗത്തിനു മാത്രമേ ഇതിനു കഴിയൂ. അതേസമയം ഓഹരി ഉടമസ്ഥർക്കെല്ലാവർക്കും ലഭിച്ചുകൊണ്ടിരിക്കുന്ന ബോണസ് കുത്തനെ ഇടിയുകയും ചെയ്യും. ഇതാണു സ്വകാര്യവൽക്കരണത്തിലൂടെ സംഭവിക്കുക.

അതുകൊണ്ട് ഏതെങ്കിലും പോളിസി ഉടമസ്ഥർക്കു ഓഹരി ഉടസ്ഥരാകണമെങ്കിൽ ഇപ്പോഴുള്ള സ്വകാര്യ കമ്പനികളുടെ ഷെയർ വാങ്ങാമല്ലോ. അതുമല്ലെങ്കിൽ മറ്റേതെങ്കിലും ജോയിന്റ് സ്റ്റോക്ക് കമ്പനികളുടെ ഷെയർ വാങ്ങാൻ സ്വാതന്ത്ര്യമുണ്ടല്ലോ. എൽഐസിയുടേതു തന്നെ വാങ്ങിപ്പിക്കണമെന്ന് എന്താണ് ഇത്ര വാശി? എല്ലാ പോളിസി ഉടമകളും ഇപ്പോൾ തന്നെ ഫലത്തിൽ എൽഐസിയുടെ ഉടമസ്ഥരാണ്. എൽഐസിയുടെ മിച്ചത്തിന്റെ 95 ശതമാനവും അവർക്കാണു ലഭിക്കുന്നത്. അവർക്കുവേണ്ടി ലൈഫ് ഫണ്ട് കൈകാര്യം ചെയ്യുന്ന ഒരു ട്രസ്റ്റിയാണ് എൽഐസി മാനേജ്മെന്റ്. എൽഐസിയുടെ ഈ സ്വഭാവത്തിൽ മാറ്റംവരുത്തി സ്വകാര്യ കമ്പനിയാക്കണം എന്നാണു നിയോലിബറലുകളുടെ വാദം.

പോളിസികളുടെ സുരക്ഷ: എൽഐസിയുടെ സോൾവൻസി റേഷ്യോ ഐആർഡിഎ നിഷ്കർഷിച്ചതിനേക്കാൾ ഉയർന്നതാണെങ്കിലും വ്യവസായത്തിലെ താരതമ്യേന താഴ്ന്ന ഒന്നാണെന്ന് ചില വിമർശകർ ചൂണ്ടിക്കാണിക്കുന്നുണ്ട്. അതുകൊണ്ട് സ്വകാര്യവൽക്കരണം നടന്നാൽ പോളിസികൾക്കു കൂടുതൽ സുരക്ഷ ലഭിക്കുമെന്നാണ് അവരുടെ വാദം. എത്രമാത്രം വലിയ അസംബന്ധമാണ് ഇക്കൂട്ടർ പ്രചരിപ്പിക്കുന്നത്. എൽഐസി പോളിസികൾക്ക് ഇന്നു പരമാധികാര ഗ്യാരണ്ടിയുടെ സുരക്ഷയുണ്ട്. കഴിഞ്ഞ ആറുപതിറ്റാണ്ടിനിടയിൽ ഒരിക്കൽപ്പോലും ആ ഗ്യാരണ്ടിയുടെ ഒരു ബാധ്യതയും സർക്കാരിനു പേറേണ്ടി വന്നിട്ടില്ല. എൽഐസിയുടെ നടത്തിപ്പ് സുരക്ഷ ഉറപ്പുവരുത്തിക്കൊണ്ടാണ്. ഈ ഗ്യാരണ്ടി ഉള്ളിടത്തോളം കാലം സോൾവൻസി റേഷ്യോ കരുതൽ ശേഖരത്തിന് ഒരു പ്രസക്തിയുമില്ല.

എന്നാൽ എൽഐസിയുടെ സ്വകാര്യവൽക്കരണത്തോടെ സംഭവിക്കാൻ പോകുന്നത് ഈ പരമാധികാര ഗ്യാരണ്ടി ഇല്ലാതാകുമെന്നതാണ്. എൽഐസിക്കു മാത്രമായി ഇത്തരമൊരു ഗ്യാരണ്ടി നൽകുന്നത് വിവേചനമാണ്, 'ലെവൽപ്ലേയിംഗ് ഗ്രൗണ്ടി'ന്റെ നിഷേധമാണെന്നാണ് സ്വകാര്യ കമ്പനികളും വിദേശമൂലധനവും നിരന്തരം പറഞ്ഞുകൊണ്ടിരിക്കുന്നത്. ഇതിന് ഇനി നിയമഭേദഗതിയുടെ ആവശ്യമില്ല. 2021 ലെ എൽഐസി നിയമഭേദഗതി ഇത്തരത്തിൽ ഗ്യാരണ്ടിയുടെ വലുപ്പം വെട്ടിക്കുറയ്ക്കുന്നതിനുള്ള അധികാരം സർക്കാരിൽ നിക്ഷിപ്തമാണ്. ഗ്യാരണ്ടി ഇല്ലാതാകുന്നതോടുകൂടി എൽഐസി പോളിസി ഉടമസ്ഥർ വലിയ അരക്ഷിതാവസ്ഥയിലാകാൻ പോവുകയാണ്.

ദേശസാൽക്കരണത്തിനു മുമ്പ് ഇന്ത്യയിൽ അടച്ചുപൂട്ടപ്പെട്ട ഇൻഷ്വറൻസ് കമ്പനികളെക്കുറിച്ച് രണ്ടാം അധ്യായത്തിൽ വിവരിച്ചിട്ടുണ്ടല്ലോ! ഇൻഷ്വറൻസ് കമ്പനികൾ തകരുന്നത് ഒരു പഴങ്കഥയല്ല. 1990 നും 2020 നും ഇടയ്ക്ക് അമേരിക്കയിൽ 82 ഇൻഷ്വറൻസ് കമ്പനികൾ പൊളിഞ്ഞു. 130 രാജ്യങ്ങളിൽ ഒരുലക്ഷത്തോളം ജീവനക്കാരും 7700 കോടി ഡോളറിന്റെ ടേണോവറും ഉണ്ടായിരുന്ന അമേരിക്കൻ ഇന്റർനാഷണൽ ഗ്രൂപ്പ് ലോകത്തെ ഏറ്റവും വലിയ ഇൻഷ്വറൻസ് കമ്പനിയായിരുന്നു. 2008 ലെ ധനകാര്യ കുഴപ്പത്തിൽ ഈ കമ്പനി അടച്ചുപൂട്ടി. ഇത് അമേരിക്കയിലെ മാത്രം കഥ. ഇത്തരമൊരു അരക്ഷിതാവസ്ഥയാണ് ഇന്ത്യയിലെ പോളിസി ഉടമസ്ഥരെ കാത്തിരിക്കുന്നത്.

കമ്പോളമത്സരത്തിൽ എൽഐസിയെ തോൽപ്പിക്കാനാവില്ലെന്ന് ഇപ്പോൾ ഏതാണ്ട് വ്യക്തമായിട്ടുണ്ട്. രണ്ടുപതിറ്റാണ്ടു കഴിഞ്ഞിട്ടും ലൈഫ് ഇൻഷ്വറൻസ് ബിസിനസിന്റെ 34 ശതമാനമേ സ്വകാര്യ കമ്പനികൾക്കു കയ്യടക്കാൻ കഴിഞ്ഞിട്ടുള്ളൂ. അതുകൊണ്ട് ഇനി പൊതുമേഖലാ നിയന്ത്രണം ഇൻഷ്വറൻസ് മേഖലയിൽ ഇല്ലായ്മ ചെയ്യണമെങ്കിൽ ഒറ്റവഴിയേയുള്ളൂ. എൽഐസിയെ സ്വകാര്യവൽക്കരിക്കുക. ബിഎസ്എൻഎല്ലും മറ്റും പോലെ എൽഐസിയെ വെടക്കാക്കി തനിക്കാക്കാൻ പ്രയാസമാണ്.

വിൽക്കണമെങ്കിൽ ആദ്യം നഷ്ടപരിഹാരം നൽകുക

സർക്കാരിന് എൽഐസിയെ സ്വകാര്യവൽക്കരിക്കണമെന്നു വാശിയാണെങ്കിൽ ആദ്യം ചെയ്യേണ്ടത് പോളിസി ഉടമകൾക്കു നഷ്ടപരിഹാരം നൽകുകയാണ്. എൽഐസി ദേശസാൽക്കരിച്ചപ്പോൾ നിലവിലുണ്ടായിരുന്ന മ്യൂച്വൽ സൊസൈറ്റികൾക്കു നഷ്ടപരിഹാരം നൽകിയിരുന്നു. മ്യൂച്വൽ സൊസൈറ്റികളുടെ മുഴുവൻ ആദായവും പോളിസി ഉടമകൾക്കുള്ളതാണ്. എന്നുവച്ചാൽ സർക്കാർ സൊസൈറ്റികളുടെ പോളിസി ഉടമകൾക്ക് നഷ്ടപരിഹാരം നൽകിയാണ് ദേശസാൽക്കരണം നടത്തിയത്. ഈ തത്വം ഇന്നും ബാധകമാണ്.

ഇൻവെസ്റ്റോപീഡിയ ഡിമ്യൂച്വലൈസേഷനെ നിർവ്വചിക്കുന്നത്

ഇപ്രകാരമാണ്: 'Demutualization is a process by which a private, member-owned company, such as a co-op, or a mutual life insurance company, legally changes its structure, in order to become a public-traded company owned by shareholders.' ഇത്തരമൊരു നടപടി സ്വീകരിക്കാതെ പോളിസി ഉടമകളുടെ നിക്ഷേപത്തിന്റെ അടിസ്ഥാനത്തിൽ നേടുന്ന ആദായം ബോണസായി നൽകാതെ ഓഹരി ഉടമകളുടേതായി മാറ്റാനാണ് കേന്ദ്രസർക്കാർ ശ്രമിക്കുന്നത്.

അന്തർദേശീയ കീഴ്വഴക്കങ്ങൾ ഇതിനു വിരുദ്ധമാണ്. ഒട്ടേറെ പ്രസിദ്ധമായ ഇൻഷ്വറൻസ് കമ്പനികളുടെ തുടക്കം മ്യൂച്വൽ സൊസൈറ്റികളെന്ന നിലയിലാണ്. അവ കമ്പനികളായി രൂപാന്തരപ്പെടുന്നതിനുമുമ്പ് ഡിമ്യൂച്വലൈസേഷനു (De-mutualization) വിധേയമാകും. പോളിസി ഉടമകൾക്കു ഷെയറോ കാശായി നഷ്ടപരിഹാരമോ ഓഹരിയോ നൽകും. Sun Life Assurance Company (March 2000), Prudential Insurance Company (December 2000) എന്നിവയുടെ കോർപ്പറൈറ്റൈസേഷൻ ഇതിനുദാഹരണമാണ്. ഇങ്ങനെ 10 ശതമാനം ഓഹരിയുടെ റിസർവേഷനും 60 രൂപ വില കുറച്ചു കൊടുക്കുന്നതുംകൊണ്ട് ഡിമ്യൂച്വലൈസേഷൻ ആകുന്നില്ല.

8

സ്വകാര്യവൽക്കരണംകൊണ്ട് രാജ്യത്തിന് എന്തുനേട്ടം?

എൽഐസിയുടെ സ്വകാര്യവൽക്കരണം പോളിസി ഉടമകൾക്കു നഷ്ടമേ വരുത്തൂവെന്ന് കഴിഞ്ഞ അധ്യായത്തിൽ സവിസ്തരം പ്രതിപാദിച്ചു കഴിഞ്ഞു. രഹസ്യമായി എൽഐസി നിക്ഷേപകർക്കു നൽകിയിട്ടുള്ള രേഖയിൽ ഔപചാരികമായിത്തന്നെ സമ്മതിച്ച കാര്യമാണിത്. പക്ഷേ, ഇതുകൊണ്ട് രാജ്യത്തിനേറെ ഗുണമുണ്ടാകുമെന്നാണു വാദം.

വിൽപ്പനക്കാരുടെ ന്യായവാദങ്ങൾ

കാര്യക്ഷമത: ഇൻഷ്വറൻസ് മേഖല സ്വകാര്യ കമ്പനികൾക്കു തുറന്നുകൊടുത്തപ്പോൾ പറഞ്ഞത് കമ്പോളമത്സരം എൽഐസിയുടെ കാര്യക്ഷമത ഉയർത്താൻ സഹായിക്കുമെന്നാണ്. പക്ഷേ, കഴിഞ്ഞ അധ്യായത്തിൽ നാം കണ്ടതുപോലെ ഓപ്പറേറ്റിംഗ് ചെലവുകൾ, നിക്ഷേപത്തിൽ നിന്നുള്ള വരുമാനം, സേവനങ്ങൾ നൽകുന്നതിലെ മികവ് തുടങ്ങിയവയിലെല്ലാം എൽഐസിയുടെ പ്രകടനം സ്വകാര്യമേഖലയേക്കാൾ മെച്ചമാണ്. അതുകൊണ്ടാണ് ഇന്ത്യയിലെ ഇൻഷ്വറൻസ് കമ്പോളം രണ്ടുപതിറ്റാണ്ട് മുമ്പ് സ്വകാര്യ മേഖലയ്ക്കുംകൂടി തുറന്നുകൊടുത്തിട്ടും എൽഐസി ഇന്നും സ്വകാര്യമേഖലയെ അപേക്ഷിച്ച് വളരെയേറെ മുന്നിൽ നിൽക്കുന്നത്. എൽഐസിയുടെ ബിസിനസ് ഷെയർ 63 ശതമാനമാണ്. ഏറ്റവും അടുത്ത സ്വകാര്യ കമ്പനിക്ക് 8.5 ശതമാനമേ വിഹിതമുള്ളൂ. വ്യക്തിഗത പോളിസികളുടെ 75 ശതമാനവും എൽഐസിയുടേതാണ്.

തുല്യഅവസരം: എൽഐസിയിൽ സ്വകാര്യപങ്കാളിത്തം കൊണ്ടുവന്നാൽ മാത്രമേ എല്ലാവർക്കും തുല്യഅവസരം ലഭിക്കുകയുള്ളൂവെന്നാണ് ഇപ്പോഴുള്ള വാദം. എൽഐസിയുടെ പാർട്ടിസിപ്പേറ്റിംഗ് പോളിസികളുടെ ഉയർന്ന ബോണസും സർക്കാർ ഗ്യാരണ്ടി നൽകുന്ന

സുരക്ഷിതത്വവും മറ്റു കമ്പനികൾക്കുള്ള തുല്യഅവസരം നിഷേധിക്കുന്നു. അവ ഇല്ലായ്മ ചെയ്യലാണ് ഓഹരി വിൽപ്പനയുടെ യഥാർത്ഥ ഉന്നം. അതെ. എൽഐസിയുടെ ബിസിനസ് മോഡൽ സ്വകാര്യ ജോയിന്റ് സ്റ്റോക്ക് കമ്പനിയിൽ നിന്നു വ്യത്യസ്തമാണ്. അവ രണ്ടും ഒരുപോലെയാക്കേണ്ടതിന്റെ ആവശ്യമെന്ത്?

സ്വകാര്യ കമ്പനികൾ അവരുടെ ഓഹരി ഉടമകൾക്കു ലാഭം പരമാവധിയാക്കാൻ ഉതകുന്ന ബിസിനസ് മോഡലിൽ പ്രവർത്തിക്കട്ടെ. എൽഐസി പോളിസി ഉടമകളുടെ നേട്ടം പരമാവധിയാക്കുന്നതിനു വേണ്ടിയുള്ള ബിസിനസ് മോഡലിലും പ്രവർത്തിക്കട്ടെ. എന്തുകൊണ്ട് രണ്ട് ബിസിനസ് മോഡൽ ആയിക്കൂടാ? ഉപഭോക്താവിന് ഇഷ്ടമുള്ളത് തെരഞ്ഞെടുക്കാമല്ലോ. ഇതാണ് കഴിഞ്ഞ 20 വർഷമായി ഇന്ത്യയിൽ നടന്നത്. പക്ഷേ സ്വകാര്യ കമ്പനികൾക്ക് എൽഐസിയെ തോൽപ്പിക്കാൻ കഴിഞ്ഞില്ല. എന്നുവച്ചാൽ ഉപഭോക്താക്കളിൽ വലിയൊരു വിഭാഗം ആളുകൾക്ക് ഇഷ്ടം എൽഐസി മോഡലാണ്. ബോധപൂർവ്വം ഇതിനെ പൊളിക്കാനാണ് ഇന്നു ശ്രമം നടക്കുന്നത്.

വിഭവസമാഹരണം: ഓഹരിവിൽപ്പന കോർപ്പറേഷന്റെ സർക്കാർ വളർച്ചയ്ക്കുള്ള പണം കണ്ടെത്താൻ സഹായിക്കുമെന്നാണ് വാദം എത്ര ബാലിശമാണ്. കോടിക്കണക്കായ പോളിസി ഉടമകളിൽനിന്ന് പ്രീമിയം സമാഹരിച്ച് കേന്ദ്ര-സംസ്ഥാന സർക്കാരുകൾക്ക് കടം നൽകുകയും സ്വകാര്യ കോർപറേറ്റുകളുടെ ഓഹരികളിൽ വൻതോതിൽ നിക്ഷേപം നടത്തുകയും ചെയ്യുന്ന എൽഐസിക്കു സ്വന്തം ഓഹരിവിറ്റ് വികസന ഫണ്ട് രൂപീകരിക്കേണ്ട ആവശ്യം തീരെയില്ല.

എന്നാൽ ഓഹരി വിൽപ്പന സർക്കാരിനെ വിഭവസമാഹരണത്തിനു വലിയ തോതിൽ സഹായിക്കുമെന്നത് പ്രത്യക്ഷത്തിൽ ശരിയാണ്. ഇതിനെക്കുറിച്ചു കൂടുതൽ അടുത്ത അധ്യായത്തിൽ വിശദീകരിക്കുന്നുണ്ട്. പക്ഷേ, ഒരു കാര്യം ഇവിടെ വ്യക്തമാക്കട്ടെ. എൽഐസിയുടെ ഓഹരി വാങ്ങുന്ന ഇന്ത്യയിലെ നിക്ഷേപകർ രാജ്യത്ത് ഇന്നുള്ള സമ്പാദ്യ ശേഖരത്തിൽ നിന്നാണ് പണം കൈമാറുന്നത്. അവർ അവരുടെതന്നെ സ്വന്തം ബാങ്ക് ബാലൻസിൽ നിന്നോ അല്ലെങ്കിൽ ബാങ്ക് വായ്പയിൽ നിന്നോ ആണ് പണം കണ്ടെത്തുന്നത്. അതുകൊണ്ട് ഓഹരി നിക്ഷേപിക്കുമ്പോൾ പുതിയതായി സമ്പദ്ഘടനയിൽ ഒരു അധിക സമ്പാദ്യവും സൃഷ്ടിക്കപ്പെടുന്നില്ല. ഓഹരി വിൽക്കാൻ നിൽക്കാതെ സർക്കാരിൽ നിന്നുതന്നെ നേരിട്ട് ഈ തുക കമ്പോളത്തിൽ നിന്നും വായ്പയെടുത്താലും അതിന്റെ സ്ഥൂല സാമ്പത്തിക പ്രത്യാഘാതം ഒരുപോലെയായിരിക്കും. വായ്പയെടുക്കുന്ന ആള് മാറുമെന്നു മാത്രമേയുള്ളൂ.

അധികവിഭവം ഓഹരിവിൽപ്പനയിലൂടെ ലഭിക്കണമെങ്കിൽ നിക്ഷേപകന്റെ പണം വിദേശത്തുനിന്നും വരണം. എന്നാൽ ഇന്നത്തെ ആഗോള സാഹചര്യത്തിൽ വിദേശനാണയം ഇത്തരത്തിൽ ഇന്ത്യയിലേക്കു വരുന്ന പ്രവണതയല്ല, മറിച്ച് ഇന്ത്യയിൽ നിന്നു പുറത്തേക്ക് ഒഴുകുന്ന പ്രവണതയാണ് ഇത്. അതുകൊണ്ട് വിദേശനിക്ഷേപ സ്ഥാപ

നങ്ങൾ നേരിട്ട് ഓഹരികൾ വാങ്ങിയത് പരിമിതമാണ്. അതേസമയം അവർകൂടി പങ്കാളിയായുള്ള ഇന്ത്യയിലുള്ള മ്യൂചൽ ഫണ്ടുകളും മറ്റും ഉപയോഗിച്ചാണ് ഓഹരികൾ അവർ വാങ്ങിയിട്ടുള്ളത്. ഇത്തരം നിക്ഷേപം അധികവിഭവം സമ്പദ്ഘടനയിൽ സൃഷ്ടിക്കുന്നില്ല.

ഭീമൻ സമ്പാദ്യം സ്വകാര്യനിയന്ത്രണത്തിലേക്ക്

എൽഐസി ദേശസാൽക്കരണത്തിന്റെ ലക്ഷ്യം സമ്പാദ്യശീലത്തെ പ്രോത്സാഹിപ്പിക്കുകയും സമാഹരിക്കുന്ന സമ്പാദ്യം പൊതു മുൻഗണനകളുടെ അടിസ്ഥാനത്തിൽ നിക്ഷേപിക്കുകയുമാണ്. എൽഐസിയുടെ ആസ്തി 2021 സെപ്തംബർ 30–ന് 39.60 ലക്ഷം കോടി രൂപയാണ്. ഇത് ഇന്ത്യയിലെ സ്വകാര്യ ഇൻഷ്വറൻസ് കമ്പനികൾ മാനേജ് ചെയ്യുന്ന ആസ്തിയുടെ 3.3 മടങ്ങുവരും. അടുത്ത ലൈഫ് ഇൻഷ്വറൻസ് കമ്പനിയുടെ 16 മടങ്ങുവരും. മ്യൂചൽ ഫണ്ട് വ്യവസായത്തേക്കാൾ വലുതാണ് എൽഐസിയുടെ ആസ്തി. ദേശീയ വരുമാനത്തിന്റെ 18.5 ശതമാനം വരും അത്.

പട്ടിക 8.1
പഞ്ചവത്സര പദ്ധതികൾക്ക് എൽഐസിയുടെ പിന്തുണ
(1956–2019)

പഞ്ചവത്സര പദ്ധതി	*തുക (കോടി രൂപയിൽ)*
2–ാം പദ്ധതി (1956–61)	184
3–ാം പദ്ധതി (1961–66)	285
4–ാം പദ്ധതി (1969–74)	1530
5–ാം പദ്ധതി (1974–79)	2942
6–ാം പദ്ധതി (1980–85)	7140
7–ാം പദ്ധതി (1985–90)	12969
8–ാം പദ്ധതി (1992–97)	56097
9–ാം പദ്ധതി (1997–02)	170929
10–ാം പദ്ധതി (2002–07)	394779
11–ാം പദ്ധതി (2007–12)	704151
12–ാം പദ്ധതി (2012–17)	1423055
2017–2019	701483
ആകെ	**3475544**

(അവലംബം: എൽഐസി കോർപ്പറേറ്റ് പ്രൊഫൈൽ: 2019)

ഈ ഭീമാകാരമായ സമ്പാദ്യം പഞ്ചവത്സര പദ്ധതികളുടെ ഒരു പ്രധാന വിഭവസ്രോതസ്സായിരുന്നു. പട്ടിക 8.1–ൽ ഒന്നാം പഞ്ചവത്സര പദ്ധതി മുതൽ ഇന്നുവരെ എൽഐസി ഇപ്രകാരം നൽകിയിട്ടുള്ള വിഭവ പിന്തുണയുടെ കണക്ക് ലഭിക്കും. രണ്ടാം പദ്ധതിയിലേക്കു നൽകിയ

184 കോടി രൂപയിൽ തുടങ്ങി ഓരോ പഞ്ചവത്സര പദ്ധതിയിലും എൽഐസിയുടെ പിന്തുണ അനുക്രമമായി വർദ്ധിച്ചുവരുന്നതായി കാണാം. അങ്ങനെ മൊത്തം 34.75 ലക്ഷം കോടി രൂപയാണ് പഞ്ചവത്സര പദ്ധതികൾക്കു എൽഐസി നൽകിയിട്ടുള്ള പിന്തുണ. ഇത് അതതു കാലത്തെ വിലനിലവാരത്തിലുള്ള തുകയാണെന്ന് ഓർക്കണം. ഇന്നത്തെ വില നിലവാരത്തിലേക്ക് ആദ്യകാല പദ്ധതികളിലെ തുകയെ മാറ്റുകയാണെങ്കിൽ ഞെട്ടിപ്പിക്കുന്ന ഒരു സംഖ്യയായിരിക്കുമത്.

2021 സെപ്തംബർ 30–ന് എൽഐസിയുടെ മൊത്തം ആസ്തി ഏതെല്ലാം മേഖലകളിലാണ് വിതരണം ചെയ്യപ്പെട്ടിരിക്കുന്നതെന്ന് പട്ടിക 8.2 ൽ കാണാനാകും. കേന്ദ്ര–സംസ്ഥാന സർക്കാരുകളുടെ സെക്യൂരിറ്റികളിലാണ് 62 ശതമാനം നിക്ഷേപം നടത്തിയിട്ടുള്ളത്. ഓഹരികളിലെ നിക്ഷേപം 25 ശതമാനം വരും. ഇതിലേറിയപങ്കും കേന്ദ്രസർക്കാരിന്റെ നിർദ്ദേശമനുസരിച്ചുള്ള ഓഹരി കമ്പോളത്തിലെ ഇടപെടലിന്റെയോ അല്ലെങ്കിൽ മറ്റു പൊതുമേഖലാ സ്ഥാപനങ്ങളുടെ ഓഹരികളിലുള്ള നിക്ഷേപമോ ആണ്.

2007 നും 2016 നും ഇടയ്ക്ക് നാൽകോ, കോൾ ഇന്ത്യ, ദേന ബാങ്ക്, വിജയ ബാങ്ക്, ഇന്ത്യൻ ഓവർസീസ് ബാങ്ക്, സെയിൽ, ഒഎൻജിസി തുടങ്ങിയ 29 കമ്പനികളിലായി 55000 കോടി രൂപ എൽഐസി മുതൽ മുടക്കുകയുണ്ടായി. ഒഎൻജിസിയുടെ 84 ശതമാനവും, സെയിലിന്റെ 71 ശതമാനവും വിൽപ്പനയ്ക്കുവച്ച ഓഹരികൾ എൽഐസിയാണു വാങ്ങിയത്. ഐഡിബിഐ ബാങ്കിന്റെ 51 ശതമാനം ഓഹരി എൽഐസി വാങ്ങിയാണ് ആ ബാങ്കിനെ തകർച്ചയിൽനിന്നു രക്ഷിച്ചത്. 2014–ൽ എസ്ബിഐയുടെ ഓഹരി വില്പനയെ പിന്തുണച്ച് എൽഐസിക്കു വരേണ്ടതായിവന്നു.

പട്ടിക 8.2

എൽഐസി ആസ്തികളുടെ വിതരണം (2021 സെപ്തംബർ 30)

ഇനം	*തുക (കോടി രൂപയിൽ)*	*ശതമാനം*
കേന്ദ്രസർക്കാർ സെക്യൂരിറ്റികൾ	14812171	37.44
സംസ്ഥാന സർക്കാർ സെക്യൂരിറ്റികൾ	9738007	24.62
മറ്റ് അംഗീകൃത സെക്യൂരിറ്റികൾ	262385	0.66
വായ്പ	1212979	3.07
ഡിബെഞ്ചർ, ബോണ്ട് തുടങ്ങിയവ	3188940	8.06
ഓഹരികൾ	9798431	24.77
മ്യൂചൽ ഫണ്ട് തുടങ്ങിയവ	309054	0.78
പണകമ്പോള ഇൻസ്ട്രുമെന്റ്സ്	88968	0.22
മറ്റുള്ളവ	147993	0.37
ആകെ	**39558928**	**100**

(അവലംബം: ഡ്രാഫ്റ്റ് റെഡ് ഹെറിംഗ് റിപ്പോർട്ട്)

9 ബാങ്കുകളിൽ ഷെയർഹോൾഡർ ഡയറക്ടർ സ്ഥാനങ്ങളും, 14 കമ്പനികളിൽ പ്രമോട്ടർ ഡയറക്ടർ സ്ഥാനങ്ങളുമുണ്ട്. ഈ പ്രമോട്ടർ കമ്പനികൾ എൽഐസിയുടെ സബ്സിഡിയറികളായ ധനകാര്യ സ്ഥാപനങ്ങളാണ്. ഇവയ്ക്കു പുറമേ 20 ശതമാനത്തിലേറെ ഓഹരിയുള്ള 13 കമ്പനികളിൽ ഡയറക്ടർ സ്ഥാനങ്ങളുണ്ട്. കൂടാതെ 20 ശതമാനത്തിൽ താഴെ ഓഹരിയുള്ള 50 കമ്പനികളിലും ഡയറക്ടർ സ്ഥാനങ്ങളുണ്ട്.

ഇതിന്റെയെല്ലാം അടിസ്ഥാനത്തിൽ എൽഐസി സമ്പദ്ഘടനയിൽ ചെലുത്തുന്ന സ്വാധീനം വളരെ വലുതാണ്. ഇതു മുഴുവൻ സ്വകാര്യ ധനകാര്യ സ്ഥാപനങ്ങളുടെ കൈകളിലേക്ക് പടിപടിയായി മാറുകയാണ് സ്വകാര്യവൽക്കരണത്തിന്റെ ഫലമായി ഉണ്ടാകുന്നത്.

സാമൂഹ്യനീതി

എൽഐസിയുടെ നിക്ഷേപഫണ്ട് സാമൂഹ്യ മുൻഗണനകൾക്കനുസൃതമായി വിനിയോഗിക്കപ്പെടുന്നുവെന്നു മാത്രമല്ല, വിശാലമായ സാമൂഹ്യനീതിയുടെ ലക്ഷ്യങ്ങൾക്കു പ്രവർത്തന മണ്ഡലത്തിൽ പ്രാധാന്യം നൽകുകയും ചെയ്യുന്നു. സ്വകാര്യവൽക്കരണത്തിന്റെ ഫലമായി പാവപ്പെട്ടവരും സാധാരണക്കാരും അവഗണിക്കപ്പെടും. 2020–21 ൽ എൽഐസിയുടെ ശരാശരി പോളിസി പ്രീമിയം 16156 രൂപയായിരുന്നു. സ്വകാര്യ മേഖലയുടേത് 89004 രൂപയും. സ്വകാര്യ മേഖല കൂടുതൽ വൻകിട പോളിസി ഉടമസ്ഥൻമാരിലാണു ശ്രദ്ധിക്കുന്നതെന്നു വ്യക്തം. മൊത്തം പോളിസികളുടെ 71 ശതമാനം എൽഐസിയുടേത് ആയിരിക്കുമ്പോൾ മൊത്തം പ്രീമിയത്തിന്റെ 65 ശതമാനമാണ് എൽഐസിയുടെ വിഹിതം. എൽഐസിയുടെ പോളിസികളുടെ ശരാശരി വലുപ്പം കുറയുന്ന പ്രവണതയാണുള്ളത്. അതേസമയം സ്വകാര്യ കമ്പനികളുടെ പോളിസികളുടെ വലുപ്പം ഉയർന്നുകൊണ്ടിരിക്കുകയാണ്. ഇവയെല്ലാം സൂചിപ്പിക്കുന്നത് എൽഐസി പോളിസികൾ താരതമ്യേന ചെറിയ വരുമാനക്കാരാണ് എടുക്കുന്നതെന്നാണ്. 2021 ൽ എൽഐസി പോളിസി ഉടമകളിൽ 32 ശതമാനം പേർ ഒരുലക്ഷം രൂപയേക്കാൾ താഴെവരുമാനമുള്ളവർ ആയിരുന്നു. 43 ശതമാനം പേർക്ക് ഒരുലക്ഷത്തിനും രണ്ടു ലക്ഷത്തിനും ഇടയ്ക്കു മാത്രമായിരുന്നു വരുമാനം.

കേരളീയരൊഴികെ മഹാഭൂരിപക്ഷം ഇന്ത്യക്കാർക്കും യാതൊരുവിധത്തിലുള്ള സാമൂഹ്യസുരക്ഷിതത്വ വലയവുമില്ല. അവർക്കായി ഒട്ടേറെ സാമൂഹ്യസുരക്ഷാ പദ്ധതികൾ എൽഐസി നടപ്പിലാക്കുന്നുണ്ട്. 330 രൂപയ്ക്ക് 2 ലക്ഷം രൂപയുടെ കവറേജ് നൽകുന്ന പിഎം ജീവൻ ജ്യോതി ഭീമാ യോജനയിൽ 1.50 കോടി ഗുണഭോക്താക്കളുണ്ട്. പിഎം വയവന്ദനം യോജന ഒരു നിശ്ചിത ഡെപ്പോസിറ്റിന്റെ അടിസ്ഥാനത്തിൽ മാസംതോറും പെൻഷൻ നൽകുന്ന പരിപാടിയാണ്. അടൽ പെൻഷൻ യോജന എന്നത് അസംഘടിത മേഖലയിലെ തൊഴിലാളികൾക്കു അവർ മാസംതോറും അടയ്ക്കുന്ന ഒരു ചെറിയ പ്രീമിയത്തിന് പെൻഷൻ

നൽകുന്ന പദ്ധതിയാണ്. ഇതുപോലെ 13 തരം പെൻഷൻ സ്കീമുകൾ എൽഐസി ഫണ്ട് ലിമിറ്റഡിൽ നിലവിലുണ്ട്.

ഇതിനെല്ലാം പുറമേ സ്വയംസഹായ സംഘങ്ങൾ വഴി മൈക്രോ ഇൻഷുറൻസിനുള്ള പദ്ധതിയുമുണ്ട്. 2020–21 ൽ 341 കോടി രൂപയുടെ ഒരുലക്ഷം പോളിസികൾ മൈക്രോ ഇൻഷുറൻസ് വഴി നൽകി. 2.2 കോടി പോളിസികൾ ഈ കാറ്റഗറിയിലുണ്ട്. എൽഐസിയുടെ പുതിയ ബിസിനസിന്റെ 5 ശതമാനം മൈക്രോ ഇൻഷുറൻസാണ്. സന്നദ്ധസംഘടനകൾ, സ്വയംസഹായ സംഘങ്ങൾ, ഫാർമർ പ്രൊഡ്യൂസർ കമ്പനികൾ തുടങ്ങിയ ഏജൻസികൾ വഴിയാണ് മൈക്രോ ഇൻഷുറൻസ് നടത്തുന്നത്. സ്വകാര്യവൽക്കരണം ക്രോസ് സബ്സിഡി ഇല്ലാതാക്കും. സ്ത്രീകൾക്കും പാവങ്ങൾക്കും വേണ്ടിയുള്ള ഇത്തരം പദ്ധതികളെല്ലാം അവതാളത്തിലാകും.

ഗ്രാമീണ മേഖലയിലേക്ക് ഇൻഷുറൻസിന്റെ സന്ദേശം എത്തിക്കുകയെന്ന സുപ്രധാന ചുമതല എൽഐസിക്ക് ഉണ്ടായിരുന്നു. ഇതിനുവേണ്ടി കൂടുതൽ ഓഫീസുകൾ ഗ്രാമീണ മേഖലയിൽ തുറക്കുകയുണ്ടായി. 2020–21 ൽ എൽഐസിയുടെ ഏജന്റുമാരിൽ 48 ശതമാനം പേരുടെ വാസസ്ഥലം ഗ്രാമങ്ങളിലായിരുന്നു. പുതിയ പോളിസികളുടെ 22 ശതമാനം ഗ്രാമീണ മേഖലയിൽ ആയിരുന്നു. അതുപോലെ പുതിയ ബിസിനസിന്റെ 16 ശതമാനം ഗ്രാമീണ മേഖലയിൽ നിന്നായിരുന്നു.

പട്ടിക 8.3
ഇൻഷുറൻസ് കമ്പനികളുടെ ഓഫീസുകളുടെ വിതരണം
(പട്ടണങ്ങളുടെ വലുപ്പമനുസരിച്ച്) 2020–21

പട്ടണം (ജനസംഖ്യ–ലക്ഷത്തിൽ)	*എൽ ഐസി*	*ശതമാനം*	*സ്വകാര്യ കമ്പനികൾ*	*ശതമാനം*	*ആകെ*	*ശതമാനം*
Tier I (1 മുകളിൽ)	1844	37.1	4717	77.5	6561	59.3
Tier II (0.5–1 വരെ)	559	11.2	735	12.1	1294	11.7
Tier III (0.2–0.5 വരെ)	1353	27.2	476	7.8	1829	16.5
Tier IV (0.1–0.2 വരെ)	1037	20.9	107	1.8	1144	10.3
Tier V (0.1–0.05 വരെ)	123	2.5	29	0.5	152	1.4
Tier VI (0.05ൽ താഴെ)	54	1.1	26	0.4	80	0.7
ആകെ	4970	100	6090	00	11060	100

(അവലംബം: ഡ്രാഫ്റ്റ് റെഡ് ഹെറിംഗ് റിപ്പോർട്ട്)

2020–21–ൽ സ്വകാര്യ ഇൻഷുറൻസ് കമ്പനികളുടെ 78 ശതമാനം ബ്രാഞ്ചുകളും ഒരുലക്ഷത്തിലേറെ ജനസംഖ്യയുള്ള നഗരങ്ങളിലായിരുന്നു. എൽഐസിയിൽ ഇത് 37 ശതമാനമേ വരൂ. 20000–ത്തിൽ താഴെ

ജനസംഖ്യയുള്ള ചെറുപട്ടണങ്ങളിലാണ് 24 ശതമാനം ബ്രാഞ്ചുകൾ. സ്വകാര്യ ഇൻഷ്വറൻസുകാരുടെ 3 ശതമാനത്തിൽ താഴെ ബ്രാഞ്ചുകളേ ഇവിടങ്ങളിലുള്ളൂ. സ്വകാര്യവൽക്കരണത്തിന്റെ ഫലമായി ഗ്രാമീണ മേഖലയും ചെറുകിട പോളിസി ഉടമസ്ഥരും അവഗണിക്കപ്പെടും.

ഭരണഘടനയിലെ മാർഗ്ഗനിർദ്ദേശക തത്വങ്ങളുടെ നിരാകരണമായിരിക്കും എൽഐസി പോലുള്ള ഒരു സ്ഥാപനത്തിന്റെ സ്വകാര്യവൽക്കരണം. ഭരണഘടനയുടെ മാർഗ്ഗനിർദ്ദേശക തത്വങ്ങൾ ക്ഷേമരാഷ്ട്ര സങ്കൽപ്പത്തെ അടിസ്ഥാനമാക്കിയുള്ളതാണ്. ഈ ലക്ഷ്യങ്ങൾ കൈവരിക്കുന്നതിൽ പൊതുമേഖലാ സ്ഥാപനങ്ങൾക്കു പ്രധാനപ്പെട്ട പങ്കുവഹിക്കാനുണ്ട്.

പിന്നോക്കവിഭാഗങ്ങളുടെ ഉന്നമനത്തിന് ഭരണഘടനാപരമായ സംരക്ഷണം സർക്കാർ നിയമനങ്ങളിലും പൊതുമേഖലാ നിയമനങ്ങളിലും ഉണ്ട്. ഇതിൽ പട്ടികജാതി–പട്ടികവർഗക്കാർക്ക് ജനസംഖ്യാനുപാതികമായ സംവരണം അനുവദിച്ചിട്ടുള്ളതാണ്. സംഘടിതമേഖലയിൽ ഇവരുടെ നിയമനം പൊതുമേഖലയിൽ ഒതുങ്ങുന്നുവെന്നതാണു യാഥാർത്ഥ്യം. ഈ ദുർബലവിഭാഗങ്ങളുടെ ഈ പരിമിതമായ ഭാവി തൊഴിലവസരങ്ങൾക്കു സ്വകാര്യവൽക്കരണം വലിയ തിരിച്ചടിയാകും.

9

പൊന്മുട്ടയിടുന്ന താറാവിനെ കൊല്ലുന്നത് എന്തിന്?

ഇതുവരെ എൽഐസി ഇന്ത്യാ സർക്കാരിന് 28695 കോടി രൂപ ലാഭവിഹിതമായി നൽകിയിട്ടുണ്ട്. ഇത് അതതുകാലത്തെ വില നിലവാരത്തിലുള്ള ആകെ തുകയാണെന്നു ജാഗ്രതപ്പെടുത്തട്ടെ. ഇന്നത്തെ വിലയുടെ അടിസ്ഥാനത്തിൽ കണക്കുകൂട്ടിയാൽ ഇത് ഒരുലക്ഷത്തോളം കോടി രൂപ വന്നേയ്ക്കാം. 5 കോടി രൂപയുടെ മുതൽമുടക്കിനു ലഭിച്ച പ്രതിഫലമാണെന്നുകൂടി ഓർക്കണേ.

എന്നാൽ കേന്ദ്രസർക്കാർ ഇതുകൊണ്ടും തൃപ്തരല്ല. അവർക്കു ഭാവിയിൽ വരുമാനം കിട്ടിയാൽ പോര. അവർ ഭരണത്തിലിരിക്കുന്ന ഇന്നു തന്നെ പരമാവധി കിട്ടണം. അതുകൊണ്ടാണ് ഭാവിയിൽ കിട്ടാവുന്ന വരുമാനത്തെ ചൂണ്ടിക്കാണിച്ച് ഓഹരികൾ ഇന്നു വിൽക്കുന്നത്. ഭാവി വരുമാന സാധ്യതയുടെ ഇന്നത്തെ അസ്സൽ മൂല്യം ഓഹരിക്കു വിലയായി നൽകാൻ നിക്ഷേപകർ തയ്യാറാകും.

എന്നാൽ കഴിഞ്ഞ അധ്യായത്തിൽ നമ്മൾ മറ്റൊന്നുകൂടി കണ്ടു. എൽഐസി മാനേജ് ചെയ്യുന്ന 40 ലക്ഷത്തോളം കോടി രൂപയുടെ ധന ആസ്തികൾ എന്ത്? അത് കേന്ദ്രസർക്കാരിന് സ്വന്തം ചെലവിന് എടുക്കാനാവില്ലെങ്കിലും എത്ര വേണമെങ്കിലും കേന്ദ്രസർക്കാരിന് ഇഷ്ടമുള്ള മേഖലയിൽ നിക്ഷേപത്തിനായി ഉപയോഗപ്പെടുത്താം. ഇതിൽ പകുതിയിലേറെ തുക കേന്ദ്ര സംസ്ഥാന സർക്കാരുകളുടെ സെക്യൂരിറ്റികളിൽ തന്നെയാണു നിക്ഷേപിച്ചിരിക്കുന്നത്. ചുരുങ്ങിയ പലിശ നൽകിയാൽ മതി.

എന്തുകൊണ്ടാണ് പൊന്മുട്ടയിടുന്ന താറാവിനെ കൊല്ലുന്നത്? ഇതു മനസ്സിലാക്കണമെങ്കിൽ പുതിയ കാലഘട്ടത്തിൽ സർക്കാരിന്റെ ബജറ്റ് നയരൂപീകരണത്തിൽ വന്ന മാറ്റങ്ങൾ പഠിക്കണം.

നവലിബറൽ ധനനയവും സ്വകാര്യവൽക്കരണവും

എല്ലാത്തലങ്ങളിലും സ്വകാര്യസ്വത്തും കമ്പോളവൽക്കരണവും ഉറപ്പുവരുത്തുകയെന്നത് നിയോലിബറലിസത്തിന്റെ അടിസ്ഥാനപ്രമാണമാണ്. കമ്പോളവൽക്കരണം ഉറപ്പുവരുത്തുന്നതിന് ആദ്യമായി വേണ്ടത് പൊതുമേഖലയുടെ സ്വകാര്യവൽക്കരണമാണ്. പൊതുമേഖലയുടെ ഉടമസ്ഥസ്വഭാവം കൊണ്ടുതന്നെ അതിനു കമ്പോളത്തിന്റെ സന്ദേശങ്ങൾ ഉൾക്കൊള്ളുക പ്രയാസമാണ്.

നിയോലിബറൽ സർക്കാരുകൾക്ക് പൊതുമേഖലയുടെ സ്വകാര്യവൽക്കരണത്തിലുള്ള താൽപ്പര്യം കേവലം ആദർശപരമല്ല. പണക്കാരുടെമേലുള്ള നികുതി കുറയ്ക്കുക എന്നുള്ളത് നിയോലിബറൽ ധനകാര്യ നയത്തിന്റെ അടിസ്ഥാന സമീപനമാണ്. മൂലധന ഉടമകളുടെ സംരംഭകത്വ ആവേശത്തെ ഉത്തേജിപ്പിക്കുന്നതിന് നികുതി കുറയ്ക്കുന്നതു സഹായിക്കും. അമേരിക്കയിലും ഇംഗ്ലണ്ടിലും ജർമ്മനിയിലുമെല്ലാം ആദായ നികുതിയും കമ്പനികളുടെ നികുതിയും ഗണ്യമായി കുറവു ചെയ്യുകയുണ്ടായി. എന്നാൽ ഈ നികുതിയിളവുകൾ സർക്കാരിന്റെ വരുമാനത്തെ പ്രതികൂലമായി ബാധിക്കും. സർക്കാരിന്റെ റവന്യു ക്കമ്മി വർദ്ധിക്കും. എന്നുവച്ചാൽ വായ്പയെടുക്കുന്ന പണത്തിന്റെ നല്ലൊരു പങ്ക് ദൈനംദിന പ്രവർത്തനങ്ങളുടെ ചെലവുകൾക്കായി നീക്കിവയ്ക്കേണ്ടി വരും.

വായ്പാപണം റവന്യു ചെലവുകൾക്കായി ഉപയോഗിക്കാൻ പാടില്ല എന്നതാണ് നിയോലിബറൽ ധനനയത്തിന്റെ മറ്റൊരു പ്രമാണം. വായ്പ അല്ലെങ്കിൽ മൂലധന വരുമാനം മൂലധനച്ചെലവിനേ ഉപയോഗിക്കാൻ പാടുള്ളൂ. ഇന്ത്യാ സർക്കാരും സംസ്ഥാന സർക്കാരുകളുമടക്കം ലോകത്തെ പ്രധാന രാജ്യങ്ങളെല്ലാം പാസ്സാക്കിയിട്ടുള്ള ധനഉത്തരവാദിത്വ നിയമങ്ങളിൽ ഈ പ്രമാണം ഉൾക്കൊള്ളിച്ചിട്ടുണ്ട്.

അപ്പോൾ റവന്യു ചെലവുകൾക്ക് എങ്ങനെ പണം കണ്ടെത്തും? ചെലവുകൾ വെട്ടിക്കുറയ്ക്കുകയാണു മാർഗ്ഗം. പക്ഷേ, അതിനു പരിധിയുണ്ട്. പ്രത്യേകിച്ച് പാർലമെന്ററി ജനാധിപത്യം നിലനിൽക്കുന്ന രാജ്യങ്ങളിൽ. ജനപ്രിയ നടപടികൾ ഒഴിവാക്കാനാവില്ല. ഈ സാഹചര്യത്തിൽ സർക്കാരുകളുടെ ഒരു പ്രധാന വരുമാന മാർഗ്ഗമായി സ്വകാര്യവൽക്കരണം മാറുന്നു. മുൻ ദശാബ്ദങ്ങളിൽ സർക്കാർ നികുതിയായും വായ്പയായും സമാഹരിച്ച പണം മുടക്കിയാണ് പൊതുമേഖലാ സ്ഥാപനങ്ങൾ സ്ഥാപിച്ചിട്ടുള്ളത്. ഇന്ത്യയിലെ പൊതുമേഖലാ സ്ഥാപനങ്ങളുടെ ഇന്നത്തെ മൂല്യം 65 ലക്ഷം കോടി രൂപ വരുമെന്നു പറയപ്പെടുന്നു. ഇവ വിറ്റ് ബജറ്റിൽ വരവുവെച്ചാൽ കടബാധ്യത സൃഷ്ടിക്കാത്ത മൂലധന വരുമാനമായിരിക്കും. ബജറ്റ് സന്തുലിതമാക്കാൻ ഇത്തരം വരുമാനം കൂടുതൽ നേടുന്നതിനും പൊതുമേഖലയുടെ സ്വകാര്യവൽക്കരണം അനിവാര്യമാണ്.

പൊതുമേഖലയുടെ വിൽപ്പന

കേന്ദ്ര ബജറ്റ് നോക്കിയാൽ ഓരോ വർഷവും സ്വകാര്യവൽക്കരണത്തിലൂടെയുള്ള വരുമാനത്തിന്റെ പ്രാധാന്യം വർദ്ധിച്ചുവരുന്നതായി കാണാം. 1991–92 ൽ 2500 കോടി രൂപയാണ് സ്വകാര്യവൽക്കരണത്തിൽ നിന്നും പ്രതീക്ഷിച്ചതെങ്കിൽ 2000–01 ൽ ഇത് 12000 കോടി രൂപയായി ഉയർന്നു. 2010–11 ലെ ബജറ്റിലെ മതിപ്പു കണക്കു പ്രകാരം ഇതു 40000 കോടി രൂപയായി ഉയർന്നു. 2020–21 ലെ ബജറ്റിൽ സ്വകാര്യവൽക്കരണം വഴി 1.75 ലക്ഷം കോടി രൂപ സമാഹരിക്കുന്നതിനാണ് ലക്ഷ്യമിട്ടത്. ഈ ലക്ഷ്യത്തിന് അടുത്തൊന്നും എത്താൻ കഴിഞ്ഞില്ലായെന്നുള്ളത് മറ്റൊരു കാര്യം. അത്രയ്ക്കേറെ എതിർപ്പ് സ്വകാര്യവൽക്കരണത്തിന് എതിരെ ഉണ്ടായി.

ഈ പശ്ചാത്തലത്തിൽ പൊതുമേഖലാ കമ്പനികൾ വിറ്റുകാശാക്കുന്നതിന് പലതരം ഇളവുകൾ കേന്ദ്രസർക്കാർ നൽകാൻ തയ്യാറായി. ആദ്യത്തേത് ഓഹരിവില യഥാർത്ഥ മൂല്യത്തേക്കാൾ വളരെ താഴ്ത്തുകയെന്നതാണ്. 1997 ൽ വിഎസ്എൻഎല്ലിന്റെ ഓഹരി വിൽപ്പനയ്ക്കു വച്ചതിനേക്കാൾ 10 ഇരട്ടി നൽകി 14 ഡോളറിനു വാങ്ങാൻ നിക്ഷേപകർ മുന്നോട്ടുവന്നു. എന്നിട്ടും 1999 ൽ 9 ഡോളറിനു വിൽക്കാൻ സർക്കാർ തയ്യാറായി. 2001 ൽ ഗെയിലിന്റെ 18 ശതമാനം ഓഹരി കമ്പോളവില 80 രൂപയായിരുന്നപ്പോൾ 70 രൂപയ്ക്ക് കമ്പോള ശത്രുക്കളായ എൻറോണിനും ബ്രിട്ടീഷ് ഗ്യാസിനും വിറ്റു. 145 കോടി രൂപയായിരുന്നു ഇതുവഴി ഉണ്ടായ നഷ്ടം.

സ്വകാര്യവൽക്കരണം ആകർഷകമാക്കുന്നതിനു സ്വീകരിച്ച മറ്റൊരു അടവ് നല്ല ആസ്തികൾ വിൽക്കുന്നതിനു മുൻഗണന നൽകുകയെന്നതായിരുന്നു. 1997 ൽ വിഎസ്എൻഎൽ, ഭാരത് പെട്രോളിയം, ഐപിസിഎൽ, ഹിന്ദുസ്ഥാൻ പെട്രോളിയം തുടങ്ങിയവയുടെ മൂന്നിലൊന്ന് ഓഹരികൾ വിറ്റു. ഇത്തരം കമ്പനികളുടെ ഡിവിഡന്റ് ശരാശരി 22 ശതമാനമായിരുന്നു. പൊതുമേഖലാ കമ്പനികളുടെ ശരാശരി ഡിവിഡന്റ് 15 രൂപ മാത്രമായിരുന്നു എന്നോർക്കണം.

നരസിംഹറാവു സർക്കാർ ഏതാണ്ട് 2000 കോടി രൂപയാണ് പ്രതിവർഷം സ്വകാര്യവൽക്കരണത്തിലൂടെ സമാഹരിച്ചത്. തുടർന്നുവന്ന ദേവഗൗഡ, ഗുജ്റാൾ തുടങ്ങിയവരുടെ ഇടക്കാല സർക്കാരുകൾ പ്രതിവർഷം 650 കോടിയോളം രൂപ സമാഹരിച്ചു. ഓഹരി വിൽപ്പന മന്ത്രിയായി അരുൺഷൂരി ചുമതലയേറ്റതിനെ തുടർന്ന് വാജ്പേയ് സർക്കാരിൽ സ്വകാര്യവൽക്കരണത്തിന് ആക്കംകൂടി. 5600 കോടി രൂപ പ്രതിവർഷം വിറ്റുവരുമാനമുണ്ടായി. തുടർന്നവന്ന യുപിഎ സർക്കാരുകൾ വിൽപ്പനയിൽ ഏതാണ്ട് ഈ തോത് നിലനിർത്തി. പ്രതിവർഷം വിൽപ്പന 10000–ത്തിൽപ്പരം കോടി രൂപയായെങ്കിലും സ്ഥിരവിലയിൽ വാജ്പേയ് സർക്കാരിനേക്കാൾ 600 കോടി രൂപയേ ശരാശരി വർദ്ധനയുണ്ടായുള്ളൂ. എന്നാൽ മോദി സർക്കാർ ഇനിയും രണ്ടുവർഷം പൂർത്തീകരിക്കാനിരിക്കെ

പ്രതിവർഷം ശരാശരി 51000 കോടി രൂപ പൊതുമേഖലാ വിൽപ്പനയിലൂടെ സമാഹരിച്ചിരിക്കുകയാണ്.

പട്ടിക 9.1
ഇന്ത്യയിലെ സ്വകാര്യവൽക്കരണ കേന്ദ്രബജറ്റ് വരുമാനം സർക്കാരുകളുടെ അടിസ്ഥാനത്തിൽ

സർക്കാരുകൾ	*ആകെ സ്വകാര്യവൽക്കരണ വരുമാനം*	*ശതമാനം വാർഷിക വിൽപ്പന*	*ശരാശരി*
നരസിംഹറാവു	9960	1.93	1992
ഇടക്കാല സർക്കാരുകൾ	1289	0.25	644
വാജ്പേയ്	33653	6.53	5608
മൻമോഹൻസിംഗ്	107879	20.93	10787
നരേന്ദ്ര മോദി (2020–21 വരെ)	362763	70.37	51823
ആകെ	**515544**	**100**	

30 വർഷക്കാലംകൊണ്ട് 5.16 ലക്ഷം കോടി രൂപയാണ് കേന്ദ്രസർക്കാരിന്റെ ഈ ഇനത്തിലുള്ള വരുമാനം. 2019–ലെ സ്ഥിരവിലയിൽ കണക്കാക്കിയാൽ 7 ലക്ഷം കോടി രൂപ. ഇതിന്റെ 70 ശതമാനം മോദി സർക്കാരിന്റെ സംഭാവനയാണ്. എങ്കിലും മോദി സർക്കാർ ഓരോ ബജറ്റിലൂടെയും ലക്ഷ്യമിട്ടതിനേക്കാൾ എത്രയോ കുറവാണ് ഈ തുക. ഉദാഹരണത്തിന് 2021–22 ൽ 1.75 ലക്ഷം കോടി രൂപ പൊതുമേഖലാ വിൽപ്പനയിലൂടെ സമാഹരിക്കണമെന്നാണു ബജറ്റിൽ പ്രഖ്യാപിച്ചത്. എന്നാൽ 2022 മാർച്ച് 31 വരെ 13561 കോടി രൂപയാണ് സമാഹരിക്കാൻ കഴിഞ്ഞത്. ഇതു വലിയ നാണക്കേടായിപ്പോയി.

ഈ പശ്ചാത്തലത്തിലാണ് എൽഐസിയുടെ സ്വകാര്യവൽക്കരണത്തിനു മുൻഗണന നൽകാൻ തീരുമാനിച്ചത്. വിൽപ്പനയ്ക്ക് ഏറ്റവും ആകർഷകമായ പൊതുമേഖലാ സ്ഥാപനമായിട്ടാണ് എൽഐസി വിലയിരുത്തപ്പെട്ടത്. ആദ്യം മാർച്ച് അവസാനിക്കും മുമ്പുതന്നെ 10 ശതമാനം ഓഹരി ഐപിഒ ആയി കമ്പോളത്തിൽ ഇറക്കണമെന്നാണു തീരുമാനിച്ചത്. മൊത്തം വിപണിമൂല്യം 15–20 ലക്ഷം കോടി രൂപയെങ്കിലും വരുമെന്നാണു പലരും കണക്കുകൂട്ടിയത്. എൽഐസി ബാധ്യതകൾ സൃഷ്ടിക്കാത്ത മൂലധന വരുമാനത്തിന്റെ ഒരു അക്ഷയഖനിയായി കേന്ദ്രസർക്കാരിനു തോന്നിയെങ്കിൽ അതിൽ അത്ഭുതപ്പെടാനാവില്ല.

കോർപ്പറേറ്റ് അഴിമതിക്കഥകൾ

കേന്ദ്രസർക്കാരിനെപ്പോലെ ഇന്ത്യൻ കോർപ്പറേറ്റുകളും പൊതുമേഖലാ വിൽപ്പനയിൽ അതീവതൽപ്പരരാണ്. അവരെ സംബന്ധിച്ചിട

ത്തോളം ഭീമമായ സ്വത്തുക്കൾ ചുളുവിലയ്ക്ക് കൈക്കലാക്കാനുള്ള അവസരമാണിത്. മാർക്സിന്റെ ഭാഷയിൽ ഇതിനെ പ്രിമിറ്റീവ് അക്യുമുലേഷൻ അഥവാ പ്രാകൃത മൂലധന സഞ്ചയം എന്നു വിളിക്കാം. മൂലധന വർദ്ധനവ് മിച്ചമൂല്യ ചൂഷണ പ്രക്രിയയിലൂടെ ഉണ്ടാകുന്ന ഒന്നാണ്. എന്നാൽ പ്രാകൃത മൂലധന സഞ്ചയം മറ്റുള്ളവരുടെ സ്വത്ത് കൊള്ളയടിക്കുന്നതിലൂടെ നേടുന്നതാണ്. മൂന്നാംലോക രാജ്യങ്ങളെ കൊള്ളയടിച്ചാണ് ഇന്നത്തെ സാമ്രാജ്യത്വ രാജ്യങ്ങൾ അവരുടെ വ്യവസായ വിപ്ലവത്തിനു മൂലധനം കണ്ടെത്തിയത്.

എന്നാൽ ഇത്തരമൊരു സാധ്യത ഇന്ത്യയിലെ മുതലാളിമാർക്ക് ഇല്ല. അതുകൊണ്ട് സ്വാതന്ത്ര്യത്തിനു തൊട്ടുമുമ്പ് ഭാവി ഇന്ത്യയുടെ വികസന കാഴ്ചപ്പാടിന് അവർ രൂപം നൽകിയപ്പോൾ സർക്കാർ മുൻകൈയെടുത്ത് മൂലധനം സ്വരൂപിച്ച് അടിസ്ഥാനവ്യവസായങ്ങളും പശ്ചാത്തലസൗകര്യങ്ങളും ഒരുക്കുന്നതിന്റെ പ്രാധാന്യം ഊന്നിപ്പറഞ്ഞു. പ്രസിദ്ധമായ ബോംബെ പ്ലാനിന്റെ ഒരു പ്രധാന നിലപാടാണിത്. എന്നാൽ ഇങ്ങനെ രൂപംകൊള്ളുന്ന പൊതുമേഖല ഇന്ത്യൻ വ്യവസായം പ്രാപ്തി നേടുമ്പോൾ സ്വകാര്യവൽക്കരിക്കണമെന്നും അവർ എടുത്തുപറഞ്ഞു. എന്നാൽ ഇന്ത്യയിലെ രാഷ്ട്രീയ സാഹചര്യങ്ങളിൽ ഇത്തരമൊരു നിലപാട് സ്വീകരിക്കാൻ കോൺഗ്രസിനു കഴിഞ്ഞിരുന്നില്ല. ഇതിനു സന്ദർഭമൊരുക്കിയത് നിയോലിബറൽ പരിഷ്കാരങ്ങളാണ്. പൊതുമേഖലയുടെ യഥാർത്ഥവിലയുടെ ഒരു ഭാഗമേ കോർപ്പറേറ്റുകളിൽ നിന്നും ഇടാക്കുന്നുള്ളൂ. ബാക്കി അവർക്ക് വിട്ടുകൊടുക്കുകയാണ്. പൊതുമേഖലയുടെ സ്വകാര്യവൽക്കരണം അങ്ങനെ ആധുനിക കാലഘട്ടത്തിലെ പ്രാകൃത മൂലധന സഞ്ചയമായി മാറുകയാണ്. ചില ഉദാഹരണങ്ങൾ മാത്രം പറയാം.

വാജ്പേയി സർക്കാരിന്റെ കാലത്ത് സ്വകാര്യവത്കരണം ത്വരിതപ്പെടുത്തുന്നതിന് ഡിസ്ഇൻവെസ്റ്റ്മെന്റ് കമ്മിഷനു പകരം ഒരു പ്രത്യേക വകുപ്പും ബിജെപി സൃഷ്ടിച്ചു. അരുൺ ഷൂറിയായിരുന്നു മന്ത്രി. ഓഹരിവിൽക്കാൻ മാത്രം ഒരു മന്ത്രി. ഷൂറിയ്ക്ക് സ്വകാര്യവത്കരണം കേവലം വിഭവസമാഹരണമാർഗമായിരുന്നില്ല. അദ്ദേഹത്തിന്റെ സാമ്പത്തികദർശനം തന്നെയായിരുന്നു, അത്. ഇന്ത്യൻ പൊതുമേഖലയെ സ്വകാര്യവത്കരിക്കുക എന്നതാണ് തന്റെ അവതാരലക്ഷ്യമെന്ന് അദ്ദേഹം ആത്മാർത്ഥമായി വിശ്വസിച്ചു. ഒരുതരം പ്രത്യയശാസ്ത്ര ഭ്രാന്തോടെയായിരുന്നു മൂന്നുവർഷത്തെ അദ്ദേഹത്തിന്റെ ചെയ്തികൾ.

ബാൽകോ: ഇന്ത്യയിലെ അലൂമിനിയം വ്യവസായത്തിന്റെ കൊടിമരമായിരുന്നു ഈ പൊതുമേഖലാ കമ്പനി. വിറ്റുതുലയ്ക്കുന്നതിനു തൊട്ടുമുമ്പ് 1999–2000–ത്തിൽ ഏതാണ്ട് 1000 കോടി രൂപയായിരുന്നു കമ്പനിയുടെ മൊത്തം വരുമാനം. നികുതിയ്ക്കു മുമ്പുള്ള ലാഭം 122 കോടി രൂപ. നികുതി അടച്ചതിനുശേഷമുള്ള അറ്റാദായം 56 കോടി. 2,720 ഏക്കർ ഭൂമിയിൽ അലൂമിനിയം ഫാക്ടറി, 270 മെഗാവാട്ട് ശേഷിയുള്ള പവർ

പ്ലാന്റ്, സമ്പന്നമായ ബോക്സൈറ്റ് ഖനി, ഇതിനു പുറമെ 15,000 ഏക്കറിൽ പരന്നുകിടക്കുന്ന 4000 കുടുംബങ്ങൾ താമസിക്കുന്ന ബാൽക്കോ ടൗൺഷിപ്പ്, പശ്ചിമ ബംഗാളിലെ ബിധാൻബാഗിലെ മറ്റൊരു അലൂമിനിയം ഫാക്ടറി എന്നിവയുടെയൊക്കെ നിയന്ത്രണാവകാശമാണ് 551 കോടി രൂപയ്ക്കു വിറ്റത്.

കോർബയിലെ 270 മെഗാ വാട്ടിന്റെ പവർപ്ലാന്റ് പുതുതായി പണിയണമെങ്കിൽ തന്നെ 1215 കോടി രൂപ വേണ്ടിവരുമായിരുന്നു. തേയ്മാന ച്ചെലവ് കിഴിച്ചാലും കിട്ടിയ 551 കോടി രൂപ ഇതിനുപോലും തികയുമായിരുന്നില്ല. വിൽപ്പനയുടെ തലേവർഷം ബാൽക്കോയുടെ കപ്പാസിറ്റി 91,000 ടണ്ണിൽ നിന്ന് 1,31,400 ടണ്ണായി ഉയർത്തിയിരുന്നു. ഇത് കണക്കെടുപ്പിൽ വിട്ടുകളഞ്ഞു എന്ന് സി ആൻഡ് എജി ചൂണ്ടിക്കാണിച്ചു. ഭൂമിയുടെ വിലനിർണയത്തിലും വൻതിരിമറി നടന്നു. കമ്പനിയുടെ ആവശ്യത്തിൽ കവിഞ്ഞ ഭൂമി സർക്കാർ തിരിച്ചെടുത്തില്ല. വലിയൊരു റിയൽ എസ്റ്റേറ്റ് ഇടപാടുകൂടിയായിരുന്നു ബാൽക്കോ കൈമാറ്റം. ഛത്തീസ്ഗഢ് സംസ്ഥാന സർക്കാരിന്റെ ഔദ്യോഗിക കണക്കുപ്രകാരം 5000–6000 കോടി രൂപ വിലമതിക്കുന്നതായിരുന്നു ബാൽക്കോയുടെ ആസ്തികൾ.

മോഡേൺ ബ്രഡ്സ്: 13 നഗരങ്ങളിൽ 125 ഏക്കറിൽ ഉൽപ്പാദന യൂണിറ്റുകളും ഇന്ത്യയിലെ ബ്രഡ്സ് മാർക്കറ്റിന്റെ 40 ശതമാനവും മോഡേൺ ബ്രഡ്സായിരുന്നു. 105 കോടി രൂപയ്ക്കാണ് ഹിന്ദുസ്ഥാൻ ലിവറിന് മോഡേൺ ബ്രഡ്സ് വിറ്റത്. സർക്കാരിനു കൊടുത്ത കാശ് ഭൂമി വിറ്റ് മുതലാക്കി. ഒരു വർഷത്തിനുള്ളിൽ പീഡിതവ്യവസായമെന്ന നിലയിൽ കമ്പനി ബിഐഎഫ്ആർ–ന് പുതിയ ഉടമസ്ഥർ റഫർ ചെയ്തു തടിയൂരി.

ഐടിഡിസി ഹോട്ടലുകൾ: ഐടിഡിസിയുടെ 19 ഹോട്ടലുകളും അരുൺ ഷൂറി വിറ്റു. ഹോട്ടൽ വിൽപ്പനകളോരോന്നും റിയൽ എസ്റ്റേറ്റ് ഇടപാടുകളായിരുന്നു. വാങ്ങിയവർ പലരും മാസങ്ങൾക്കുള്ളിൽ മറിച്ചുവിറ്റ് ഭീമൻ ലാഭം കൊയ്തു. കോവളം ഹോട്ടലിന്റെ കഥ അറിയാത്ത മലയാളിയുണ്ടാവില്ല. 55 ഏക്കർ വിസ്തൃതിയുള്ള കോവളം ഐടിഡിസി ഹോട്ടൽ 44 കോടി രൂപയ്ക്കാണു ഗൾഫാർ വാങ്ങിയത്. അവർ അത് 120 കോടിയ്ക്കാണ് ലീലാ ഗ്രൂപ്പിനു വിറ്റത്. അതു പിന്നീട് 500 കോടി രൂപയ്ക്കാണ് മറിച്ചുവിറ്റത്. ഇതുപോലുള്ള പൊതുമുതൽ കൊള്ളയാണ് ഓരോ ഹോട്ടലിന്റെയും കാര്യത്തിൽ നടന്നത്.

ഏറ്റവും വലിയ വിവാദം ബോംബെയിലെ സെന്റോർ ഹോട്ടൽ വിൽപ്പനയായിരുന്നു. ബോംബെ എയർപോർട്ടിനു സമീപം 7.5 ഏക്കർ സ്ഥലവും 300 മുറികളും, അന്ധേരിയിലെ 6 ഫ്ലാറ്റുകളും ഒരു പെട്രോൾ പമ്പും 83 കോടി രൂപയ്ക്കാണ് ബാത്രാ ഹോസ്പിറ്റാലിറ്റി വാങ്ങിയത്. നാലു മാസത്തിനുള്ളിൽ ഇത് 115 കോടി രൂപയ്ക്കു മറിച്ചുവിറ്റു. 32 കോടി രൂപ കൈ നനയാതെ ബാത്രയ്ക്കു ലാഭം കിട്ടി.

വിദേശസഞ്ചാർ നിഗം ലിമിറ്റഡ്: ഇന്ത്യയിലെ എല്ലാ വിദേശ ടെലികോം ഇടപാടുകളുടെയും കുത്തക വിഎസ്എൻഎല്ലിനായിരുന്നു. 2000 മാർച്ചിൽ 285 കോടി രൂപയായിരുന്നു വിഎസ്എൻഎല്ലിന്റെ ഓഹരി മൂലധനം. പക്ഷേ, ഓഹരികളുടെ കമ്പോളവില പതിനായിരം കോടി വരുമായിരുന്നു. വിൽപന സമയത്ത് 1600 കോടിയുടെ കാഷ് റിസർവും മുൻവർഷത്തെ ലാഭമായ 1400 കോടിയുമടക്കം 3000 കോടി രൂപ റിസർവ് ഉണ്ടായിരുന്ന വിഎസ്എൻഎല്ലിന്റെ 45 ശതമാനം ഷെയറുകൾ വെറും 2590 കോടി രൂപയ്ക്കാണ് ടാറ്റയ്ക്കു വിറ്റത്.

റിസർവ് ഫണ്ടിൽ നിന്ന് 1200 കോടി രൂപ ചെലവിട്ട് ടാറ്റയുടെ മറ്റൊരു കമ്പനിയായ ടാറ്റ ടെലിസർവീസസ് ലിമിറ്റഡിന്റെ ഷെയറുകൾ വാങ്ങാനായിരുന്നു പുതിയ കമ്പനിയുടെ ബോർഡിന്റെ ആദ്യ തീരുമാനങ്ങളിലൊന്ന്. മുടക്കിയ പണത്തിന്റെ പകുതി അങ്ങനെ പിറ്റേന്നു തന്നെ ടാറ്റയുടെ കൈവശം എത്തിച്ചേർന്നു.

വിനിയോഗിക്കപ്പെടാത്ത മിച്ചഭൂമിയായി 773 ഏക്കർ സ്ഥലവുമുണ്ടായിരുന്നു. ഭൂമിയടക്കം എല്ലാ ആസ്തികളും കൂടി ഇരുപതിനായിരം കോടി രൂപ കമ്പനിക്ക് മതിപ്പുവില വരുമെന്നായിരുന്നു വിദഗ്ധരുടെ കണക്കുകൂട്ടൽ. മറ്റ് ഓഹരികൾ വാങ്ങിയതോടെ കമ്പനി പൂർണമായും ടാറ്റയുടെ നിയന്ത്രണത്തിലായി. 2500 കോടി രൂപ മുടക്കി ഏതാണ്ട് 15,000 കോടി രൂപയുടെ ആസ്തികളുടെ നിയന്ത്രണം ടാറ്റ ഏറ്റെടുത്തു.

ഒൻപത് പൊതുമേഖലാ കമ്പനികൾ: വിറ്റഴിക്കപ്പെട്ട ഓരോ പൊതുമേഖലാസ്ഥാപനത്തിനും സമാനമായ കഥകൾ പറയാനുണ്ടാവും. അരുൺ ഷൂറി ഒമ്പതു പൊതുമേഖലാ കമ്പനികൾ വിറ്റതിന്റെ ഭാഗമായി സർക്കാരിന് 5544 കോടി രൂപ കിട്ടി. ഇതിൽ നിന്ന് 1169 കോടി രൂപ പുതിയ ഉടമസ്ഥർക്കു തന്നെ കരാറിന്റെ ഗുണവിശേഷം കൊണ്ടു തിരിച്ചു നൽകേണ്ടിവന്നു. ഈ കമ്പനികളുടെ ആസ്തികളാകട്ടെ, 35–40,000 കോടി രൂപയെങ്കിലും വരുമെന്നാണ് മതിപ്പുകണക്ക്. 2005ലെയും 2006ലെയും സി ആൻഡ് ഏജി റിപ്പോർട്ടുകളും ഇവയുമായി ബന്ധപ്പെട്ട അഴിമതിയും സംബന്ധിച്ചുള്ള വിശദാംശങ്ങൾ ലഭ്യമാണ്: കമ്പനികളുടെ ഭാവി വരുമാനസാധ്യതകൾ കുറച്ചു കാണിക്കുക, ആസ്തികളുടെ യഥാർത്ഥ വില കണക്കിലെടുക്കാതിരിക്കുക, മിച്ചഭൂമി ചുളുവിലയ്ക്കു കൈമാറുക, ടെൻഡറുകളിൽ ഒത്തുകളിച്ച് മത്സരസാധ്യത അട്ടിമറിക്കുക. സ്വകാര്യവത്കരണത്തിനു നിയോഗിച്ച കൺസൾട്ടന്റുമാരെ ക്രമരഹിതമായി നിയമിക്കുക. ഇങ്ങനെപോകുന്നു, ഓരോ കമ്പനിയുമായും ബന്ധപ്പെടുത്തി സി ആൻഡ് എജി റിപ്പോർട്ടുകൾ വിശദീകരിക്കുന്ന ക്രമക്കേടുകളുടെ പട്ടിക.

ടെലികോം: നരസിംഹ റാവു മന്ത്രിസഭയിലെ വാർത്താവിതരണ മന്ത്രിയായിരുന്ന സുഖറാമിനെ അഴിമതിക്കേസിൽ 2011–ൽ ദില്ലി ഹൈക്കോടതി അഞ്ചുവർഷം തടവിനു ശിക്ഷിച്ചു. വരവിൽ കവിഞ്ഞ സ്വത്തു സമ്പാദിച്ച കേസിലും സുഖ്റാം ശിക്ഷിക്കപ്പെട്ടു. അദ്ദേഹത്തിന്റെ വീട് റെയിഡു ചെയ്തപ്പോൾ മൂന്നു കോടി രൂപയാണ് സിബിഐ കണ്ടെടു

ത്തത്. വാജ്പേയി സർക്കാരിൽ 1999–2001 കാലത്ത് ടെലികോം വകുപ്പു കൈകാര്യം ചെയ്ത രാംവിലാസ് പാസ്വാനും 2001–2003 വരെ ആ വകുപ്പു ഭരിച്ച പ്രമോദ് മഹാജനും കുംഭകോണത്തിന്റെ പേരുദോഷം കേൾപ്പിച്ച വരാണ്.

ആഗോളവൽക്കരണം ആരംഭിച്ചതു മുതൽ ടെലികോം മന്ത്രിമാരെ ക്കുറിച്ചുയർന്ന അഴിമതിയാരോപണങ്ങളുടെ വലിപ്പം, അഴിമതിയെ ക്കുറിച്ചുള്ള പരമ്പരാഗത സങ്കൽപങ്ങൾ തിരുത്തിയെഴുതി. ലക്ഷങ്ങൾ കോടികളിലേക്കും ശതകോടികളിലേക്കും ലക്ഷം കോടികളിലേക്കും വളർന്നുപെരുകിയത് വളരെപ്പെട്ടെന്നായിരുന്നു. സുഖ്റാമിനെയും രാജ യെയും തമ്മിൽ താരതമ്യപ്പെടുത്തുന്നത് ആ അഴിമതിപ്പെരുക്കത്തിന്റെ ലളിതമായ രേഖാചിത്രം വരച്ചുകാട്ടും.

1996 ൽ ഹൈദരാബാദിലെ എആർഎം എന്ന കമ്പനിയിൽ നിന്ന് ഇൻസുലേറ്റഡ് കമ്പി വാങ്ങിയതിന്റെ പേരിലാണ് സുഖ്റാം ശിക്ഷിക്ക പ്പെട്ടത്. ആ കരാർമൂലം ഖജനാവിനുണ്ടായ നഷ്ടം 1.67 കോടി രൂപ. സുഖ്റാമിൽ നിന്ന് രാജയിലേയ്ക്കു പതിനൊന്നു വർഷങ്ങളുടെ ദൂരമുണ്ട്. രാജയുടെ കരാർ മൂലം ഖജനാവിന്റെ നഷ്ടം പെരുകിയത് 1.76 ലക്ഷം കോടിയിലേക്ക്!

മൂന്നുലക്ഷം രൂപയായിരുന്നു അന്ന് സുഖ്റാം കൈപ്പറ്റിയ കൈക്കൂ ലി. പതിനൊന്നു വർഷങ്ങൾക്കിപ്പുറം എ രാജ അത് മൂവായിരം കോടിയാ ക്കി വളർത്തി. അപേക്ഷകളുടെ കട്ട് ഓഫ് ഡേറ്റ് തീരുമാനിച്ചതിലെ കുതന്ത്രം വഴി 3000 കോടി രൂപ (600 മില്യൺ ഡോളർ) എ രാജ കൈ പ്പറ്റിയിട്ടുണ്ടെന്നാണ് സിബിഐയും ഇൻകം ടാക്സ് വകുപ്പും ആരോ പിച്ചത്. കൈക്കൂലി മൂന്നു ലക്ഷത്തിൽ നിന്ന് മൂവായിരം കോടിയായും ഖജനാവിന്റെ നഷ്ടം 1.67 കോടി രൂപയിൽ നിന്ന് 1.76 ലക്ഷം കോടി രൂപയായും പെരുകി. മുണ്ടിൽ ചെളി തെറിപ്പിച്ച് കടന്നുപോയ ലോറിയെ നോക്കി 'എന്തൊരു സ്പീഡ്' എന്നതിശയപ്പെട്ട കൊടിയേറ്റം സിനിമ യിലെ ശങ്കരൻ കുട്ടിയെ അനുസ്മരിച്ച് നമുക്കും അമ്പരക്കാം: 'എന്തൊരു വളർച്ച'.

എയർ ഇന്ത്യ: 1953–ൽ എയർ ഇന്ത്യ ദേശസാൽക്കരിക്കുമ്പോൾ ഏതാനും വിമാനങ്ങൾ മാത്രം ഉണ്ടായിരുന്ന കമ്പനി ഇന്ന് 128 വിമാന ങ്ങളുള്ള ലോകത്തെ പ്രമുഖ കമ്പനികളിൽ ഒന്നായി വളർന്നത് രാജ്യ ത്തിന്റെ ഭീമമായ നിക്ഷേപത്തിന്റെ അടിസ്ഥാനത്തിലാണ്. ഇന്ത്യാ സർ ക്കാരിന്റെ ഹോൾഡിംഗ് കമ്പനിയിലേക്ക് നോൺ കോർ അസറ്റുകൾ മാറ്റിയിട്ടും സർക്കാരിന്റെ കണക്കു പ്രകാരം 50000–ത്തിൽപ്പരം കോടി രൂപയാണ് എയർ ഇന്ത്യയുടെ ആസ്തികൾ. ലോഗോ, ആർട്ട് കളക്ഷൻ, ബ്രാൻഡ് നെയിം ഇതൊക്കെ എങ്ങനെയാണു വിലയിട്ടിരിക്കുന്നതെന്നു പരിശോധിക്കുമ്പോഴേ അറിയൂ. ഈ 50000 കോടി രൂപയുടെ ആസ് തിയുടെ നിയന്ത്രണം 2700 കോടി രൂപ ക്യാഷായി നൽകിയാണ് ടാറ്റ ഏറ്റെടുത്തത്.

62000 കോടി രൂപയാണ് മൊത്തം കടബാധ്യത. ഇതിൽ വലിയൊരു പങ്ക് രണ്ടാം യുപിഎയുടെ കാലത്ത് 110 ബോയിംങ് പ്ലെയിനുകൾ വാങ്ങുന്നതിന് ഉണ്ടാക്കിയ കരാർ സൃഷ്ടിച്ചതാണ്. ഈ കടഭാരത്തിൽ 18000 കോടി രൂപയുടെ ബാധ്യത മാത്രമേ ടാറ്റ ഏറ്റെടുക്കുന്നുള്ളൂ. ബാക്കി മുഴുവൻ പൊതുമേഖലയിലുള്ള പുതിയൊരു ഹോൾഡിംഗ് കമ്പനിയിലേക്കു മാറ്റിയിരിക്കുകയാണ്. ഈ 18000 കോടി രൂപയിലാണ് കാശായി 2700 കോടി രൂപ കൊടുക്കുന്നത്. ബാക്കി എയർ ഇന്ത്യ ഭാവിയിൽ ഉണ്ടാക്കുന്ന ലാഭത്തിൽ നിന്നും തട്ടിക്കിഴിക്കാനാണു നിശ്ചയിച്ചിരിക്കുന്നത്. എന്നുവച്ചാൽ അത്രയും തുകയ്ക്കുള്ള കോർപ്പറേറ്റ് നികുതി ടാറ്റ നൽകണ്ട.

സെൻട്രൽ ഇലക്ട്രോണിക്സ് ലിമിറ്റഡ്: ഓരോ പൊതുമേഖല വിൽപ്പനയും ഓരോ കൊള്ളയായി മാറുകയാണ്. എയർ ഇന്ത്യയുടെ വിൽപ്പനയ്ക്കുശേഷം ഇപ്പോൾ ഊഴം സെൻട്രൽ ഇലക്ട്രോണിക്സ് ലിമിറ്റഡ് (CEL) ന്റേതാണ്. വിശാലതലസ്ഥാന മേഖലയിൽ വരുന്ന 50 ഏക്കർ ഭൂമിക്ക് 500 കോടിയിലേറെ രൂപ വില വരും. CELന്റെ ഷെയറുകളുടെ മാർക്കറ്റ് വില 950 കോടി രൂപ വരും. 1592 കോടി രൂപയുടെ ഓർഡറുകൾ ഇപ്പോൾ കയ്യിലുണ്ട്. 2020–21 ലാഭം 126 കോടി രൂപയാണ്. ഈ കമ്പനിക്ക് കേന്ദ്രസർക്കാർ വിലയിട്ടത് 190 കോടി രൂപ. വിറ്റത് 210 കോടി രൂപയ്ക്ക്.

വാങ്ങുന്നവന്റെ കേമത്തം എന്ത്? നന്ദലാൽ ഫിനാൻസ് ആൻഡ് ലീസിംഗ് കമ്പനി അടച്ചുപൂട്ടാനുള്ള കേസ് കമ്പനി ലോ അപ്പലേറ്റ് ട്രിബ്യൂണലിൽ നടക്കുകയാണ്. 5 വർഷത്തിലേറെ തുടർച്ചയായി ജോലി ചെയ്യുന്ന 10 ജീവനക്കാരാണ് ഇപ്പോൾ ഈ കമ്പനിയിലുള്ളത്. ഷെയറിന്റെ 99.96 ശതമാനവും ഈ ഫർണീച്ചർ കമ്പനിയുടേതാണ്. അങ്ങനെ ഒരു ഫർണീച്ചർ കമ്പനി രാജ്യത്തെ തന്ത്രപ്രധാനമായ ഇലക്ട്രോണിക്സ് കമ്പനിയുടെ ഉടമസ്ഥനാവുകയാണ്.

നാഷണൽ കോൺഫെഡറേഷൻ ഓഫ് ഓഫീസേഴ്സ് അസോസിയേഷനും ശാസ്ത്രജ്ഞരുടെ സംഘടനയും പ്രതിഷേധ കത്ത് പ്രധാനമന്ത്രിക്കു സമർപ്പിച്ചു. ശാസ്ത്ര ഗവേഷണ മാനേജ്മെന്റിൽ യാതൊരു പരിചയവുമില്ലാത്ത ഒരു ലീസിംഗ് കമ്പനിക്ക് CELനെ വിൽക്കുന്നത് ആ സ്ഥാപനത്തെ തകർക്കുന്നതിനു തുല്യമായിരിക്കും. ടെണ്ടർ നടപടികൾ തന്നെ സംശയാസ്പദമാണ്. ട്രേഡ് യൂണിയനുകൾ അഴിമതി ആരോപണം ഉന്നയിക്കുക മാത്രമല്ല, ഡൽഹി ഹൈക്കോടതിയിൽ കേസും ഫയൽ ചെയ്തു. തൽക്കാലത്തേക്ക് വിൽപ്പന രേഖകൾ കൈമാറുന്നതു മരവിപ്പിച്ചിരിക്കുകയാണ്.

അഴിമതിയുടെ ഈ നീണ്ട ചരിത്രത്തിന്റെ തുടർച്ചയായിട്ടാണ് എൽഐസി ഓഹരി വിൽപ്പനയും വരുന്നത്. ആറാം അധ്യായത്തിൽ ആരോപിച്ചതുപോലെ എൽഐസി ഓഹരികളുടെ വില നിശ്ചയിച്ച രീതി രാജ്യം കണ്ട മറ്റൊരു വലിയ തട്ടിപ്പാണ്.

സ്വകാര്യവൽക്കരണത്തിന്റെ മോണിറ്റൈസേഷൻ റൂട്ട്

രണ്ടാം ബിജെപി സർക്കാരിന്റെ കഴിഞ്ഞ ബജറ്റിൽ പതിവുപോലെ കൂടുതൽ പൊതുമേഖലാ സ്ഥാപനങ്ങളെ സ്വകാര്യവൽക്കരിക്കുമെന്നും, അതിലൂടെ ഒരുലക്ഷത്തിലേറെ കോടി രൂപ സമാഹരിക്കുമെന്നും കേന്ദ്ര ധനമന്ത്രി പ്രഖ്യാപിച്ചു. അതോടൊപ്പം റോഡുകൾ, ഖനികൾ, റെയിൽവേ, തുറമുഖങ്ങൾ, വിമാനത്താവളങ്ങൾ തുടങ്ങി നാടിന്റെ പൊതുസ്വത്തുക്കൾ മോണിറ്റൈസ് ചെയ്യുമെന്നും പ്രഖ്യാപനമുണ്ടായി.

നാടിന്റെ 6 ലക്ഷം കോടി രൂപയുടെ സ്വത്തുക്കൾ വിൽപ്പനയ്ക്കു വയ്ക്കുവാൻ പോവുകയാണ്. കോഴിക്കോട് വിമാനത്താവളവും അതിൽപ്പെടും. ദേശീയപാത (1.6), റെയിൽവേ (1.5), വൈദ്യുതി വിതരണം (0.45), വൈദ്യുതി ഉൽപ്പാദനം (0.40), ടെലികോം (0.35), ഖനനം (0.29), വെയർ ഹൗസ് (0.29), പ്രകൃതിവാതകം (0.25), ഇന്ധന പൈപ്പ്ലൈൻ (0.23), വ്യോമഗതാഗതം (0.21), റിയൽ എസ്റ്റേറ്റ് (0.15), തുറമുഖം (0.13), സ്റ്റേഡിയങ്ങൾ (0.11) ബ്രാക്കറ്റിൽ നൽകിയിരിക്കുന്നത് ലക്ഷം കോടിയിലുള്ള വിലയാണ്. മൊത്തം 6 ലക്ഷം കോടി രൂപ.

ഇതു സ്വത്ത് വിൽപ്പന അല്ലായെന്ന് കേന്ദ്ര ധനകാര്യമന്ത്രി ആണയിട്ടു പറയുന്നുണ്ട്. പൊതുമേഖലാ കമ്പനികളുടെ സ്വകാര്യവൽക്കരണത്തിന്റെ ഭാഗമായി ഓഹരികൾ വിൽക്കുകയാണല്ലോ ചെയ്യുന്നത്. അതോടെ ഉടമസ്ഥത പുതിയ ഓഹരി ഉടമകളുടേതായിത്തീരും. എന്നാൽ ഇവിടെ അതില്ല. മറിച്ച്, അവയുടെ മൂല്യത്തെ പണമായിട്ടു മാറ്റുക മാത്രമേ ചെയ്യുന്നുള്ളൂ. നിശ്ചതകാലയളവു കഴിഞ്ഞാൽ ഈ ആസ്തികൾ തിരിച്ചു സർക്കാരിനു ലഭിക്കുകയും ചെയ്യും. ഈ പുതിയ സമ്പ്രദായത്തെ വിളിക്കുന്ന പേരാണ് മോണിറ്റൈസേഷൻ. നമുക്ക് അത്ര പരിചിതമല്ലാത്ത ഒരു സ്വകാര്യവൽക്കരണ രീതിയാണിത്. എന്താണ് ഈ പുതിയ രീതിസമ്പ്രദായം?

സർക്കാർ ഇപ്പോൾ പ്രഖ്യാപിച്ചിരിക്കുന്ന ആസ്തികളുടെ മൂല്യം അല്ലെങ്കിൽ വില എത്രയാണെന്ന് കണക്കാക്കിയിട്ടുണ്ട്. സർക്കാർ ഓരോ ആസ്തിയും ടെണ്ടർ ചെയ്യും. ഏറ്റവും ഉയർന്ന വില നൽകാൻ തയ്യാറുള്ള സംരംഭകരെ ആസ്തിയുടെ മേൽനോട്ടവും നടത്തിപ്പും അധിക നിക്ഷേപത്തിനുള്ള അവകാശവും കൈമാറും. ആസ്തികളിൽ നിന്നും അവർ നടത്തിയ അധികനിക്ഷേപത്തിൽ നിന്നുമുള്ള വരുമാനവും സംരംഭകന് 30 വർഷത്തേക്ക് അവകാശപ്പെട്ടതാണ്.

ഇങ്ങനെ 30 വർഷം കഴിഞ്ഞാൽ സ്വത്തുക്കൾ തിരിച്ചു സർക്കാരിലേക്കു ചെല്ലുമെന്നാണു ധനമന്ത്രി പറയുന്നത്. പക്ഷേ, സംരംഭകൻ മുതൽമുടക്കിയ പുതിയ ആസ്തികളുടെ വില സംരംഭകനു നൽകേണ്ടിവരില്ലേ? മുതൽമുടക്കു വസൂലാകുന്ന രീതിയിൽ യൂസർഫീകൾ കുത്തനെ ഉയർത്താൻ അനുവദിക്കില്ലായെന്നു നിബന്ധനവച്ചാൽ സർക്കാരിനു കിട്ടിയ പണം തിരിച്ചു നൽകാൻ ബാധ്യതയുണ്ടാവില്ലേ? ഇങ്ങനെ സംരംഭകന് അയാൾ മുടക്കിയ ആസ്തികളുടെ വിലയും മറ്റും

തിരിച്ചുനൽകണമെങ്കിൽ അതിനുള്ള പണം സർക്കാരിന് എവിടെനിന്നും ഉണ്ടാകും?

മൂന്നു മാർഗ്ഗങ്ങളുണ്ട്. ഒന്നുകിൽ ഈ സംരംഭകനു തന്നെ കാലാവധി നീട്ടിക്കൊടുക്കുക. ഉദാഹരണത്തിന് 30 വർഷമെന്നുള്ളത് 90 വർഷം ആക്കിക്കൊടുക്കാം. അതോടെ സർക്കാരിനു പണം തിരിച്ചു കൊടുക്കാനുള്ള ഏടാകൂടത്തിൽ നിന്നെല്ലാം രക്ഷപ്പെടാം. രണ്ടാമത്തെ മാർഗ്ഗം ഈ സ്വത്ത് വീണ്ടും ലേലം വിളിക്കാം. അങ്ങനെ കിട്ടുന്ന പണംകൊണ്ട് സംരംഭകൻ മുടക്കിയ പണം തിരിച്ചു നൽകാം. അതുമല്ലെങ്കിൽ നടത്തിപ്പുകാരനു സ്വത്ത് വിൽക്കാം.

മേൽവിവരിച്ചത് Direct Contractual Approach അഥവാ നേരിട്ടുള്ള കരാർ സമ്പ്രദായം ആണ്. മുമ്പ് വിവരിച്ചതുപോലെ മുഴുവൻ പണവും ഒറ്റയടിക്ക് ആദ്യം തന്നെ വാങ്ങാം അല്ലെങ്കിൽ തവണകളായി വാങ്ങാം. അതുപോലെ Structured Finance Approach എന്നൊരു രീതിയുമുണ്ട്. ഇവിടെ ആസ്തിയുടെ മൂല്യം സെക്യൂരിറ്റികളാക്കി വിൽക്കുന്നു. ആ പണം ഉപയോഗിച്ച് നിക്ഷേപം നടത്തുന്നു. മൂല്യവർദ്ധന ഉണ്ടാകുമ്പോൾ അതിന്റെ നേട്ടം സെക്യൂരിറ്റികളുടെ ഉടമസ്ഥർക്കു ലഭിക്കും. ഇതുപോലെ പല രീതികളുണ്ട്. പക്ഷേ, ഇപ്പോൾ കേന്ദ്രസർക്കാർ ഉദ്ദേശിക്കുന്നതു നേരിട്ടുള്ള കരാർ സമ്പ്രദായമാണെന്നാണു തോന്നുന്നത്.

സ്വകാര്യവൽക്കരണവും വിദേശമൂലധനവും

ഇതുവരെ പരാമർശിച്ച പൊതുമേഖലാ വിൽപ്പനകളിൽ ഇന്ത്യൻ കോർപ്പറേറ്റുകളാണ് നേട്ടം കൊയ്തത്. വിദേശമൂലധനത്തിന് ഇന്ത്യയിൽ വ്യവസായങ്ങളും ഹോട്ടലുകളും മറ്റും നടത്തുന്നതിന് താൽപ്പര്യമില്ല. വിദേശമൂലധനത്തിന്റെ കണ്ണ് ഇന്നു കൂടുതൽ ധനകാര്യ മേഖലയിലാണ്. എങ്ങനെയാണ് ഇൻഷുറൻസ് മേഖലയുടെ ഉദാരവൽക്കരണ – സ്വകാര്യവൽക്കരണ നയങ്ങളിൽ അവർ ഇടപെട്ടതെന്ന മുൻ അധ്യായങ്ങളിൽ (4 മുതൽ 6 വരെ) സാമാന്യം വിശദമായി പ്രതിപാദിച്ചിട്ടുള്ളതാണ്. എൽഐസിയുടെ ഓഹരിയിൽ 20 ശതമാനം വരെ വിദേശനിക്ഷേപകർക്ക് അനുവാദം നൽകിയിട്ടുണ്ട്. മറ്റു സ്വകാര്യ ഇൻഷുറൻസ് കമ്പനികളിൽ 49 ശതമാനം വരെ വിദേശനിക്ഷേപം അനുവദിച്ചിട്ടുണ്ട്. പൂർണ്ണമായും വിദേശ കമ്പനികൾക്ക് ഇന്ത്യയിൽ പ്രവർത്തനാനുവാദം നൽകുന്ന കാലം അനതിവിദൂരമല്ല.

ഇന്നത്തെ ഇന്ത്യൻ സമ്പദ്ഘടനയുടെ നിലനിൽപ്പ് തുടർച്ചയായി വിദേശമൂലധനം ഇന്ത്യയിലേക്ക് ഒഴുകിവരുന്നതിനെ ആശ്രയിച്ചിരിക്കുന്നു. അതുകൊണ്ട് വിദേശമൂലധനത്തെ പ്രതീപ്പെടുത്തുന്നതിനുള്ള നയസമീപനങ്ങൾ ഭരണകർത്താക്കൾക്ക് മുറുകെപ്പിടിച്ചേ പറ്റൂ. ഇതിനു വിഘ്നമുണ്ടായാൽ 1991 ലെ പ്രതിസന്ധിയേക്കാൾ രൂക്ഷമായ സ്ഥിതിയിലേക്ക് സമ്പദ്ഘടന വഴുതിവീഴും. എങ്ങനെയെന്നതു വളരെ

ചുരുക്കി സൂചിപ്പിക്കാനാണ് ഇനി ശ്രമിക്കുന്നത്.

നിയോലിബറൽ നയങ്ങളുടെ വലിയ നേട്ടമായി എടുത്തുപറയുക ഇന്ത്യയുടെ ഭീമൻ വിദേശവിനിമയ ശേഖരമാണ്. 1991 ൽ നിത്യവൃത്തിക്ക് റിസർവ്വ് ബാങ്കിന്റെ കൈയിൽ വിദേശ വിനിമയം ഇല്ലാതെ വന്നപ്പോൾ ഇന്ത്യയിൽ നിന്നും പ്ലെയിൻ ലോഡു കണക്കിനു സ്വർണ്ണം കൊണ്ടുപോയി പണയം വയ്ക്കേണ്ടി വന്നു. ഈ വിദേശ വിനിമയ പ്രതിസന്ധിയാണ് നിയോലിബറൽ യുഗത്തിലേക്കുള്ള വാതിൽ തുറന്നത്. പരിഷ്കാരങ്ങൾ നടപ്പാക്കിയതിന്റെ ഫലമായി ഓരോ വർഷവും രാജ്യത്തിന്റെ വിനിമയ ശേഖരം ഉയർന്നു. 64200 കോടി ഡോളറാണ് വിദേശ വിനിമയ ശേഖരം. ഇത്രയും ഭീമാകാരമായ വിദേശ വിനിമയ ശേഖരം ഇന്ത്യയ്ക്ക് എവിടെ നിന്നു ലഭിച്ചു?

പുതിയ ഇന്ത്യൻ രൂപ

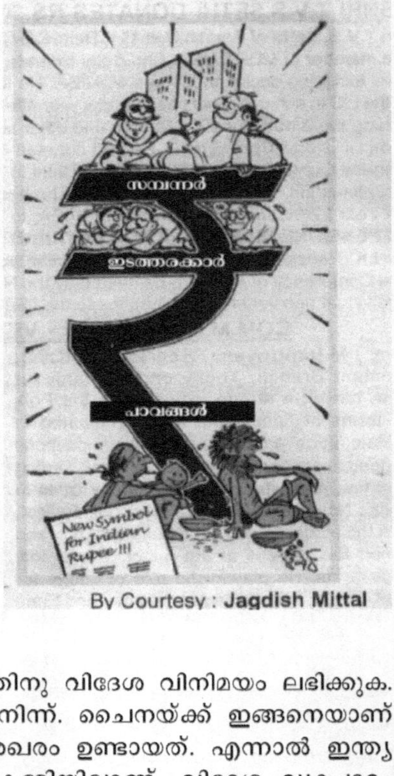

By Courtesy : **Jagdish Mittal**

മൂന്നു വിധത്തിലാണ് രാജ്യത്തിനു വിദേശ വിനിമയം ലഭിക്കുക. ഒന്ന്, വിദേശവ്യാപാര മിച്ചത്തിൽ നിന്ന്. ചൈനയ്ക്ക് ഇങ്ങനെയാണ് അതിഭീമമായ വിദേശ വിനിമയശേഖരം ഉണ്ടായത്. എന്നാൽ ഇന്ത്യ എല്ലാവർഷവും വിദേശവ്യാപാര കമ്മിയിലാണ്. വിദേശ വ്യാപാരം നിലനിർത്താൻ തുടർച്ചയായി വിദേശ വിനിമയശേഖരത്തിൽ നിന്ന് വിദേശ നാണയം ചെലവഴിച്ചുകൊണ്ടിരുന്നേ പറ്റൂ.

രണ്ട്, വിദേശത്തു ജോലി ചെയ്യുന്ന ഇന്ത്യക്കാരും ഇന്ത്യൻ കമ്പനികളും നാട്ടിലേക്ക് പണം അയക്കുമ്പോഴും നമുക്കു വിദേശ വിനിമയം ലഭിക്കും. എന്നാൽ ഇതുകൊണ്ടും ഇന്ത്യയുടെ വ്യാപാര കമ്മിയെ നികത്താനാവില്ല. ഒരുവർഷംപോലും രാജ്യത്തിന്റെ കറണ്ട് അക്കൗണ്ട് മിച്ചമായിരുന്നിട്ടില്ല. എന്നിട്ടും എങ്ങനെയാണ് വിദേശ വിനിമയശേഖരം പെരുകിവീർത്തത്?

മൂന്ന്, വിദേശത്തു നിന്നും കടം വാങ്ങുക അല്ലെങ്കിൽ വിദേശ നിക്ഷേപത്തെ ആകർഷിക്കുക. ഈ മൂന്നാമത്തെ മാർഗം വഴിയാണ് ഇന്ത്യയുടെ വിദേശനാണയ ശേഖരം കുതിച്ചുയർന്നത്. എന്നാൽ ഒരപകടം ഉണ്ട്. വിദേശകടം തിരിച്ചടയ്ക്കണം. വിദേശമൂലധനമാവട്ടെ തിരിച്ചു

പോകാൻ തീരുമാനിച്ചാൽ അവർക്കു വിദേശനാണയ ശേഖരത്തിൽ നിന്ന് അവർ കൊണ്ടുവന്ന വിദേശനാണയം തിരിച്ചു നൽകണം.

ഇന്ത്യയുടെ ഇന്നത്തെ വിദേശ വിനിമയശേഖരം മുഴുവൻ അനുസ്യൂതവും ഒരേ തോതിലുള്ളതുമായ വളർച്ചയുടെ ഫലമല്ല. 1991 മുതലുള്ള ചരിത്രം പരിശോധിച്ചാൽ വിദേശ വിനിമയ വരവിലും ചെലവിലും വലിയ ചാഞ്ചാട്ടം കാണാം. 642 കോടി രൂപയുടെ വിദേശ വിനിമയ ശേഖരത്തിൽ 35300 കോടി ഡോളറും കഴിഞ്ഞ മൂന്നുവർഷംകൊണ്ട് വർദ്ധിച്ചതാണ്. വിദേശമൂലധനം പിൻവലിഞ്ഞാൽ കാറ്റുപോയ ബലൂൺ പോലെ നമ്മുടെ വിദേശനാണയ ശേഖരവും ചുരുങ്ങും.

ഇന്ത്യയിലെ വിദേശനാണയ ശേഖരത്തിൽ ഗണ്യമായൊരു ഭാഗം ഫോറിൻ പോർട്ട്ഫോളിയോ നിക്ഷേപം എന്നു വിശേഷിപ്പിക്കുന്ന സ്റ്റോക്ക് എക്സ്ചേഞ്ചിലേക്കും മറ്റു കമ്പോളങ്ങളിലേക്കും വരുന്ന ഹ്രസ്വകാല നിക്ഷേപങ്ങളാണ്. അവർക്ക് എപ്പോൾ വേണമെങ്കിലും കടന്നുവരാം. എപ്പോൾ വേണമെങ്കിലും തിരിച്ചുവലിയാം. ഒരു തടസ്സവുമില്ല. ഇവിടെയാണ് അപകടം.

കമ്പോളത്തിൽ ചൂതാട്ടത്തിനു വരുന്ന മൂലധനത്തെ സംബന്ധിച്ച കണക്കുകൾ ലഭിക്കുക വളരെ പ്രയാസമാണ്. ഇത്തരത്തിൽ മുതൽ മുടക്കുന്ന സ്ഥാപനങ്ങളെ വിളിക്കുന്ന പേരാണ് ഫോറിൻ ഇൻസ്റ്റിറ്റ്യൂഷണൽ ഇൻവെസ്റ്റേഴ്സ് അഥവാ വിദേശ സ്ഥാപന നിക്ഷേപകർ. ഇവരുടെ മൊത്തം നിക്ഷേപം 28100 കോടി ഡോളർ ആണെന്നാണു കണക്ക്. ഈ പണം ഓഹരികളിലും ബോണ്ടുകളിലുമെല്ലാം നിക്ഷേപിച്ചിരിക്കുകയാണല്ലോ. അവയുടെ വിപണിമൂല്യം 60700 കോടി ഡോളർ വരുമെന്നാണു മറ്റൊരു കണക്ക് (2021 മാർച്ച് 31). ഇവിടെയാണ് അപകടം. ഈ 60700 കോടി ഡോളർ ഷെയറുകളും ബോണ്ടുകളും വിറ്റഴിച്ച് തങ്ങളുടെ പണം പിൻവലിക്കാൻ തീരുമാനിച്ചാൽ 1991 ലെ അവസ്ഥയിൽ എത്തിച്ചേരും.

അതുകൊണ്ടാണ് ഇന്ത്യൻ സമ്പദ്ഘടന പുലിപ്പുറത്താണ് സവാരി ചെയ്യുന്നതെന്നു പറയുന്നത്. പുലിയുടെമേൽ അള്ളിപ്പിടിച്ചിരിക്കുക മാത്രമേ നിവൃത്തിയുള്ളൂ. താഴത്ത് ഇറങ്ങിയാൽ പുലി പിടിച്ചു തിന്നും. ഇന്ത്യൻ ഭരണകൂടത്തിന് വിദേശ മൂലധന നിക്ഷേപകരെ പ്രീതിപ്പെടുത്തിയേപറ്റൂ. അവർക്ക് അനിഷ്ടമായിട്ടുള്ള ഒരു കാര്യവും ചെയ്യാൻ തയ്യാറല്ല. അതുകൊണ്ടാണല്ലോ കോവിഡു കാലത്തും ജനദുരിതത്തെ പൂർണ്ണമായും അവഗണിച്ചുകൊണ്ട് നിയോലിബറൽ നയങ്ങൾ മുറുകെപ്പിടിച്ചത്. എൽഐസിയുടെയും ബാങ്കുകളുടെയും സ്വകാര്യവൽക്കരണം വിദേശ ധനമൂലധനത്തിനെ പ്രീതിപ്പെടുത്തൽ കൂടിയാണ്.

10

ഉപസംഹാരം

എൽഐസിയുടെ ചരിത്രത്തിലൂടെയും ഇന്നുനേരിടുന്ന വെല്ലുവിളികളിലൂടെയുമുള്ള ഓട്ടപ്രദക്ഷിണം ഈ അധ്യായത്തിൽ അവസാനിക്കുകയാണ്. ഒന്നാം അധ്യായം ആരംഭിച്ചത് എൽഐസി രാജ്യത്തിന്റെ അഭിമാനസ്തംഭമാണെന്ന് വിവരിച്ചുകൊണ്ടായിരുന്നു. ലൈഫ് ഇൻഷ്വറൻസിന്റെ പര്യായപദമായിട്ടുണ്ട് എൽഐസി എന്നത്. ആറുപതിറ്റാണ്ടുകൊണ്ട് ആർജ്ജിച്ച ഈ ബ്രാൻഡും സ്വത്തുക്കളും വിറ്റ് കാശാക്കാനുള്ള മോദി സർക്കാരിന്റെ നീക്കത്തിനെതിരായ പോരാട്ടത്തിൽ ഈ ലഘുഗ്രന്ഥം ഒരു പഠനസഹായിയായിരിക്കും. സ്വകാര്യവൽക്കരണത്തിനെതിരെ ഈ ഗ്രന്ഥം മുന്നോട്ടുവയ്ക്കുന്ന മുഖ്യവാദങ്ങൾ ഇവയൊക്കെയാണ്.

ഒന്ന്, ഓഹരി വിൽക്കാൻ കേന്ദ്രസർക്കാരിന് അവകാശമില്ല

കമ്പനി നിയമപ്രകാരമുള്ള മറ്റൊരു പൊതുമേഖലാ കമ്പനിയല്ല എൽഐസി. കേന്ദ്രസർക്കാരിന് എൽഐസിയുടെ ഓഹരിവിറ്റ് കാശാക്കാനുള്ള അധികാരം ഇല്ല. ഈ വാദം സമർത്ഥിക്കുന്നതിനു വേണ്ടിയാണ് സ്വകാര്യ ഇൻഷ്വറൻസ് സ്ഥാപനങ്ങളുടെ ദേശസാൽക്കരണവും എൽഐസി രൂപീകരണവും സവിസ്തരം പ്രതിപാദിച്ചത്. (അധ്യായം 2)

1) സർക്കാർ മുതൽമുടക്കായ 5 കോടി രൂപ ദേശസാൽക്കരിച്ച കമ്പനികളുടെ നഷ്ടപരിഹാരത്തിനുപോലും തികഞ്ഞില്ല. സ്വകാര്യ കമ്പനികൾക്കും മ്യൂചൽ സൊസൈറ്റികൾക്കും നഷ്ടപരിഹാരം നൽകി. സർക്കാരിന്റെ ഓഹരി കൈമാറ്റാവകാശം നിയമത്തിൽ വിഭാവനം ചെയ്തിരുന്നില്ല.
2) ദേശസാൽക്കരണവേളയിൽ പാർലമെന്റ് ചർച്ചകളിൽ ആവർത്തിച്ച് ഉറപ്പിച്ച ഒരു സമീപനമാണ് ട്രസ്റ്റിഷിപ്പ്. പോളിസി

ഉടമകളുടെ നിക്ഷേപത്തിന്റെ ട്രസ്റ്റി മാത്രമാണ് കേന്ദ്രസർക്കാർ. മ്യൂചൽ സൊസൈറ്റികളോടാണ് എൽഐസിക്ക് കൂടുതൽ സാമ്യം.

3) എൽഐസിയുടെ മിച്ചത്തിന്റെ 95 ശതമാനം നിയമപ്രകാരം ഓഹരി ഉടമകൾക്കാണ്. കേന്ദ്രസർക്കാരിന് 5 ശതമാനമേയുള്ളൂ. അതുതന്നെ ഭാവിയിൽ കുറയ്ക്കണമെന്ന കാഴ്ചപ്പാടായിരുന്നു കേന്ദ്ര ധനമന്ത്രിക്ക് ഉണ്ടായിരുന്നത്. ഈ വ്യവസ്ഥ മാറ്റാതെ ഓഹരി വിൽക്കാൻ കഴിയുമായിരുന്നില്ല.

4) ലാഭം പരമാവധി ആക്കലല്ലേ, റിസ്ക് കവറേജിനോടൊപ്പം സമ്പാദ്യസമാഹരണം പരമാവധിയാക്കലായിരുന്നു എൽഐസിയുടെ സാമൂഹ്യധർമ്മം.

ഇവയെക്കുറിച്ച് നിയോലിബറൽ ഉപദേഷ്ടാക്കൾക്ക് നല്ല ബോധ്യമുള്ളതുകൊണ്ടാണ് എൽഐസിയുടെ സംഘടനാ സ്വഭാവം മാറ്റുന്നതിനുവേണ്ടി 1993 ൽ മൽഹോത്ര കമ്മിറ്റിയും 2011 ലും 2021 ലും എൽഐസി നിയമഭേദഗതികളിലൂടെ കേന്ദ്രസർക്കാരും ശ്രമിച്ചത്. 2011 ലെ പരിശ്രമം പാർലമെന്റിൽ പരാജയപ്പെട്ടു. എന്നാൽ 2021 ൽ മോദി സർക്കാർ പാർലമെന്റിലെ വിശദമായ ചർച്ചപോലും ഒഴിവാക്കി ക്രമവിരുദ്ധമായി നിയമഭേദഗതികൾ പാസ്സാക്കിയെടുത്തു. അങ്ങനെയാണ് ഓഹരി വിൽക്കാനുള്ള അവകാശം നേടിയത്. (അധ്യായം 6)

രണ്ട്, പോളിസി ഉടമകളുടെ ഭാവി വരുമാനമാണ് വിറ്റ് കാശാക്കുന്നത്

ബോണസായി പോളിസി ഉടമകൾക്ക് ലഭിക്കേണ്ടുന്ന ഭാവി വരുമാനമാണ് ഓഹരി ഉടമകൾക്ക് നാളെ ലാഭമായി ലഭിക്കുക. എൽഐസിയുടെ മുഴുവൻ മിച്ചത്തിന്റെയും അവകാശികളായ പോളിസി ഉടമകൾക്ക് ഇനിമേൽ പാർട്ടിസിപ്പേറ്റിംഗ് പോളിസികളുടെ മിച്ചത്തിനുമാത്രമേ അർഹതയുണ്ടാവൂ. പാർട്ടിസിപ്പേറ്റിംഗ് പോളിസികളുടെ മിച്ചത്തിൽപ്പോലും ഇനിമേൽ 95 ശതമാനം വിഹിതം ലഭിക്കില്ല. 90 ശതമാനത്തിനേ അർഹതയുണ്ടാകൂ. (അധ്യായം 7). ഈ രണ്ട് മാറ്റങ്ങളുടെ ഫലമായി ഭാവി ബോണസ് ഗണ്യമായി കുറയും. ഇതിന് ഉപോൽബലകമായി മൂന്നു സുപ്രധാന തെളിവുകൾ ഹാജരാക്കുകയുണ്ടായി.

1) ബോണസ് വിതരണം സംബന്ധിച്ച മേൽപ്പറഞ്ഞ രണ്ട് മാറ്റങ്ങൾ വരുന്നതിനു മുമ്പ് എൽഐസിയുടെ എംബെഡഡ് വാല്യുവാക്കി കണക്കാക്കിയത് 1.1 ലക്ഷം കോടി രൂപയാണ്. എന്നാൽ ഏതാനും മാസം കഴിഞ്ഞ് പാർലമെന്റ് 2021-ലെ നിയമഭേദഗതി പാസ്സാക്കിയതോടെ എംബെഡഡ് വാല്യു 5.4 ലക്ഷം കോടി രൂപയായി ഉയർന്നു. പോളിസി ഉടമകളുടെ ബോണസിൽ നിയമഭേദഗതി വഴിയുണ്ടായ കുറവ് ഭാവി ഓഹരി ഉടമകളുടെ ലാഭവിഹിതമായി മാറി.

2) 2020–21 ലെ എൽഐസിയുടെയും ഏറ്റവും വലിയ 5 സ്വകാര്യ

ഇൻഷ്വറൻസ് കമ്പനികളുടെയും ബോണസിന്റെയും ലാഭവിഹിതത്തിന്റെയും താരതമ്യ കണക്ക് വെളിപ്പെടുത്തിയ വലിയൊരു വസ്തുതയുണ്ട്. എൽഐസിയുടെ ബോണസ് ലാഭവിഹിതത്തിന്റെ 20 മടങ്ങിലേറെ വരും. അതേസമയം 5 സ്വകാര്യ കമ്പനികളുടെ ശരാശരി ബോണസ് ലാഭത്തിനേക്കാൾ കുറവാണ് – 80 ശതമാനമേ വരൂ. ഭാവിയിൽ എൽഐസിയുടെ സ്ഥിതിയും ഇതുപോലെയായി തീരും.

3) എൽഐസിയുടെ റെഡ് ഹെറിംഗ് റിപ്പോർട്ടിൽ മാനേജ്മെന്റ് തന്നെ സമ്മതിക്കുന്ന കാര്യമാണിത്. ലൈഫ് ഫണ്ട് രണ്ടായി തിരിച്ചിട്ടുണ്ടെന്നും അതിൽ പാർട്ടിസിപ്പേറ്റിംഗ് ലൈഫ് ഫണ്ടിന്റെ മിച്ചത്തിന്റെ 90 ശതമാനത്തിനു മാത്രമേ പോളിസി ഉടമകൾക്കു ബോണസ് അർഹതയുണ്ടാകൂവെന്നും, ഇതിന്റെ ഫലമായി എൽഐസി പോളിസികളുടെ ആകർഷണീയത കുറയാമെന്നും ഇതൊരു പ്രധാനപ്പെട്ട അനിശ്ചിതത്വ ഘടകമാണെന്നും റിപ്പോർട്ടിൽ പറയുന്നു.

മൂന്ന്, കാര്യക്ഷമത ഉയർത്താൻ ഉദാരവൽക്കരണമോ സ്വകാര്യവൽക്കരണമോ അനിവാര്യമല്ല

സാധാരണഗതിയിൽ പൊതുമേഖലാ കമ്പനികളുടെ സ്വകാര്യവൽക്കരണത്തിന് ന്യായങ്ങളായി പറയുക അവയുടെ കാര്യക്ഷമത ഇല്ലായ്മയും നഷ്ടവുമൊക്കെയാണ്. എന്നാൽ അത് എൽഐസിയെക്കുറിച്ചു പറയാനാവില്ല. രാജ്യത്തെ ഏറ്റവും കാര്യക്ഷമവും ലാഭകരവുമായ ധനകാര്യ സ്ഥാപനമാണ് എൽഐസി. (അധ്യായം 3)

1) 1957–61നും 1993–94 നും ഇടയിൽ എൽഐസിയുടെ മൊത്തം വരുമാനത്തിൽ ചെലവുകളുടെ തോത് 28.26 ശതമാനത്തിൽ നിന്നും 21.83 ശതമാനമായി കുറഞ്ഞു. മാനേജീരിയൽ ചെലവുകളുടെ തോതും കുറഞ്ഞു. റിന്യൂവൽ ചെലവുകളുടെ തോത് 13.92 ശതമാനത്തിൽ നിന്ന് 4.95 ശതമാനമായി കുറഞ്ഞു. അതേസമയം, വരുമാനത്തിൽ നിക്ഷേപത്തിൽ നിന്നുള്ള ആദായവിഹിതം വർദ്ധിച്ചു. ബോണസും ലാഭവിഹിതവുമായി വിതരണം ചെയ്യുന്ന മിച്ചം മൊത്തം ചെലവിന്റെ 0.93 ശതമാനമായിരുന്നത് 1.81 ശതമാനമായി ഉയർന്നു. മൊത്തം വരുമാനത്തിൽ നിന്ന് ലൈഫ് ഫണ്ടിലേക്ക് കൂട്ടിച്ചേർക്കുന്ന വിഹിതവും അടിക്കടി വർദ്ധിച്ചു വന്നു. 1957–61 ൽ 44.09 ശതമാനമായിരുന്നത് 1993–94–ൽ 56.98 ശതമാനമായി ഉയർന്നു.

2) 1956–57 നും 1993–94 നും ഇടയിൽ വളർച്ചയുടെ എല്ലാ സൂചികകളിലും ശ്രദ്ധേയമായ വർദ്ധനയുണ്ടായി. ലൈഫ് ഇൻഷ്വറൻസ് കവറേജ് ജനസംഖ്യയുടെ 1.68 ൽ നിന്ന് 9.86 ആയി വർദ്ധിച്ചു. ലൈഫ് ഇൻഷ്വറൻസ് പെനട്രേഷൻ അഥവാ മൊത്തം പ്രീമിയവും ദേശീയവരുമാനവുമായുള്ള തോത് 0.66 ൽ നന്ന് 1.24

ആയി ഉയർന്നു. ലൈഫ് ഇൻഷ്വറൻസ് ഡെൻസിറ്റി അഥവാ ആളോഹരി പ്രീമിയം തുക 2.19 രൂപയിൽ നിന്ന് 109.63 രൂപയായി ഉയർന്നു. ലൈഫ് ഇൻഷ്വറൻസ് സമ്പാദ്യത്തോത് 3.02 ശതമാനത്തിൽ നിന്ന് 5.47 ശതമാനമായി ഉയർന്നു.

3) രാജ്യത്തു വലിയ വിപണനശൃംഖലയുള്ള പൊതുമേഖലാ ബാങ്കുകളും അല്ലെങ്കിൽ അതുപോലുള്ള മറ്റു ധനകാര്യസ്ഥാപനങ്ങളും ചേർന്നാണ് സ്വകാര്യ ഇൻഷ്വറൻസ് കമ്പനികൾ ആരംഭിച്ചതെങ്കിലും കമ്പോള മത്സരത്തിൽ എൽഐസിയെ തോൽപ്പിക്കാനായില്ല. ഇന്നും പോളിസികളുടെ 70 ശതമാനത്തിലേറെയും പ്രീമിയത്തിന്റെ 60 ശതമാനത്തിൽ ഏറെയും എൽഐസിയുടെ വലയത്തിലാണ്. കാര്യക്ഷമത അളന്നാൽ എൽഐസിയുടെ നടത്തിപ്പ് ചെലവ് പ്രീമിയത്തിന്റെ 8.7 ശതമാനം ആയിരിക്കുമ്പോൾ സ്വകാര്യ കമ്പനികളുടേത് 12.6 ശതമാനമാണ്. സാമൂഹ്യലക്ഷ്യങ്ങൾക്കും സുരക്ഷയ്ക്കും മുൻഗണന നൽകിയാണ് എൽഐസിയുടെ നിക്ഷേപങ്ങളെങ്കിലും ഓഹരി നിക്ഷേപം മാറ്റിനിർത്തിയാൽ ലൈഫ് ഫണ്ടിൽ നിന്നുള്ള ആദായനിരക്കിലും വലിയ വ്യത്യാസം ഇരുവിഭാഗങ്ങളും തമ്മിൽ കാണാനാവുകയില്ല.

4) വികസിത രാജ്യങ്ങളിലെ ഇൻഷ്വറൻസ് സൂചികകളിൽ നിന്ന് വളരെ താഴെയായിരുന്നു ഇന്ത്യയുടെ സ്ഥാനം. ഇതാണു ഇൻഷ്വറൻസ് ഉദാരവൽക്കരണത്തിനായുള്ള ഒരു മുഖ്യവാദം. എന്നാൽ ഇതിന്റെ അടിസ്ഥാനകാരണം രാജ്യത്തിന്റെ സാമ്പത്തിക പിന്നോക്കാവസ്ഥയാണ്. നാലാം അധ്യായത്തിലെ ഏറ്റവും പ്രധാനപ്പെട്ട നിരീക്ഷണങ്ങളിലൊന്ന് 80-കളിൽ എൽഐസിയുടെ വളർച്ചയുടെ ഗതിവേഗം ഉയരുന്നഘട്ടത്തിലാണ് സ്വകാര്യവൽക്കരണവാദം 1993 ലെ മൽഹോത്ര കമ്മിറ്റിയിലൂടെ മുന്നോട്ടുവരുന്നതെന്നാണ്. രണ്ടുപതിറ്റാണ്ടത്തെ ഉദാരവൽക്കരണത്തിനു ശേഷവും ഇന്ത്യയുടെ താരതമ്യ പിന്നോക്കാവസ്ഥയിൽ മാറ്റമൊന്നും ഉണ്ടായിട്ടില്ല. മാത്രമല്ല, മോദി സർക്കാരിന്റെ കാലഘട്ടത്തിൽ ഇൻഷ്വറൻസിന്റെ വളർച്ച മന്ദീഭവിക്കുകയും ചെയ്തു. (അധ്യായം 5)

നാല്, എൽഐസി വിൽപ്പനയുടെ പിന്നിൽ വിദേശ മൂലധന സമ്മർദ്ദം

ആഗോള സമ്പദ്ഘടനയിൽ ഇന്ന് ആധിപത്യം പുലർത്തുന്നത് ഫിനാൻസ് ക്യാപ്പിറ്റൽ അഥവാ ധനമൂലധനം ആണ്. സാമ്രാജ്യത്വ ചൂഷണത്തിന്റെ ഏറ്റവും വലിയ മേഖല ധനകാര്യമാണ്. ഉദാരവൽക്കരണ-സ്വകാര്യവൽക്കരണ നയങ്ങൾ ഇൻഷ്വറൻസ് മേഖലയിലേക്കുള്ള വിദേശ മൂലധനത്തിന്റെ കടന്നുവരവിനു വഴിയൊരുക്കുന്നു. രാജ്യത്തിന്റെ ഉത്തമ വികസന താൽപ്പര്യങ്ങൾ ആയിരുന്നില്ല, അമേരിക്കയുടെയും വികസിതരാജ്യങ്ങളുടെയും സമ്മർദ്ദത്തിനു വഴങ്ങിയാണ് മൽഹോത്ര കമ്മീ

ഷൻ രൂപീകരിച്ചത്. സൂപ്പർ 301 ഭീഷണിയും അതിൽ നിന്നും തലയൂരാൻ ഇന്ത്യ നൽകിയ രഹസ്യ ഉറപ്പുകളും ഗാട്ട് ചർച്ചകളിലെ നിലപാടുകൾ ദുർബലമാക്കിയതിനെക്കുറിച്ചുമെല്ലാം സാമാന്യം വിശദീകരിച്ചു പ്രതിപാദിച്ചിട്ടുണ്ട്. (അധ്യായം 4)

എൽഐസിയുടെ സ്വഭാവത്തിൽ ഒരു മാറ്റവും നടത്താൻ ഉദ്ദേശമില്ലായെന്ന ഉറപ്പിൽ ഇൻഷ്വറൻസ് മേഖല സ്വകാര്യ കമ്പനികൾക്ക് തുറന്നുകൊടുത്തു. പുതിയതായി പ്രവർത്തനം ആരംഭിച്ച 23 ലൈഫ് ഇൻഷ്വറൻസ് കമ്പനികളിൽ എല്ലാംതന്നെ വിദേശസംയുക്ത സംരംഭങ്ങളാണ്. പക്ഷേ, കമ്പോള മത്സരത്തിൽ എൽഐസിയെ കീഴ്പ്പെടുത്താൻ സ്വകാര്യ കമ്പനികൾക്കു കഴിഞ്ഞില്ല. എന്താണ് എൽഐസിയുടെ മത്സരശേഷിക്ക് അടിസ്ഥാനം? (അധ്യായം 5)

1) ഇന്ത്യയിലെ ഉപഭോക്താക്കൾക്ക് എൽഐസിയുടെ ബിസിനസ് മോഡലാണ് അഭികാമ്യം. മിച്ചത്തിന്റെ 5 ശതമാനം മാത്രം ഓഹരി ഉടമയ്ക്കു നൽകുകയും ബാക്കി പോളിസി ഉടമകൾക്കു വിതരണം നടത്തുകയും ചെയ്യുന്ന എൽഐസിയെ എങ്ങനെയാണ് മിച്ചത്തിന്റെ പകുതിയിലേറെ ലാഭമായിട്ട് ഓഹരി ഉടമകൾക്കു കൊടുക്കുന്ന സ്വകാര്യ കമ്പനികൾക്കു മത്സരത്തിൽ തോൽപ്പിക്കാനാവുക?
2) എൽഐസി പോളിസികൾക്കു സമ്പൂർണ്ണ സുരക്ഷിതത്വമുണ്ട്. പരമാധികാര ഗ്യാരണ്ടി അവയ്ക്കുണ്ട്. ഈ സുരക്ഷിതത്വം സ്വകാര്യ കമ്പനികൾക്ക് ഇല്ല. മാത്രവുമല്ല, ആദായം വർദ്ധിപ്പിക്കുന്നതിനുവേണ്ടി കൂടുതൽ പ്രതിഫലം തരുന്ന എന്നാൽ അതുകൊണ്ടുതന്നെ റിസ്ക് ഏറെയുള്ള ഓഹരികളിൽ നിക്ഷേപിക്കാൻ അവർ നിർബന്ധിതരാവുന്നു. എൽഐസിയുടെ നിക്ഷേപത്തിൽ 25 ശതമാനമേ ഓഹരികൾ വരുന്നുള്ളൂ. അതേസമയം സ്വകാര്യകമ്പനികളുടെ നിക്ഷേപത്തിന്റെ 50 ശതമാനത്തിലേറെ ഓഹരികളിലാണ്.
3) ബാങ്കുകളെയും മറ്റും ഉപയോഗപ്പെടുത്തി വിപുലമായ വിപണന ശൃംഖല മറ്റു കമ്പിനികളും സ്ഥാപിച്ചെങ്കിലും എൽഐസിയുടെ സുശിക്ഷിതമായ ഏജൻസി ശൃഖലയോട് മത്സരിക്കുക പ്രയാസകരമാണ്. ഗ്രാമപ്രദേശങ്ങളിലും സാധാരണക്കാരുടെ ഇടയിലും എത്തിച്ചേരുന്നത് എൽഐസിയാണ്. മാത്രമല്ല, കൈകാര്യം ചെയ്യുന്ന പോളിസികളുടെ എണ്ണത്തിലും തുകയിലും എൽഐസിയുടെ ഏജന്റുമാരുടെ ശരാശരി ഉൽപ്പാദന ക്ഷമത സ്വകാര്യമേഖലയേക്കാൾ വളരെ മുന്നിലാണ്.
4) സ്വകാര്യ കമ്പനികളിൽ എല്ലാവർക്കും അന്തർദേശീയ ബ്രാൻഡ് ഉണ്ടെങ്കിലും ഇന്ത്യയിലെ ഉപഭോക്താക്കൾക്ക് അവ പരിചിതമല്ല. എൽഐസി ആകട്ടെ ഇന്ത്യയിലെ ഏറ്റവും ആകർഷകമായ ബ്രാൻഡ് ആണ്.

ഈ പശ്ചാത്തലത്തിലാണ് എൽഐസിയുടെ സ്വകാര്യവൽക്കരണം വിദേശകമ്പനികളുടെ വിജയത്തിന് അനിവാര്യമായി തീരുന്നത്. അതോടെ എൽഐസിയുടെ പോളിസി ഉടമകളെ കേന്ദ്രീകരിച്ചുകൊണ്ടുള്ള ബിസിനസ് മോഡലിന് അന്ത്യമാകും. പരമാധികാര ഗ്യാരണ്ടിയും അവസാനിക്കും. ഇപ്പോൾ എൽഐസി ഓഹരി വാങ്ങിയിരിക്കുന്നതിൽ ഏറ്റവും പ്രമുഖം സ്വകാര്യ ഇൻഷ്വറസുകളുമായി ബന്ധമുള്ള മ്യൂചൽ ഫണ്ടുകളാണ്. നാളെ എൽഐസി തന്നെ അവരുടെ നിയന്ത്രണത്തിലേക്ക് വന്നുകൂടായ്ക ഇല്ലല്ലോ.

അഞ്ച്, എൽഐസിയുടെ വിൽപ്പന മറ്റൊരു പൊതുമുതൽ കൊള്ളയാണ്

സ്വകാര്യവൽക്കരണം രാജ്യത്തിന്റെ പൊതുവായ സമ്പത്ത് കോർപ്പറേറ്റ് ശക്തികൾക്കു സഹായവിലയ്ക്ക് കൈമാറുന്ന രീതിയാണ്. ഇന്ത്യയിലെ ഇതുവരെയുള്ള സ്വകാര്യവൽക്കരണ അനുഭവങ്ങളുടെ അടിസ്ഥാനത്തിൽ പല ഉദാഹരണങ്ങളും പരാമർശിക്കുകയുണ്ടായി. അവ പോലെതന്നെ എൽഐസി വിൽപ്പനയും പൊതുസ്വത്തിന്റെ കൊള്ളയാണ്. (അധ്യായം 9)

1) ഓഹരി വിലയുടെ അടിസ്ഥാനം എൽഐസിയുടെ എംബഡഡ് വാല്യുവാണ്. കഴിഞ്ഞ ആഗോളധനകാര്യ കുഴപ്പകാലത്ത് രൂപം കൊണ്ടൊരു കണക്കു കൂട്ടൽ രീതിയാണിത്. ഇതുസംബന്ധിച്ച് ഒട്ടേറെ വിമർശനങ്ങളുണ്ട്. എൽഐസിയെ നിക്ഷേപകരുടെ കാഴ്ചപ്പാടിൽ നിന്നുകൊണ്ട് ഭാവി ഡിവിഡന്റ് വരുമാനം എത്ര ലഭിക്കും? അവയുടെ ഇന്നത്തെ അസൽ ആസ്തി മൂല്യം എത്ര? എന്നതാണ് എംബഡഡ് വാല്യുകൊണ്ട് കണക്കാക്കുന്നത്. 1.1 ലക്ഷം കോടി രൂപയിൽ നിന്ന് എംബഡഡ് വാല്യു 5.4 ലക്ഷം കോടി രൂപയായി ഉയർന്നത് നാം നേരത്തെ കണ്ടുവല്ലോ. അനുമാനങ്ങളുടെ അടിസ്ഥാനത്തിൽ കണക്കുകളിൽ എത്ര മാറ്റംവരാമെന്നതിന്റെ സൂചനയാണിത്. എൽഐസിയുടെ ആസ്തികൾ ഏതാണ്ട് 40 ലക്ഷം കോടി രൂപ വരും. ഇതുതന്നെ ഭൂസ്വത്തുക്കൾ വാങ്ങിയ വിലയ്ക്ക് കണക്കാക്കുമ്പോൾ കിട്ടുന്നതാണ്. അതുപോലെ ഓഹരികളുടെ വിപണിമൂല്യം പരിഗണിച്ചിട്ടില്ല. ബ്രാൻഡിന്റെ വില കണക്കാക്കിയിട്ടില്ല. ഇങ്ങനെയൊരു കമ്പനിയുടെ മൂല്യം 5.5 ലക്ഷം കോടി രൂപയാണെന്നാണ് വിലയിരുത്തിയിരിക്കുന്നത്.
2) മേൽപ്പറഞ്ഞതു വളരെ താഴ്ന്ന മതിപ്പുകണക്കാണെന്ന് എല്ലാവർക്കും ബോധ്യമുള്ളതുകൊണ്ട് ഈ തുകയെ ഒരു ഗുണകഘടകംകൊണ്ട് ഗുണിച്ചാണ് കമ്പനിയുടെ വിപണിമൂല്യം കണക്കാക്കുക. ഈ ഗുണകഘടകം കണ്ടെത്തുന്നതിന് ഉപയോഗിക്കാവുന്ന ഒരു മാർഗ്ഗം സമാനമായ കമ്പനികളുടെ ഗുണകഘടകം എന്തായിരുന്നുവെന്നു നോക്കലാകും. ഇന്ത്യയിലെ മറ്റു സ്വകാര്യ

ഇൻഷ്വറൻസ് കമ്പനികളുടെ ഐപിഒയ്ക്ക് ഉപയോഗിച്ച ഗുണ കഘടകം 2.49 നും 3.96 നും ഇടയ്ക്കാണ്. എൽഐസി ഇവയേക്കാൾ എത്രയോ വലിയ കമ്പനിയാണ്. അതുകൊണ്ട് ഗുണകഘടകം 5 എങ്കിലും ആകുമെന്നായിരുന്നു ആദ്യ പ്രവചനങ്ങൾ. എന്നാൽ കേന്ദ്രസർക്കാർ തീരുമാനിച്ചത് 1.1 ഗുണകഘടകമാണ്. തീവെട്ടിക്കൊള്ളയാണിത്.

3) എൽഐസി അധികൃതരുടെ വിശദീകരണം ഇന്നത്തെ അന്തർദേശീയ സാഹചര്യത്തിൽ ഈ വിലയേ കിട്ടൂവെന്നാണ്. വേറെ നിർവ്വാഹമില്ലായെന്ന വിശദീകരണക്കാരോട് നമ്മുടെ ലളിതമായ ചോദ്യം ഇതാണ് – എന്തുകൊണ്ട് ഇന്നത്തെ നിക്ഷേപാന്തരീക്ഷം മാറാൻവേണ്ടി ഏതാനും മാസങ്ങൾകൂടി കാത്തിരുന്നുകൂടാ? ഇതിനിടയിൽ രാജ്യത്തിന് എന്തെങ്കിലും അപരിഹാര്യമായ നഷ്ടമുണ്ടാകുമോ?

ആറ്, കേന്ദ്രസർക്കാർ വിത്ത് എടുത്ത് ഉണ്ണുകയാണ്

എൽഐസിയിൽ നിന്ന് കേന്ദ്രസർക്കാരിന് ഇതുവരെ 28695 കോടി രൂപ ലാഭവിഹിതമായി കിട്ടിയിട്ടുണ്ട്. 2021–ൽ 2734 കോടി രൂപയാണ് അസ്സൽ ലാഭം. ഇത് അത്യാവശ്യമെങ്കിൽ കേന്ദ്രസർക്കാരിന് ഇനിയും ഉയർത്താവുന്നതേയുള്ളൂ. അതിനു സ്വകാര്യവൽക്കരണത്തിന്റെ ആവശ്യമില്ല. മാത്രമല്ല, കേന്ദ്രസർക്കാരിന് എൽഐസിയുടെ ഭീമമായ ലൈഫ് ഫണ്ട് ഉടമസ്ഥനെന്ന രീതിയിൽ സർക്കാരിന്റെ നിയന്ത്രണാധികാരത്തിലാണ്. പക്ഷേ കേന്ദ്രസർക്കാരിന് ഇതുപോരാ. ഭാവിയിലെ വരുമാനമോ രാജ്യത്തിന്റെ താൽപ്പര്യമോ അല്ല ഇന്ന് പരമാവധി തുക കൈക്കലാക്കുകയെന്നുള്ളതാണു ലക്ഷ്യം. (അധ്യായം 9) എന്തുകൊണ്ട്?

1) സമ്പന്നരിൽനിന്ന് നികുതി പിരിക്കാൻ തയ്യാറാകാത്തതിന്റെ ഫലമായി ബജറ്റിലെ റവന്യു ചെലവുകൾക്ക് പുതിയ സ്രോതസ്സുകളിൽ നിന്നു വിഭവങ്ങൾ കണ്ടെത്തിയേപറ്റൂ. ഇതു സർക്കാർ വായ്പയായി എടുക്കുകയാണെങ്കിൽ ധനക്കമ്മി ഉയരും. അതുകൊണ്ട് ഭാവി ബാധ്യതകൾ സൃഷ്ടിക്കാത്ത മൂലധന വരുമാനം കണ്ടെത്തിയേ തീരൂ. എൽഐസി പോലുള്ള പൊതുമേഖലാ കമ്പനികൾ സ്വകാര്യവൽക്കരിക്കുന്നതിന്റെ ഉന്നമിതാണ്. സർക്കാരിന്റെ ധനകമ്മിയെ ബാധിക്കാതെ മൂലധന വരുമാനം ഉയർത്താൻ പൊതുമേഖലാ വിൽപ്പന സഹായിക്കുന്നു.

2) ഇന്ത്യൻ പൊതുമേഖലാ സ്ഥാപനങ്ങളിൽ ഏറ്റവും ആകർഷകമായ വിൽപ്പന സാധ്യത എൽഐസിക്കാണ്. അത് പ്രഥമ ഐപിഒയിൽ നിന്നുതന്നെ തെളിഞ്ഞിട്ടുണ്ട്. വിൽക്കുന്നത് പോളിസി ഉടമകളുടെ സ്വത്താണ്. വിറ്റുവരുമാനമാവട്ടെ സർക്കാരിനുള്ളതും.

3) പ്രത്യയശാസ്ത്ര പിടിവാശിയും ഒരു കാരണമാണ്. സർക്കാരിന്റെ ബിസിനസ് ബിസിനസിലല്ല എന്നാണല്ലോ നിയോലിബറൽ ആപ്

തവാക്യം. ഇതിനോടുള്ള പ്രതിബദ്ധത ഉയർത്തിപ്പിടിക്കാം. അതാവട്ടെ വിദേശ മൂലധനത്തിന് ഏറ്റവും ഇഷ്ടപ്പെട്ട നടപടിയുമാകും.

ഏഴ്, എൽഐസിയുടെ സ്വകാര്യവൽക്കരണം സാമൂഹ്യനീതിക്ക് എതിരാണ്

എൽഐസിയുടെ സ്വകാര്യവൽക്കരണം ഗ്രാമീണ മേഖല, ചെറുകിടക്കാർ, ദുർബലവിഭാഗങ്ങൾ എന്നിവരുടെ താൽപ്പര്യങ്ങളെ എങ്ങനെ പ്രതികൂലമായി ബാധിക്കുമെന്നതിനു പല തെളിവുകളും ഗ്രന്ഥത്തിൽ മുന്നോട്ടുവച്ചിട്ടുണ്ട്. (അധ്യായം 8) പൊതുമേഖല സ്വകാര്യവൽക്കരണം ഭരണഘടനയുടെ മാർഗ്ഗനിർദ്ദേശക തത്വങ്ങളുടെ സ്പിരിറ്റിന് എതിരാണെന്നതാണ് ഈ ഗ്രന്ഥത്തിലെ സമീപനം.

1) ലാഭം പരമാവധിയാക്കുക ലക്ഷ്യമാകുമ്പോൾ വലുപ്പം കൂടിയ പോളിസികളിലേക്ക് ശ്രദ്ധ മാറുന്നത് സ്വാഭാവികമാണ്. എൽഐസിയുടെ ശരാശരി ടിക്കറ്റ് വലുപ്പം സ്വകാര്യ കമ്പനികളുടേതിന്റെ 18 ശതമാനമേ വരൂ.
2) ഗ്രാമീണ മേഖലയിൽ ഇന്നും ഇൻഷ്വറൻസിന്റെ വ്യാപനം പിന്നോക്കമാണ്. എൽഐസിയുടെ പോളിസികളിൽ ഉണ്ടാകുന്ന വർദ്ധനവിൽ ഗണ്യമായ ഭാഗം ഗ്രാമീണ മേഖലയിൽ നിന്നാണ്. അതേസമയം സ്വകാര്യ കമ്പനികൾ കൂടുതലും നഗരമേഖലയിലാണു ശ്രദ്ധകേന്ദ്രീകരിക്കുന്നത്. സ്വകാര്യവൽക്കരണം ഗ്രാമീണ മേഖലയ്ക്കു തിരിച്ചടിയാകും.
3) എൽഐസി ഒരുലക്ഷത്തിലേറെ ജീവനക്കാർ പ്രവർത്തിക്കുന്ന തൊഴിൽ സ്ഥാപനമാണ്. ഈ തൊഴിലവസരങ്ങളുടെ പകുതിയിലേറെ പട്ടികവിഭാഗങ്ങൾക്കും പിന്നോക്കവിഭാഗങ്ങൾക്കും സംവരണം ചെയ്യപ്പെട്ടിരിക്കുന്നു. സ്വകാര്യവൽക്കരണത്തോടെ ഈ സംവരണം ഇല്ലാതാകും. ഇതു സാമൂഹ്യനീതിക്ക് വലിയ തിരിച്ചടിയാകും.
4) സ്ത്രീകൾക്കും മറ്റു പാർശ്വവൽക്കരിക്കപ്പെട്ട വിഭാഗങ്ങൾക്കും വേണ്ടി ഒട്ടേറെ നൂതനമായ മൈക്രോ ഇൻഷ്വറൻസ് – പെൻഷൻ പദ്ധതികൾ എൽഐസി നടപ്പാക്കുന്നുണ്ട്. ക്രോസ് സബ്സിഡിയുടെ അടിസ്ഥാനത്തിൽ പ്രവർത്തിക്കുന്ന ഈ പദ്ധതികൾക്കു തിരിച്ചടിയാകും സ്വകാര്യവൽക്കരണം.

എൽഐസി സംരക്ഷിക്കാൻ കേരളം ഒറ്റക്കെട്ട്

എൽഐസിയുടെ സ്വകാര്യവൽക്കരണം രാജ്യത്തിന്റെ വികസനത്തെ സംബന്ധിച്ച് വിനാശകരമായിരിക്കുമെന്നതു വ്യക്തമാണ്. അതുകൊണ്ട് ഓഹരി വിൽപ്പനക്കാരുടെ ന്യായം 3.5 ശതമാനം ഓഹരിയല്ലേ വിൽക്കുന്നുള്ളൂവെന്നാണ്. ഈ ഐപിഒ തുടക്കം മാത്രമാണ്. സ്റ്റോക്ക് എക്സ്ചേഞ്ചിൽ ലിസ്റ്റ് ചെയ്യണമെങ്കിൽ 25 ശതമാനം ഓഹരിയെങ്കിലും പബ്ലിക്കിന്റെ കയ്യിൽ ആയിരിക്കണം. 49 ശതമാനം ഓഹരി വിൽ

ക്കുന്നതിന് ഇപ്പോൾത്തന്നെ നിയമം അനുവദിക്കുന്നുണ്ട്. കേന്ദ്രസർക്കാരിനെ സംബന്ധിച്ചിടത്തോളം എൽഐസി ഒരു സ്വർണ്ണ ഖനിയാണ്. പരമാവധി വിറ്റു കാശാക്കാനായിരിക്കും കേന്ദ്രസർക്കാരിന്റെ ശ്രമം.

നടന്നത് നടന്നു. ഇനി കൂടുതൽ വിൽപ്പന അനുവദിക്കില്ല. ഇതായിരിക്കണം എൽഐസി സംരക്ഷിക്കണമെന്ന് ആഗ്രഹിക്കുന്ന ഏവരുടെയും ലക്ഷ്യം. ഇതിനായി അതിവിപുലമായൊരു ജനകീയ പ്രസ്ഥാനം ദേശവ്യാപകമായി രൂപംകൊള്ളണം. ഇതുവരെയുള്ള പോരാട്ടം മുഖ്യമായും ജീവനക്കാരുടെയും ഏജന്റുമാരുടെയും മുൻകയ്യിൽ ആയിരുന്നു. അവരുടെ ചെറുത്തുനിൽപ്പും അതു സൃഷ്ടിച്ച പൊതുജന അഭിപ്രായവുമാണ് എൽഐസിയുടെ സ്വകാര്യവൽക്കരണത്തെ കാൽനൂറ്റാണ്ടു വൈകിപ്പിച്ചത്.

ഓഹരി വിൽപ്പനയിലൂടെ ഒരു യാഥാർത്ഥ്യം വളരെ പ്രകടമായി വെളിച്ചത്തുവന്നു. ഓഹരി വിൽപ്പനയുടെ ഏറ്റവും വലിയ നഷ്ടം 30 കോടിയോളം വരുന്ന പോളിസി ഉടമകൾക്കായിരിക്കും. അവർക്ക് ചെറിയൊരു ശതമാനം ഓഹരി സംവരണം ചെയ്തതുകൊണ്ട് പ്രശ്നം പരിഹരിക്കാൻ കഴിയില്ല. ദേശസാൽക്കരണ കാലത്തെന്നപോലെ അവർക്ക് നഷ്ടപരിഹാരം നൽകിയേതീരൂ. ഇതു മറികടക്കുന്നതിന് എൽഐസിയുടെ സ്വഭാവത്തിൽ വരുത്തിയ നിയമപരമായ ഭേദഗതി ചോദ്യം ചെയ്യപ്പെടും. ഓഹരി ഉടമകളിൽ ഒരു വലിയ വിഭാഗത്തെ സമരത്തിൽ അണിനിരത്താനായാൽ അത് സ്വതന്ത്ര ഇന്ത്യ കണ്ട ഏറ്റവും വലിയ ബഹുജന പ്രസ്ഥാനങ്ങളിൽ ഒന്നായി മാറും. ഇതിനുള്ള സാധ്യതയുടെ സൂചനയായിരുന്നു 1999-ൽ ഐആർഡിഎ ബില്ലിനെതിരെയുള്ള പ്രക്ഷോഭത്തിൽ ശേഖരിച്ച ഒന്നരക്കോടി ഒപ്പുകൾ.

അതിവിപുലവും തുടർച്ചയുമായ രീതിയിൽ ജനങ്ങളെ അണിനിരത്താൻ കഴിഞ്ഞാൽ സൃഷ്ടിക്കാവുന്ന രാഷ്ട്രീയ പ്രത്യാഘാതങ്ങളുടെ നല്ലൊരു സൂചനയാണ് ഡൽഹിയിലെ കർഷക സമരം. പാർലമെന്റിനെ ബുൾഡോസ് ചെയ്ത് കർഷക നിയമങ്ങൾ പാസ്സാക്കിയെടുത്തു. ഒരു കാരണവശാലും അവ പിൻവലിക്കുന്ന പ്രശ്നമില്ലായെന്ന അസന്ദിഗ്ദ നിലപാട് പലവട്ടം പ്രധാനമന്ത്രി തന്നെ പ്രഖ്യാപിച്ചു. പക്ഷേ, ഡൽഹി അതിർത്തിയിലെ ലക്ഷങ്ങളുടെ സഹനസമരം ഒരുവർഷക്കാലം നീണ്ടപ്പോൾ അത് ജനങ്ങളുടെ മനസ്സിനെ സ്വാധീനിച്ചുതുടങ്ങി. യുപി, പഞ്ചാബ് തെരഞ്ഞെടുപ്പിനു മുമ്പ് കർഷകസമരം അവസാനിപ്പിക്കുന്നതിനു സാഹചര്യമൊരുക്കിയില്ലെങ്കിൽ വലിയ രാഷ്ട്രീയ വില ബിജെപി നൽകേണ്ടിവരുമെന്നു വ്യക്തമായി. നിരുപാധികമായി നിയമങ്ങൾ മാറ്റിവക്കേണ്ടിവന്നു. ഇത്തരമൊരു പ്രക്ഷോഭം എൽഐസി സംരക്ഷണത്തിനായി തുടക്കംകുറിക്കാനാണു ശ്രമിക്കുന്നത്.

പ്രധാന ദേശീയ ട്രേഡ് യൂണിയൻ സംഘടനകളായ സിഐടിയു, ഐഎൻടിയുസി, എഐടിയുസി, എച്ച്എംഎസ്, യുടിയുസി, സേവ, എൽഐസിയിലെ പ്രധാന യൂണിയനുകളായ AIIEA, LICAOI,

NLIEA, NFIFWI, AIIPA തുടങ്ങിയ സംഘടനകളും സംയുക്തമായി എറണാകുളം ടൗൺഹാളിൽ വച്ച് വിപുലമായൊരു കൺവെൻഷൻ 2022 മാർച്ച് 13 ന് വിളിച്ചു ചേർത്തു. അതിനു പ്രാരംഭമായി ഈ സംഘടനകളുടെ പ്രത്യേക യോഗവും ആശയക്രോഡീകരണത്തിനായി നൂറിൽപ്പരം വർഗ്ഗബഹുജന സംഘടനകളുടെയും ജനപ്രതിനിധികളുടെയും ഏകദിന വെബിനാറും നടത്തിയിരുന്നു. എറണാകുളം സമ്മേളനം ഒരു സംസ്ഥാനതല സംഘാടകസമിതിക്കു രൂപം നൽകി. ആ സമ്മേളനം 'എൽഐസിയെ രക്ഷിക്കാൻ കേരളം ഒറ്റക്കെട്ട്' എന്ന പേരിൽ ഒരു കൊച്ചി പ്രഖ്യാപനവും പുറപ്പെടുവിച്ചു. യഥാർത്ഥത്തിൽ ഈ ഗ്രന്ഥം കൊച്ചി പ്രഖ്യാപനത്തിന്റെ വിശദീകരണവും വ്യാഖ്യാനവുമാണ്.

എല്ലാ ജില്ലകളിലും ജില്ലാതല കൺവെൻഷനുകൾ വിളിച്ചുചേർത്ത് ജില്ലാ സംഘാടക സമിതികൾക്കു രൂപം നൽകിക്കൊണ്ടിരിക്കുകയാണ്. തുടർന്ന് 140 മണ്ഡലങ്ങളിലും കൺവെൻഷനുകൾ ചേർന്ന് സംഘാടക സമിതികൾ രൂപീകരിക്കും. ഇതിനെ തുടർന്നാണ് പ്രക്ഷോഭപ്രചാരണത്തിന്റെ ഏറ്റവും പ്രധാനപ്പെട്ട പ്രവർത്തനം ആരംഭിക്കുക.

10,000 ജനസഭകൾ വിളിച്ചു ചേർക്കാനാണു പരിപാടി. ജനസഭകളിൽ പ്രസംഗിക്കുന്നവർക്കു പ്രത്യേക പരിശീലനം നൽകും. ഇതിനായി എല്ലാ ജില്ലകളിലും ഏകദിന പരിശീലന ക്ലാസുകൾ നടത്തും. ജില്ലാ ക്ലാസുകൾ സംഘടിപ്പിക്കുന്നതിനുള്ള സംസ്ഥാനതല പരിശീല

കർക്കുവേണ്ടി നെയ്യാർ രാജീവ്ഗാന്ധി ഇൻസ്റ്റിറ്റ്യൂട്ടിൽവച്ച് രണ്ടുദിവസത്തെ പരിശീലന ക്യാമ്പും നടത്തുന്നുണ്ട്.

സാമൂഹ്യമാധ്യമങ്ങൾ ആയിരിക്കും പ്രധാനപ്പെട്ട പ്രചാരണ ഉപാധികൾ. എൽഐസി സംരക്ഷണത്തിനായി തൊഴിലാളികളും ഏജന്റുമാരും പോളിസി ഉടമകളും പൊതുസമൂഹവും ഒരുമിച്ചു നടത്തുന്ന പോരാട്ടത്തിന്റെ വിവരങ്ങൾ തത്സമയം പങ്കുവയ്ക്കുന്നതിനും എൽഐസി സംരക്ഷണവുമായി ബന്ധപ്പെട്ട ആശയങ്ങൾ പൊതു സമൂഹവുമായി സംവദിക്കുന്നതിനു വേണ്ടി ഒരു വെബ് സൈറ്റ് തുറന്നു. www.peopleforlic.in എന്നതാണ് വിലാസം. വെബ്സൈറ്റിനു പുറമേ ഫെയ്സ്ബുക്ക് (https://www.facebook.com/People-for-LIC109103915071283), ട്വിറ്റർ (https://twitter.com/people_for_lic), ഇൻസ്റ്റഗ്രാം (https://www.instagram.com/people_for_lic/) എന്നിവയിലും People For LIC അക്കൗണ്ടുകളുണ്ട്.

എൽഐസി സംരക്ഷണത്തിനായുള്ള അതിവിപുലവും തുടർച്ചയുള്ളതുമായ ഒരു ബഹുജനവേദി കേരളത്തിൽ പ്രവർത്തനക്ഷമമാകുന്നത് സമാനമായ പ്രസ്ഥാനങ്ങൾ മറ്റു സംസ്ഥാനങ്ങളിൽ വളർത്തിയെടുക്കുന്നതിനു സഹായകരമായിരിക്കും. ഇതിനകം പ്രധാനപ്പെട്ട ബിജെപിയിതര മുഖ്യമന്ത്രിമാർ എൽഐസി സ്വകാര്യവൽക്കരണത്തിനെതിരെ പരസ്യ നിലപാട് സ്വീകരിച്ചിട്ടുണ്ട്. പ്രമുഖ പ്രതിപക്ഷ പാർട്ടികളും എതിർപ്പു പ്രകടിപ്പിച്ചിട്ടുണ്ട്. ഇതെല്ലാം വലിയ സാധ്യതകൾ തുറക്കുന്നുണ്ട്.

ലൈഫ് ഇൻഷുറൻസ് കോർപ്പറേഷൻ ഓഫ് ഇന്ത്യയുടെ പോളിസി ഉടമസ്ഥരുടെയും ജീവനക്കാരുടെയും കൊച്ചിയിലെ മഹാസമ്മേളനത്തിന്റെ ആഹ്വാനം ഇതാണ്:

എൽഐസി സ്വകാര്യവൽക്കരണത്തിനെതിരെ വിപുലമായ പ്രക്ഷോഭപ്രചാരണത്തിന് ഈ സമ്മേളനം ആഹ്വാനം ചെയ്യുന്നു. കേരളത്തിലെ മുഴുവൻ പോളിസി ഉടമകളും ഒരുമിച്ച് അണിനിരക്കണം. അവരാണ് എൽഐസിയുടെ യഥാർത്ഥ ഉടമകൾ. പകരം ഉടമസ്ഥത ഒരു പറ്റം ധനചൂതാട്ടക്കാരുടെ കൈകളിലേക്ക് മാറ്റുന്നതിനുള്ള നടപടികളുടെ തുടക്കമാണ് എൽഐസിയുടെ ഐപിഒ. ഒരു ചെറുന്യൂനപക്ഷം ജീവനക്കാർക്കും പോളിസി ഉടമകൾക്കും ഓഹരി വിറ്റുകൊണ്ട് ഈ യാഥാർത്ഥ്യത്തെ മറച്ചുപിടിക്കാനാവില്ല.

കേരളത്തിലെ ലൈബ്രറികളിലും അതുപോലുള്ള പൊതുകേന്ദ്രങ്ങളിലുംവച്ച് പോളിസി ഉടമകളുടെയും ജീവനക്കാരുടെയും എൽഐസി അഭ്യുദയകാംക്ഷികളുടെയും 10,000 വിശദീകരണയോഗങ്ങൾ സംഘടിപ്പിക്കുന്നതിന് ഈ കൺവെൻഷൻ ആഹ്വാനം ചെയ്യുന്നു. അവിടെവച്ച് എൽഐസി സ്വകാര്യവൽക്കരണത്തിൽ പ്രതിഷേധിക്കുന്ന പോളിസി ഉടമകളുടെ ഒപ്പുകളും ശേഖരിക്കുന്നതിന് ആഹ്വാനം ചെയ്യുന്നു.

'എൽഐസി സ്വകാര്യവൽക്കരണത്തിനെതിരെ കേരളം ഒറ്റക്കെട്ടായി അണിനിരക്കുക.'

www.ingramcontent.com/pod-product-compliance
Lightning Source LLC
LaVergne TN
LVHW040752051026
849519LV00007BA/2527
* 9 7 8 9 3 9 3 4 6 8 2 9 1 *